न्यूयॉर्कच्या वर्ड ट्रेड सेंटरवर अतिरेक्यांनी केलेला भिषण हल्ला त्यावरच्या प्रतिक्रियाचं आणि असलेल्या स्त्रीला आणि तिच्या मुलींना लादेन असल्यामुळे भोगावे लागलेले अनुभव कथन केले आहेत. सौदी अरेबियातली पुरुषप्रधान संस्कृती आणि तिच्या स्वातंत्र्याचा संपूर्ण झालेला विदारक संकोच, यातून होत गेलेला मानसिक कोंडमारा, लादेन कुटुंबाची वेगळी ओळख. एकविसाव्या शतकातही एखाद्या समाजाची वा देशाची मानसिकता मध्यपूर्व काळातही कशी असू शकते याचं मन विदीर्ण करणारं प्रत्यक्षकारी चित्रण आणि त्यातून स्वातंत्र्यासाठी झगडणाऱ्या आणि त्यापोटी आपल्या तीन मुलींचा बळी जाऊ नये यासाठी झगडणारी एक आई, असं एक विलक्षण चित्तथरारक दर्शन या साऱ्या प्रकरणांमधून घडतं.

दै. ऐक्य, १२/७/२००९

कारमेन बिन लादेन. या नावामुळेच ११ सप्टेंबरच्या अमेरिकेवरील हल्ल्यानंतर तिला आणि तिच्या तीन मुलींना जगणं मुश्किल झालं होतं. ओसामा तिच्या नवऱ्याचा भाऊ. बिन लादेन घराण्याशी संबंध तुटल्यावरही केवळ नावामुळे ११ सप्टेंबर या दिवसानंतर तिच्या आणि मुलींच्या आयुष्यात उलथापालथ झाली. ओसामाने केलेले बॉम्ब हल्ले कारमेनला माहीत होते. त्यामुळे अमेरिकेत राहूनही तिच्या मुली मात्र वाचल्या, असे अनेक आरोप तिच्यावर झाले. 'बिन लादेन' नावाची ती एकमेव ज्ञात व्यक्ती अमेरिकेत राहत असल्याने माध्यमांनी तिला लक्ष्य बनवले. त्या सगळ्यांना उत्तर देता देता तिला पुन्हा एकदा सौदीतला काळ आठवला आणि त्यातून हे आत्मचरित्र लिहिलं गेलं.

दै. लोकसत्ता, २२ जुलै २००५

कारमेन बिन लादेन स्वित्झर्लंडमध्ये आपल्या तीन मुलींसमवेत राहात आहे.

■

या पुस्तकातील सर्व घटना जशा घडल्या आहेत तशा स्वरूपात दिलेल्या आहेत. लतिफा आणि तर्की या माझ्या जवळच्या दोन मैत्रिणींची नावे बदलली आहेत यांच्या सूचनेनुसार तसेच लतिफांच्या वडिलांचे नाव पण बदललेले आहे.

■

आपल्या स्नेहीजनांना पुस्तके भेट द्या

साम्राज्य बुरख्यामागचे

'इनसाइड द व्हेल्ड किंग्डम'

लेखक

कारमेन बिन लादेन

अनुवाद

अविनाश दर्प

मेहता पब्लिशिंग हाऊस

please contact us at **Mehta Publishing House,** Pune 411030.
✆ +91 020-24476924 / 24460313 / Mob. No. 9545000513
Email : production@mehtapublishinghouse.com
Website : www.mehtapublishinghouse.com

- *या पुस्तकातील लेखकाची मते, घटना, वर्णने ही त्या लेखकाची असून त्याच्याशी प्रकाशक सहमत असतीलच असे नाही.*

INSIDE THE VEILED KINGDOM by CARMEN BIN LADIN

written with the collaboration of Ruth Marshall
Translated into Marathi Language by Avinash Darp

साम्राज्य बुरख्यामागचे / अनुवादित सत्यकथा

TBC

अनुवाद : अविनाश दर्प

Email : author@mehtapublishinghouse.com

मराठी पुस्तक प्रकाशनाचे व अनुवादाचे हक्क : मेहता पब्लिशिंग हाऊस, पुणे.

प्रकाशक : सुनील अनिल मेहता, मेहता पब्लिशिंग हाऊस,
१९४१, सदाशिव पेठ, माडीवाले कॉलनी, पुणे – ४११०३०.

मुद्रक : ट्रिनिटी ॲकॅडमी फॉर कॉर्पोरेट ट्रेनिंग लिमिटेड

मुखपृष्ठ : चंद्रमोहन कुलकर्णी

प्रकाशनकाल : फेब्रुवारी, २००७ / मार्च, २००९ / मार्च, २०१५ /
पुनर्मुद्रण : ऑगस्ट, २०२१

किंमत : ₹ २५०

P Book ISBN 9788177667486
E Book ISBN 9789387319400
E Books available on : amazonkindle Apple Books Google Play Books

---

प्रस्तावना

बहुधा २००४ चा जून, जुलै महिना असावा, रविवारच्या न्यूझीलंड हेरॉल्डमध्ये 'इनसाइड द व्हेल्ड किंग्डम – लेखिका कारमेन बिन लादेन' या पुस्तकाचं परीक्षण वाचनात आलं. लेखिकेच्या नावामुळे कुतूहल चाळवलं. मग पुस्तक मिळवलं. मी आणि माझी पत्नी सुप्रिया बसप्रवासात वाचत होतो. आम्हाला पुस्तक खूप आवडलं. मग भाषांतराचा निर्णय घेतला.

मला हे पुस्तक विशेष भावलं याचं कारण म्हणजे त्यातील नितांत साधेपणा. कोणतीही धुसफुस न करता अतिशय हळुवारपणे पडदा बाजूला सारून लेखिकेने या पडद्याआडचा समाज, तेथील संस्कृती इत्यादींचे अतिशय संयमितपणाने दर्शन घडवले आहे. लेखिकेच्या या आत्मकथनात 'नॉट विदाऊट माय डॉटर' किंवा तशा प्रकारच्या पुस्तकातून असतो तसा कोणताही भयंकर संघर्ष, महान झगडा किंवा त्यासाठी झालेला छळ किंवा भोगाव्या लागलेल्या यातना दिसून येत नाहीत. लेखनामागे कोणताही अभिनिवेश नाही. उलटपक्षी एखाद्या ठिकाणी किंवा एखाद्या व्यक्तीकडे चारआठ दिवसांसाठी गेल्यावर तेथील घर, परिसर, मंडळी, त्यांचे आचारविचार, त्यांचे परस्पर संबंध आणि कुटुंबातील एकूण वातावरण याविषयी घरी परतल्यावर आपण जसा अहवाल देतो तसा साधेपणा या कथनात प्रत्ययाला येतो.

साऱ्या पुस्तकात नवऱ्याच्या देशातील समाजाची किंवा सासरच्या मंडळींची निंदानालस्ती करायची हा प्रकारही आढळत नाही. किंबहूना सासू-सासरे, नवरा इत्यादींविषयी चांगलेच आणि प्रामाणिकपणाने लिहिलेले आहे.

९/११ हा प्रकाशाला ग्रहण लावणारा दिवस होता. न्यूयॉर्कमधील वर्ल्ड ट्रेड सेंटरच्या जुळ्या भावंडांप्रमाणे असलेल्या टॉवर्सवर दोन विमानांनी धडक दिल्यावर

साऱ्या जगावर एक प्रकारच्या भीतीचं सावट पसरलं. उलटसुलट चर्चा सुरू झाल्या. त्यावेळी प्रसिद्धी-माध्यमांनी तिच्यावर आणि तिच्या मुलींवर आरोप करून या घटनेशी त्यांचा बादरायण संबंध जोडण्याचा प्रयत्न केला... का तर ती बिन लादेन कुटुंबाशी संबंधित होती.. का तर ओसामा बिन लादेन तिचा दिर होता. असे असूनही साऱ्या कथनात ओसामावरही लेखिका कारमेननं आग पाखडलेली नाहीच. परंतु त्यांच्या संघटनशैलीचे तिला कौतुक असल्याचं दिसून येतं. ओसामानं त्याचे संघटनकौशल्य, कर्तृत्व, काम करण्याची धाटणी या साऱ्यांचा चांगल्या, सकारात्मक कार्यासाठी वापर केला असता तर ओसामाला जगानं डोक्यावर घेतलं असतं असंही तिला वाटत होतं... ही ९/११ ची घटना न होती तर कदाचित हे पुस्तकही तिच्याकडून लिहिलं गेलं नसतं. मुलींना स्वतंत्र आयुष्य जगता यावं यासाठी येस्लामबरोबर रीतसर घटस्फोट घेऊन कारमेन जिनीवात रमली होती. त्यामुळे बाजूला उभं राहून दिसलं ते सांगितलं असं हे आत्मकथन.

वस्तुनिष्ठता, संयमित आणि साधी भाषा हे या पुस्तकाचे वैशिष्ट्य ठरावे.

मी प्रथितयश असा लेखक नसूनही 'मेहता पब्लिशिंग हाऊस'च्या श्री. सुनील मेहता यांनी माझं हे भाषांतरीत पुस्तक छापायचा निर्णय घेऊन मला (भाषांतर करणारा का) अनुवादकाच्या पंक्तीत स्थान दिले याबद्दल मी त्यांचा ऋणी आहे. या प्रकाशनसंस्थेतील सौ. राजश्री देशमुख आणि प्रूफ रीडिंग करणारे इत्यादींनी जे वेळोवेळी साह्य केले त्याबद्दल मी त्यांचाही आभारी आहे.

पुस्तकाची छपाई पुण्यात आणि माझं वास्तव्य सातासमुद्रापलीकडे. ही अडचण होतीच होती. परंतु त्या संदर्भात प्रकाशनाचे निरोप मला देणे आणि माझ्या वतीने तिथे वेगवेगळ्या समस्यांना तोंड देणे हे सारे माझी पुण्यातील मेहुणी सौ. सुलक्षणा धर्माधिकारी हिने केले. तिच्या बहुमोल साहाय्याचा आवर्जून उल्लेख करून इथेच थांबतो

– अविनाश दर्प

माझ्या लेकींना पत्र

माझ्या वफ़ा, नाज़िया आणि नूर,

खूप आनंद आणि आशा यांच्या जोडीला थोडीफार साशंकता असली तरीही मी माझ्या आयुष्याची कथा लिहिण्याची कामगिरी स्वीकारलेली आहे. ह्या पुस्तकाचा हा सारा खटाटोप तुमच्यासाठीच आहे. अर्थात यापूर्वीच माझ्याकडून माझ्या काही आठवणी माझ्या बोलण्यात आल्याने तुम्हाला सौदी जीवनाविषयी पुसटशी कल्पना आहेच. तरीही वफ़ा आणि नाज़िया, तुमच्या आयुष्याच्या पार्श्वभूमीचा काही भाग विसरला असेल तर तो समजावा आणि नूरला तर काहीच माहीत नाही तर तिलाही सारं समजावं, यासाठी या पुस्तकाची तुम्हाला नक्कीच मदत होईल. अनेक वर्षे तुम्हाला आज आहात अशा उत्तम व्यक्ती म्हणून वाढताना बघत आले आहे. आता आपण सौदी अरेबिया सोडून काही वर्षं झालेली असली तरी माझ्या खाजगी प्रसंगातून तुम्हालाही त्या काळात ज्या कठीण काळाला तोंड द्यावं लागलं आहे हे समजावं, हाही या पुस्तकामागे हेतू आहेच.

विचारांचं आणि ते विचार व्यक्त करण्याचं स्वातंत्र्य ही सर्वांत मोठी देणगी आहे. या माझ्या विचारांशी, कल्पनेशी तुम्ही परिचित आहातच; परंतु हे स्वातंत्र्य तुम्ही गृहित धरून चालता कामा नये, असं मला वाटतं. तुम्हाला ज्याची कल्पना आहे तेच मला परत तुमच्या मनावर ठसवायचं आहे, की ऐश्वर्य सुख देऊ शकतं हे खरं आहे; परंतु सोन्याच्या पिंजऱ्यात सुखं मिळत असतील तर ती निरर्थक ठरतात. विशेषत: तुम्ही स्त्री असलात तर तुम्हाला हवं ते करता येत नाही किंवा तुम्हाला जे व्हायचं असेल, तेही तुम्ही होऊ शकत नाही.

अगदी स्वाभाविक काही कारणांमुळे मी अलिकडच्या काही वर्षांत सौदी

अरेबियाला गेलेली नसले तरीही त्या राज्यातील माझ्या संबंधित व्यक्तींबरोबर, म्हणजे माझ्या मित्रमैत्रिणींबरोबर मी संवाद साधत आलेली आहे. त्यावरून मला असं दिसलं, की अजूनही तेथे 'जैसे थे' अशीच परिस्थिती आहे. मला अगदी आतून — मनापासून — वाटतं आणि पटतंही, की मी तुम्हाला पाश्चिमात्त्याच्या मूल्यांच्या संगतीत लहानाचं मोठं केलं, ते योग्यच होतं. अर्थात त्यामुळे त्या देशाबरोबरच्या संबंधात कटुता आली हेही खरं आहे. त्यासाठी तुम्हाला जी भावनिक किंमत मोजावी लागली, त्याविषयी माझ्या मनात आजही खंत आहे आणि ही रुखरुख कायमचीच असणार आहे. तरीसुद्धा मी तुमची आई असल्याचा मला सन्मान आणि अभिमान वाटतो, ही तुमच्यासाठी सांत्वनाची बाब असायला कोणतीच हरकत नसावी. तुमच्याखेरीज माझ्या व्यक्तिमत्त्वाला अधुरेपण आलं असतं. मुलींनो, तुम्हीच माझं धैर्य, शक्ती आणि मनोधैर्य आहात.

हे सारं असलं तरी सर्वांत महत्त्वाची गोष्ट म्हणजे मी आयुष्यात जी काही पावलं उचलली, जे निर्णय घेतले, ते योग्य की अयोग्य माहीत नाही; परंतु ते तुमच्यावरील प्रेमापोटीच घेतलेले आहेत. तुम्ही 'तुम्ही' झालात ही भेटच मला फार फार मोलाची आहे.

कारमेन बिन लादेन

अनुक्रमणिका

१

९/११

११ सप्टेंबर २००१ या दिवशीची घटना म्हणजे आयुष्यात आम्ही कधीच विसरू शकणार नाही, अशी शोकांतिका होती. या दिवसानं हजारो निष्पाप जिवांची आयुष्य उद्ध्वस्त केली. याच काळ्या दिवसानं जगातील स्वातंत्र्याच्या आणि स्वास्थ्याच्या भावनेला सुरुंग लावला. माझ्यासाठी आणि माझ्या तीन लेकींसाठी ती घटना म्हणजे कमालीचे दुःख आणि भय निर्माण करणारे भयानक स्वप्न होते.

खरं तर त्या दिवशीचा सूर्य भारतातील ग्रीष्मऋतूचे तेज, ऊन आणि प्रकाश घेऊन आलेला होता. मी आणि माझी थोरली लेक वफ़ा लॉसनहून जिनिव्हाकडे कारमधून रमतगमत प्रवास करीत होतो. त्याच वेळी न्यूयॉर्कमध्ये नोकरी करणाऱ्या माझ्या एका दोस्ताचा फोन आला.

"अगदी आत्ताच, नुकतंच अगदी काहीतरी भयंकर, भयानक असं घडलंय..." त्याच्या आवाजात जबरदस्त घाईगर्दी होती. "अग, डोळ्यांवर, कानावर किंबहुना कशाकशावर विश्वासच बसू शकत नाहीए... अग, वर्ल्ड ट्रेड सेंटरच्या तीनपैकी एका टॉवरवर विमान धडकलंय." मी काही विचारणार, तेवढ्यात तो जोरानं किंचाळलाच. "थांब, थांब जरा. दुसरं विमान येतंय आणि... आणि ते दुसऱ्या टॉवरच्या दिशेनं झेपावतंय... बाप रे, अग, या विमानानं दुसऱ्या टॉवरवर धडक दिलीय." त्याचं ऑफिस हा हल्ला झाला त्या ठिकाणापासून चार-सहा इमारतींच्या अंतरावर होतं. त्यानं दुसऱ्या विमानाच्या आदळण्याची बातमी दिली मात्र आणि माझ्या मनात एक विचार लख्खकन् चमकून गेला. 'हा अपघात काही चुकून-माकून, योगायोगानं घडून आलेला चमत्कार नक्कीच नाही. तर ज्या देशावर माझं नितांत प्रेम आहे; जो देश माझं दुसरं आवडतं घर आहे, माहेर आहे, त्या देशावर अगदी जाणूनबुजून आणि योजनाबद्ध असा हल्ला केला आहे. मी पुरती गोठून गेले.

आणि त्याच वेळी या साऱ्या विश्वव्यापी घटनेच्या बुडाशी माझ्या ओसामा बिन लादेन या दिराची गडद छाया मला मनोमन जाणवली; मग मात्र माझ्या मनाच्या अगदी ठिकऱ्या ठिकऱ्या उडाल्या.

माझ्या फोनवरील किंचाळण्यामुळे असेल किंवा चेहऱ्यावरील भीतीनं असेल; परंतु शेजारच्या सीटवरील वफ़ाही माझा खांदा गदागदा हलवून, 'काय झालं, काय झालं?' असं ओरडून विचारीत होती. मला जबरदस्त धक्का बसला होता. मी सुन्न झाले होते; तरीही कसेबसे स्वत:ला मी सावरले आणि तिला काहीतरी सांगितले. तिनं अगदी नुकतीच कोलंबिया कायदा स्कूलमधून पदवी घेतली होती. आणखी चार दिवसांनी ती न्यूयॉर्कला परतणार होती. तिचे डोळे अश्रूंनी डबडबले. वेडाचा झटका आल्यासारखी सेलफोनवरील बटणे धडाधड दाबून ती न्यूयॉर्कमधील तिच्या मैत्रिणींबरोबर संपर्क साधण्याचा प्रयत्न करीत होती. माझीसुद्धा अगदी पहिली आणि ताबडतोबीची इच्छा होती आणि ती म्हणजे कॅलिफोर्नियातील माझ्या अगदी जवळच्या मेरी मार्था या मैत्रिणीबरोबर संपर्क साधण्याची. मला तिचा आवाज ऐकायचा होता. सुदैवानं त्यात यश मिळालं. तिलाही या घटनेची बातमी साहजिकच अगोदरच मिळाली होती; पण त्याचबरोबर तिनं पँटेगॉनला तिसऱ्या विमानानं धडक दिल्याची बातमी दिली. आसाभोवती फिरणारं जग दिशा बदलून वेगळ्याच गतीनं फिरत असल्याचं मला अगदी स्पष्टपणे जाणवलं.

मग सारं बाजूला सारून मी माझ्या सर्वांत धाकट्या लेकीच्या — नूरच्या — शाळेकडे धाव घेतली. तिच्या डोळ्यांतील भीतीच तिला ही भयानक बातमी माहीत असल्याचे सांगत होती. गुलाबी चेहऱ्याची नूर पांढरीफटक पडली होती. नंतर मधली लेक नाज़ियाही कॉलेजातून घरी परतली असावी, असा कयास करून घरी आलो. ती घरी आलेली होती, घरात एकटीच होती — अगदी सैरभैर झालेली होती. त्यानंतर जगातील लाखोकरोडो लोकांप्रमाणेच आम्ही चौघीही सीएनएनवर येणाऱ्या बातम्या ऐकत होतो, बघत होतो. जे काही दाखवलं जात होतं ते विस्फारलेल्या, अश्रूपूर्ण डोळ्यांनी बघत होतो, पुरत्या थिजून गेलो होतो. अधुनमधून आणि आलटून-पालटून रडतही होतो. त्यातूनच मधूनच परिचित व्यक्तींना फोन करणेही चालू होते.

जसजसे तास पुढे सरक़त गेले तसतशी अखेरीला माझ्या मनात राहून राहून डोकावणारी शंका, भीती खरीच ठरली. प्रत्येक बातमीपत्रात एकाच नावाचा घोष होता आणि दूरदर्शन पडद्यावर पुन:पुन्हा एकच चेहरा दाखविला जात होता. 'ओसामा बिन लादेन' माझ्या मुलींचा अगदी सख्खा चुलता. त्यामुळे माझ्या मुली त्याच्या आडनावात भागीदार होत्या; परंतु त्याला त्या कधी भेटलेल्याही नव्हत्या. त्यांच्या चुलत्याची मूल्येही त्या तिघींना अगदी परकी आणि अनोळखी होती.

कशाचा म्हणजे कशाचाही दुरान्वयानेही संबंध नव्हता. तरीसुद्धा माझ्या मनाला मात्र कमनशिबाची भावना चाटून गेली. मी पुरती खचून गेले. हा दिवस आम्हा सर्वांची आयुष्ये अगदी कायमस्वरूपी बदलून टाकणार आहे, याची जाणीव झाली.

येस्लाम माझा नवरा आणि ओसामा बिन लादेन हा त्याचा धाकटा भाऊ. म्हणजे अनेक भावांतील एक भाऊ. काही वर्षांपूर्वी सौदी अरेबियात राहात होते त्या वेळी मला त्याचा अल्पसाच परिचय झालेला होता — अंतरावरून आणि अंतर राखूनच. तो उंच होता. त्याचा चेहराच त्याचा करारी स्वभाव स्पष्ट करीत असे. त्याची धार्मिकता, धर्मावरील श्रद्धा कमालीची जाज्वल्य होती; आणि त्याच्या या स्वभाववैशिष्ट्यामुळे कुटुंबातील इतर धार्मिक मंडळींतही तो विशेष उठून दिसत असे. त्याचं अस्तित्व एकप्रकारची छाप निर्माण करणारं होतं हे निश्चित!

सौदी अरेबियात बिन लादेन कुटुंबात माझी जी काही वर्षे गेली, ती त्या देशाविषयी आणि तेथील माणसांविषयी खूप काही सांगणारी होती. तो देश उदासीन परंतु कठोर होता. त्यांची श्रद्धा कधीही वाकणारी किंवा नमणारी नव्हती. त्यात एवढीशीही लवचिकता नव्हती. त्यांचा एकूण स्वभाव हुकमत गाजविणारा होता. त्यांच्यात एकप्रकारचा उद्दामपणा आणि अहंमन्यता होती. त्यांच्या श्रद्धांमध्ये भागीदारी स्वीकारण्याविषयी आणि परदेशी लोकांविषयी दयाबुद्धीचा अभाव होता. हे सारे काही ओसामा स्वत:च्या कृतीतून सतत व्यक्त करीत असे. माझे मन या साऱ्याविरुद्ध बंड करून उठत असे. या देशातील परदेशीयांविषयींचा मनस्वी तिरस्कार आणि तेथील निश्चयी, ठाम सनातनता या साऱ्यामुळे माझ्या मुलींना मोकळ्या प्रकारचे स्वतंत्र आयुष्य जगता यावे, यासाठी झगडा देण्यास मी उद्युक्त झाले होते.

सौदी अरेबियाशी असलेले आमचे संबंध तोडून टाकण्याच्या झगड्यात मी माझ्या नवऱ्याच्या घराण्याविषयी जास्तीतजास्त माहिती गोळा करीत होते. ओसामा सामर्थ्य, लौकीक आणि अफगाणवरील प्रेमापोटी अमेरिकेविरुद्ध अतिशय खुनशी अशा संतापाच्या जाळ्यात अधिकाधिक गुरफटत चालला होता. ते मी बघत होते. सोव्हिएत रशियाने अफगाणवर कब्जा करण्यासाठी हल्ला केला होता, त्या वेळी अफगाणी क्रांतिकारकांच्या ओसामाने युद्धातल्या सेनापतीप्रमाणे मदत केली होती. नव्हे निधडेपणाने, शर्थीने खिंड लढवली होती. रशिया माघार घेऊन परतल्यावर ओसामा परतला तेव्हा तेथील जनतेच्या मनातील त्याची प्रतिमा अधिक तेजाळली होती. तो त्यांच्या गळ्यातील ताईत बनला होता.

१९९०मध्ये इराकने कुवेतवर आक्रमण केले तेव्हा अमेरिका सौदी अरेबियाचा युद्धासाठी तळ म्हणून वापर करेल, या विचाराने त्याचा संताप उफाळून आला होता. त्याने फहाद राजाला सद्दाम हुसेनविरुद्ध लढण्यासाठी त्याच्या अफगाणमधील

योद्ध्यांची मदत देऊ केली होती. ओसामाच्या या कल्पनेत काही धर्मनिष्ठ राजपुत्रांना तथ्य दिसत होते; परंतु फहादने त्याची मदत नाकारली. सौदी राज्यकर्त्या घराण्याच्या विरुद्ध भ्रष्टाचार आणि नैतिक अध:पतन आणि त्या बाबतीत अमेरिकेने त्यांना पाठीशी घालणे, याविषयी ओसामाने हेतू:पुरस्सरपणे जळजळीत अशी विधाने करण्यास प्रारंभ केला. त्याचा परिणाम म्हणून त्याला सौदी सोडण्यास भाग पाडले गेले. अशा प्रकारे तडीपार झाल्यावर ओसामा, जेथे त्याच्या शस्त्रधारी योद्ध्यांच्याभोवती रणगाड्यातील सैनिकांचा गराडा होता, डोळ्यांत तेल घालून सक्त पहारा होता अशा सुदानच्या आश्रयाला गेला. त्यानंतर तो अफगाणिस्तानला परतला.

त्या काळात मी जरी येस्लामपासून विभक्त झाले होते तरी आमचे बोलणे-चालणे सुरू होते. त्या वेळी माझा नवरा येस्लाम सौदी अरेबियातील घडामोडी, त्यांचे कुटुंब आणि ओसामाचा ठावठिकाणा यांविषयी अगदी इत्यंभूत माहिती मला देत असे.

येस्लामनंच मला सांगितलं होतं की ओसामाचा असा वनवास होता तरीही त्याचे सामर्थ्य सतत वाढत होते. ओसामाला त्या काळात अतिशय सामर्थ्यशाली, धर्मनिष्ठ / कर्मनिष्ठ आणि अतिशय सन्माननीय अशा राजपुत्राचे संरक्षण लाभलेले होते. येस्लामने मला त्याचे नावही सांगितले होते.

ज्या वेळी १९९६मध्ये दहरान या सौदी अरेबियातील अमेरिकेच्या सैन्याच्या छावण्या असलेल्या खोबार टॉवर्समध्ये ट्रकमधील दारुगोळ्याचा स्फोट झाला, त्या वेळी ओसामा यातील महत्त्वपूर्ण असा सूत्रधार असावा अशी शक्यता वर्तवली गेली होती. मलाही ते सत्य असल्याचे जाणवत होते आणि माझी दातखिळच बसली. त्याच्याखेरीज असा दारुगोळा सुरक्षितपणे ताब्यात असणारा कोण असू शकणार होता? ओसामा एक योद्धा होता; विलक्षण इच्छाशक्ती, ध्यास असलेला होता. शिवाय सौदी अरेबियातील अतिशय संपन्न आणि सामर्थ्यशाली बांधकाम कंपनीत भागीदारी असलेल्या कुटुंबाचा तो सभासद होता. मला त्याची जळजळीत आणि टोकाची विचारसरणी ठाऊक होती आणि सतत वाटायचं की हा भयानक आणि आंधळा हिंसाचार करण्याच्या ताकदीचा होता.

जसजसे हल्ल्यामागून हल्ले होत होते, तसतसा माझा ओसामाच्या बाबतीत असलेला अंदाज जास्तच निश्चित बनत होता. त्यामुळे ९ सप्टेंबर, २००१ या दिवशी जेव्हा अहंमद शहा मसूद या अफगाणी योद्ध्यावर हल्ला झाल्याची बातमी आली त्याच वेळी ही ओसामाचीच चाल असली पाहिजे, याची मला जाणीव झाली. मी दूरदर्शनकडे वळाले तेव्हा माझ्या पोटात भीतीचा गोळा होता. 'हा ओसामाच आहे. तो याहून काहीतरी भयंकर करण्याच्या तयारीत आहे.' असं मी बोलूनही

दाखवलं. 'काय कारमेन, तू अगदी भरकटून जातेस.' माझा एक मित्र चिडून तिडकीने म्हणाला. तरीसुद्धा मला त्याविषयी खात्री होती. माझे विचार खोटे ठरावेत अशी मी प्रार्थना करीत होते.

तरीसुद्धा ओसामा न्यूयॉर्कच्या मर्मावर घाव घालेल असं मात्र मला वाटलं नव्हतं. मला आपलं वाटत होतं की फार तर आणि कदाचित एम्बसीवर हल्ला होईल — अर्थात तेही धक्कादायक, क्लेशकारकच असणार होतं; परंतु दोनच दिवसांनी जेव्हा वर्ल्ड ट्रेड सेंटर आगीत होरपळून जमीनदोस्त झालं तेव्हा भीतीचा मला जबरदस्त धक्का बसला आणि तो कधी नष्ट होईल असं वाटत नाही.

वर्ल्ड ट्रेड सेंटरवर हल्ला झाल्यानंतर काही दिवस आमची आयुष्यं दूरदर्शनवरील बातमीपत्राशीच निगडीत होती. जसजसा माझ्या मुलींच्या लाडक्या शहरातील रस्त्यावर राखेचा खकाणा / धुराळा विसावत गेला, तसतशी या घटनेतील मृत्यूंची संख्या वाढतच गेली. हातात फोटो घेऊन लोक *(नातेवाईक, मित्र वगैरे)* आपल्या आयुष्य हरवलेल्या व्यक्तींचा शोध घेत असलेले आम्ही बघत होतो. ज्यांचे आप्तेष्ट, प्रियजन या घटनेत मृत्यू पावले होते ते नातेवाईक वार्ताहरांना त्यांच्या प्रियजनांनी फोनवर जे निरोप ठेवले होते त्याविषयी सांगत होते. या वर्तमानपत्रात भीतीपोटी उड्या टाकणाऱ्यांची छायाचित्रंही होती. मग माझ्या मनात विचार येऊन गेला, 'वफ़ा त्या वेळी तिथं असती तर?' आणि मग त्या आयुष्य गमावलेल्या मुलांच्या आयांच्या विचाराने मी गलबलून गेले.

माझ्या तिन्ही मुली दुःखानं अगदी खचून गेल्या होत्या; पुरत्या भांबावून गेल्या होत्या. नूरने तर केवळ एक वर्षापूर्वीच दक्षिण करोलिनाला स्वतःच्या झोपण्याच्या खोलीतील भिंतीवर लावण्यासाठी अमेरिकेचा ध्वज आणला होता, ती तर दुःखात पार बुडून गेली. ती हुंदके देत म्हणाली, "आई, आता पूर्वीचं न्यूयॉर्क कधीच असणार नाही." सुदैवाने ती तिच्या मैत्रिणींच्या छळाचा विषय ठरली नाही. तिला अमेरिकेविषयी असलेल्या प्रेमामुळे तिच्या मैत्रिणींनाही तिला होणाऱ्या यातना जाणवत होत्या. अर्थात गंमत म्हणून त्या तिची चेष्टा करायच्या, तिला चिडवायच्या.

आम्ही घर सोडलं असेल-नसेल इतक्यात वार्ताहरांचा ससेमिरा आमच्यामागे अगदी हात धुऊन लागला. त्याला कारणही तसंच होतं. सबंध युरोपच्या फोनच्या यादीत 'बिन लादेन' म्हणून केवळ माझ्याच नावाची नोंद होती. मित्रांचेही फोन यायला लागले; परंतु एकूण सूर आणि नूरही वेगळाच होता. फार झपाट्याने आमचं असणं, आमच्याबरोबरचे संबंध इत्यादी बाबतीत आम्ही नाकारले जाऊ लागलो. बिन लादेन या नावाचा अगदी किरकोळीच्या धंदेवाईकावरही धाक निर्माण झाला. एका नव्यानेच सुरू झालेल्या कायद्याच्या कंपनीनेही माझी घटस्फोटाची केस

नाकारली आणि एका क्षणात मला माझ्या केससाठी वकीलच नाही, अशी परिस्थिती निर्माण झाली:

आम्हा सर्वांमध्ये विशेषत: नाज़िया या वर्ल्ड ट्रेड सेंटरच्या भयानक घटनेची बळी ठरली. बराच काळ ती दूरदर्शन बघतच नव्हती. कारण दूरदर्शनवर तिचं नाव चलतीचं नाणं बनलं होतं. तिच्यासारख्या अंतर्मुख आणि स्वत:च्या कोशात राहणाऱ्या व्यक्तीसाठी हा सारा प्रकार सहनशक्तीच्या पलीकडचा होता. किंबहूना, माझ्या साऱ्या लेकरात नाज़िया फार विचारी, सावधपणे वागणारी, बोलणारी मुलगी आहे. ती तिच्या भावनांचे कधीच *(किंवा सहजासहजी)* प्रदर्शन करीत नाही, पण मला जाणवत होतं तीही पार होरपळून गेली होती.

भयानक दैवदुर्विलास हा होता की आम्हाला या घटनेत बळी पडलेल्यांच्या विषयी अतिशय दु:ख होतं, त्यांच्या आप्तेष्टांच्या दु:खाचीही आम्हाला जाणीव होती, तर भोवतालचं जग, भोवतालचा समाज आम्हाला आक्रमक समजत होता. आम्ही झेक कादंबरीकार फ्रँक काफकाप्रमाणे कोंडीत सापडलो होतो; विशेषत: वफ़ाच्या बाबतीत तर ही परिस्थिती फारच विचित्र होती. कायद्याच्या चार वर्षांच्या शिक्षणानंतरही वफ़ाचं आयुष्य न्यूयॉर्कशी जवळची सोयरीक सांगत होतं. ती राहात होती ते अपार्टमेंटही वर्ल्ड ट्रेड सेंटरपासून काही ब्लॉक्सच्याच अंतरावर असं होतं. एकसारखी ती तिथल्याच मित्रमैत्रिणींविषयी बोलत असायची. तिला वाटत होतं की तिनं त्यांच्याबरोबर असायला हवं. त्यामुळे ताबडतोब तिला न्यूयॉर्कला परतायचं होतं.

त्यानंतर एके दिवशी एका वर्तमानपत्रानं या भयानक हल्ल्यापूर्वी काही दिवस अगोदरच वफ़ाने चोरून, गुपचुपपणे न्यूयॉर्कमधून पळ काढला होता, अशी बातमी दिली. ही बातमी धादांत, निखालस खोटी होती. वफ़ा जूनपासूनच माझ्याबरोबर स्वित्झर्लंडमध्ये होती; परंतु कोणतीही शहानिशा न करताच इतर वर्तमानपत्रांनीही तेच कथानक उचललं. वफ़ाला अगोदरच या हल्ल्याविषयी माहिती होती; परंतु तरीसुद्धा तिचं आवडतं हे घर किंवा तेथील लोक यांचं रक्षण करण्यासाठी तिनं काहीच केलेलं नसल्याचे आरोप तिच्यावर केले. वफ़ाच्या अपार्टमेंटमध्ये राहणाऱ्या तिच्या एका मैत्रिणीनं फोन करून तिला ठार मारण्याची धमकी देणारे फोन यायला लागल्याचे सांगितले. अर्थात ही अशी प्रतिक्रिया समजण्यासारखी होती. कारण तिऱ्हाईत लोकांना एक बिन लादेन आणि दुसरा बिन लादेन यातील फरक कसा कळणार होता?

आता माझ्या मुलींचं संरक्षण करण्यासाठी माझ्याजवळ इतर कोणताच मार्ग मला दिसत नव्हता. त्यामुळे एक परिपत्रक काढून माझा किंवा माझ्या तिन्हीही मुलींचा या अमेरिकेवर हल्ला झालेल्या पापी, रानटी कृत्याशी काहीही संबंध

नसल्याचं मी जाहीर केलं. आमचं या देशावर आणि या देशातील मूल्यांवरं प्रेम आहे; आम्ही त्या मूल्यांचे भागीदार आहोत आणि आम्हाला त्यांचं कौतुक आहे, असंही नमूद केलं होतं. मी दूरदर्शनवर गेले, वर्तमानपत्रांनाही लिहून झाल्या घटनेबद्दल आमचं दु:ख आम्ही स्पष्ट केलं. मला स्वत:ला आणि माझ्या मुलींना सौदी अरेबियापासून वेगळं, मुक्त करण्यासाठी माझा मोठा आणि लांबलचक झगडा आमच्या निष्पापतेबद्दल पुरावा म्हणून मी देऊ शकत होते. शिवाय, ज्या लोकांचे ओसामामुळे प्राण गेले त्यांच्याविषयी आम्हाला झालेल्या यातना याच चांगुलपणाच्या भावनेच्या समर्थकच होत्या.

बिन लादेन कुटुंबियाबरोबरचा झगडा लवकरात लवकर संपुष्टात यावा, याकडे मी डोळे लावून बसले होते आणि आता तर एका नव्याच संकटाला, संघर्षाला तोंड देण्याची माझ्यावर वेळ आली होती. माझ्या मुलींचं नातं पापी दुष्कृत्य, दुष्कीर्ती आणि मृत्यू यांच्याशी जोडलं गेल्यानं त्यांना होणाऱ्या यातनातून मला त्यांना बाहेर काढायचं होतं. माझं खाजगी जीवन आता सामाजिक कथा झाली होती.

नशिबाला हसावं का रडावं हेच मला समजत नव्हतं. नवल म्हणजे सप्टेंबरमधील या भयानक घटनेनंतर सौदी अरेबियापासून सुटका करून घेण्यासाठी माझा चौदा वर्षे चाललेल्या झगड्याचा अर्थ भोवतालच्या लोकांना समजला. त्यापूर्वी मला नाही वाटत की कोर्टाला, किंवा न्यायाधीशाला किंवा आमच्या भोवतालच्या मित्रगणालासुद्धा आम्ही सौदी अरेबियापासून सुटका मिळविण्यासाठी काय पणाला लावलंय, याची कल्पनाच नव्हती *(परदु:ख शीतल असतं दुसरं काय!)*. इतरांचं जाऊ द्या; पण खुद्द माझ्या स्वित्झर्लंड देशातही आणखी कोणी एक स्त्री जिनं देशाला स्वत:च्या कसल्यातरी घटस्फोटासाठी आंतरराष्ट्रीय खटल्यात गुंतवत आहे, अशीच माझी प्रतिमा होती.

परंतु माझा झगडा याहून अगदी वेगळा वेध घेणारा होता, हे मलाच माहीत होतं. जगातील अतिशय सामर्थ्यशाली कुटुंबे आणि शक्तिशाली समाजापासून सुटका करून घेण्यासाठी माझा झगडा चालू होता. माझ्या मुलींना अगदी मूलभूत हक्क नाकारणाऱ्या दयाहीन, क्रूर अशा संस्कृतीपासून मुलींच्या रक्षणासाठीचा तो झगडा होता. सौदी अरेबियात त्यांना रस्त्यातून एकटं फिरण्याची मुभा नव्हती, किंवा त्यांना त्यांच्या आयुष्याचा मार्ग निवडण्याचीही मोकळीक नव्हती. सामाजिक किंवा धार्मिक मूल्यांच्या संदर्भात जे पराकोटीचे दुराग्रही होते, अशा समाजापासून माझ्या मुलींना मुक्त करण्यासाठी माझा झगडा होता. हा समाज पाश्चिमात्त्यांच्या स्वातंत्र्य आणि सहनशीलता यांच्याकडे तिरस्काराने बघत होता. मला तर पाश्चिमात्त्यांची ही मूल्ये फार मोलाची वाटत होती. त्याविषयी कमालीचा तिरस्कार असलेल्या देशाशी माझ्या मुलींची असलेली नाळ मी तोडून टाकण्याचा प्रयत्न करीत होते.

पाश्चिमात्त्यांना आजही सौदी अरेबिया आणि त्यांची दुराग्रही मूल्यावर आधारीत जीवनप्रणालीची पूर्ण कल्पना आहे का नाही, याविषयी मी साशंक आहे. चांगली नऊ वर्षे ज्या सामर्थ्यशाली बिन लादेन कुटुंबाचे तेथील राजघराण्याबरोबर असलेले निकटचे आणि गुंतागुंतीचे संबंध होते, त्या कुटुंबात मी राहिलेली आहे. माझ्या लेकी सौदी अरेबियातील शाळेत जात होत्या आणि मी माझा बहुतेक काळ सौदी *(घरेलू)* स्त्री म्हणून व्यतीत केलेला आहे. त्या काळात मी त्या अंधाऱ्या, पारदर्शी नसलेल्या समाजाच्या जडणघडणीचा अभ्यास आणि पृथ:क्करण केलेले आहे. हा समाज त्यांच्या पोरीबाळींवर अतिशय कठोर आणि कडवे कायदे लादतो, ते मी अनुभवले आहे.

माझ्या मुलींच्या निर्मळ मनांची गळचेपी मी मुकाटपणे सहन करणारी नाही. मी त्यांना सौदी अरेबियाच्या संस्कृतीला शरण जाण्याचे शिकवू शकले नाही. मी त्यांना पाश्चिमात्त्य मूल्यांची, त्याचे काहीही परिणाम होतील याची तमा न बाळगता जे शिक्षण दिले. त्यामुळे त्या मुलींवर देशाविरुद्ध काही करणाऱ्या म्हणून शिक्का मारलेला मी उघड्या डोळ्यांनी बघू शकत नव्हते. जर त्या सौदी समाजाचे नियम मानू लागल्या असत्या, तर ज्यांच्याबरोबर मी अनेक वर्षे राहिले त्या स्त्रियांप्रमाणे मत नसलेल्या, शब्द उच्चारण्याची परवानगी नसलेल्या, बिनचेहऱ्यामोहऱ्याच्या, काही भविष्य नसलेल्या झाल्या असत्या. मला ते नको होतं.

या सर्वांत महत्त्वाचे म्हणजे ज्या निवडीच्या स्वातंत्र्याला मी अतिशय मोल देत होते, ते स्वातंत्र्य माझ्या मुलींना नाकारलेलं मला बघवणार नव्हतं. मला त्यांना आणि मला स्वत:ला मुक्त करायचं होतं.

अशी माझी कथा आहे!

◆

२

आजोळच्या सुखद आठवणी

मी माझ्या नवऱ्याला — येस्लामला — भेटले त्या वर्षी हवा प्रसन्न आणि मोकळी होती. ते १९७३चं वर्ष होतं आणि जगावर तरुणांचं राज्य होतं. दोन वर्षांपूर्वी हायस्कूलमधून बाहेर पडलेली मी मनानं मोकळी आणि खूपच समाजाभिमुख होते. तरीसुद्धा त्या उन्हाळ्यात मी सभोवताली नजर टाकली तेव्हा मला आयुष्यात निश्चित अशा कोणत्या वाटेने जायचे होते, याचा बोध होत नव्हता. जो दुर्बल वर्ग होता त्यांची बाजू मांडता यावी यासाठी मला कायद्याचा अभ्यास करावासा वाटत होता. मला प्रवास करायचा होता आणि साहस अनुभवायचे होते. मला माझ्या आयुष्याला काही अर्थ देण्याची इच्छा होती; परंतु खानदानी पर्सियन कुटुंबात वाढलेल्या माझ्या आईचा कल मात्र मी निवांतपणे विवाह करावा, याकडेच होता.

मी आणि माझ्या तीन बहिणी जिनिव्हाच्या बाहेरच्या अंगाला असलेल्या आईच्या घरातील बेडरूममध्ये एकत्रितपणे बीटल्सच्या रेकॉर्डस् ऐकत असू. मी सर्वांमध्ये थोरली होते आणि मला वाटतं जास्तकरून मीच बोलत असायची. त्या काळात आईला आवडेल अशा मिडलईस्टमधील तरुणाशी मी कधीच विवाह करणार नाही, असे निक्षून सांगत असे. इराणमधील माझ्या चुलतआजीच्या घराशेजारील अमेरिकन क्लबमधील अमेरिकन लोकांच्या मनमोकळ्या जगण्याकडे मी आकर्षित झालेली होते. त्यांचं जगणं मला धाडसाचं, आधुनिक आणि स्वतंत्र असं जाणवायचं. ते जीप्स चालवित असत, जीन्स वापरीत असत, हॅम्बरगर्स खात असत. त्या तुलनेत मिडलईस्टमधील लोक परंपरा आणि गुप्ततेच्या आवरणाखाली, दडपणाखाली खुरडत वाटचाल करीत होते. फार बंधनात आाणि संकुचित जीवन जगत होते. इच्छेपेक्षाही बाह्यरूप अधिक महत्त्वाचे दिसत होते.

स्वीस वडील आणि पर्शियन आईची लौसानमध्ये जन्मलेली मी एक मुलगी

होते. माझ्या आईचे शैबानी घराणे खानदानी आणि सुधारकांचे होते. मी जेव्हा लहान होते तेव्हा माझी आई जवळजवळ प्रत्येक वर्षी सुट्टीसाठी मला इराणला घेऊन जात असे. माझ्या आजीच्या उंच भिंतीत न दिसणाऱ्या भल्या मोठ्या बगीच्यात गुलाबांचे ताटवे फुललेले असावेत आणि त्याचा परिमल सर्वत्र पसरावा, तसा सुंदर सुगंध आणि चव असलेले मसालेदार अन्न मला खूप आवडायचे. अशा बाथरूममध्ये निळ्या टाईल्स आहेत आणि गरम पाण्याच्या वाफेने ते सारे पुसट, अस्पष्ट आहे, धुसर आहे, जुन्या पुस्तकांचा खजिना असलेली लायब्ररी, लाकडांच्या पट्ट्या असलेली शटर्स, किमती रंगीबेरंगी गालीचे, जुन्यापुराण्या वस्तू असलेल्या घरात माझी आई लहानाची मोठी झालेली होती. मला इराण म्हणजे रंगीबेरंगी आणि नाट्यमय असा खास असलेला देश वाटायचा. मला माझी आजी एखाद्या राजकन्येला वागवावं तशी वागवायची. मला ती खूप खूप आवडायची आणि मला माहीत होतं की तिचाही माझ्यावर भारी जीव होता.

जेव्हा मी सात-आठ वर्षांची होते त्या वेळी आजीच्या घरी माझ्या आईने एक मेजवानी दिली होती. सारी दालनं माझी आई ज्यांच्याबरोबर वाढली होती अशा प्रसिद्ध लेखक आणि जुन्या कुटुंबातील बुद्धिमान लोक यांनी भरलेली होती. ही सारी मंडळी आजीच्या शहाविरुद्धच्या संतापात सहभागी होणाऱ्यातली होती. त्यांच्या चर्चा माझ्या आकलनापलीकडच्या होत्या; पण वातावरण मात्र मस्त, थरारक असायचं. जेव्हा झोपी जाण्याची वेळ झाली तेव्हा वरच्या मजल्यावरील माझ्या झोपायच्या खोलीत जाण्यास मी निकराचा आणि स्पष्ट नकार दिला.

'डॅडी येताहेत' असं मी सारखं घोकत होते आणि माझी आई परत परत मला ते स्वित्झर्लंडला कामात दंग असल्याचे सांगून समजावीत होती. त्या रात्रीचा काही अंश तरी मी आईची सहनशीलता ल्यालेली होते. त्यानंतर मी अगदी माझा हट्ट सोडून वरच्या खोलीत झोपण्याकरता जाण्याचा विचार करीत होते आणि माझे लाडके डॅडी दारातून आत प्रवेश करताना दिसले. त्यांनी आपल्या आगाऊ आगमनाविषयी काहीच कळवले नव्हते आणि झटकन विचार करून ते विमानात बसले होते. मी विलक्षण आनंदून गेले आणि मला जिंकल्याचा जरा खुनशी आनंद मिळाला.

ज्या वेळी मला खरोखरच त्यांच्या आगमनाची अगोदर काहीच माहिती नव्हती याची खात्री झाली, त्या वेळी माझ्या आजीने हाताच्या अंतरावर मला उभे करून माझ्या खांद्यांना दाबत आणि माझ्या नजरेत डोकावून म्हटले, "कारमेन, तू खरोखरच वेगळी आणि विलक्षण मुलगी आहेस." मला त्या रात्री जे जाणवून गेलं ते प्रत्येक मुलीच्या, मुलाच्या पदरी पडायला हवं, हे विसरू नका. त्या रात्री मनापासून मला असं वाटून गेलं.

माझ्या आजीचा पोहण्याचा तलाव होता आणि माझे अतिशय सुंदर, उमदे

आकर्षक व्यक्तिमत्वाचे वडील वरच्या मजल्यावर त्या तलावात सूर मारीत, तेव्हा आम्ही भीतीयुक्त, त्याचबरोबर गमतीने बेफाम होऊन किंचाळत असू. एके दिवशी माझी नुकतीच चालायला शिकलेली / लागलेली छोटी बहीण या तलावात पडली. त्या वेळी गुलाबी सिल्कचा अतिशय श्रीमंती ड्रेस जो कमरेला घट्ट होता आणि घेरदार स्कर्ट घातलेल्या माझ्या आईने तिला वाचवण्यासाठी तलावात झेप घेतली. तिचा सारा स्कर्ट एखाद्या पॅराशूटप्रमाणे फुगला होता. अगदी आजही पूर्ण पोशाखातील, आणि तिच्या पोशाखातून पाणी निथळतंय; पण तरीही अतिशय मोहक दिसणारी पाण्यातून *(कमळाप्रमाणे)* उगवतीय, ती डोळ्यासमोर आहे.

मी एक तुडुंब उत्सुकता असलेली मुलगी होते आणि तरीही बालवयातील इतर मुलांप्रमाणे जरी वडीलधाऱ्यांच्या संभाषणातील साऱ्या गोष्टी, सारे संदर्भ समजत नसले तरीही त्यांच्या संभाषणाचे महत्त्व मला जाणवत होते. राजकीय विषयावरील त्यांच्या चर्चा ऐकायलाही मला आवडत असे. अगदी मागे जाऊन मला नक्की आठवतेय की साऱ्या आयुष्यभर जरीही माझ्या आकलनाच्या पलीकडच्या विषयाचासुद्धा मी खोलवर विचार करीत असे.

ज्या वेळी मी साधारणत: सात वर्षांची होते, त्या वेळी माझ्या आजीच्या कुटुंबावर भयानक संकट कोसळले होते. माझ्या आईचा पुतण्या अब्बास याला शहाच्या भयानक अशा सवाक या गुप्त पोलिसांनी अटक करून त्याचा छळ चालवला होता. तो कम्युनिस्ट ट्युडेह पार्टीचा सभासद असल्याचा त्याच्यावर आरोप होता. त्या साऱ्या उन्हाळ्यात रेडिओवर एकच गीत रेंगाळत होतं. त्याचं नाव होतं 'माराबेबस.' ज्या व्यक्तीला मृत्यूदंडाची शिक्षा झालेली असते तो आपल्या मुलीला त्याचे अखेरचे चुंबन घेण्यास सांगत असतो, असा त्या गाण्याचा विषय होता. दु:खानं काठोकाठ भरलेलं गाणं मी सारखं परत परत ऐकत होते. मला त्या माणसावर मरण्याची वेळ का आली, हे जाणून घ्यायचं होतं आणि मनात आपल्या आईच्या पुतण्यालाही मरावं लागणार की काय, अशी शंका डोकावत होती. त्यानं असा कोणता गुन्हा केला होता? मला वाटतं आयुष्यात त्या वेळी प्रथम एखाद्याला नितांत श्रद्धेसाठी प्राणाचे मोल द्यावे लागते, याचा बोध झाला होता.

खरं तर इराण हे मला अतिप्रिय असलेलं स्वप्नातील उद्यानच होतं. लौसानच्या बाहेरील सार्वजनिक शाळेतील इतर स्विस मुलींपेक्षा मला वेगळं करणारं, वेगळं घडवणारं, असं ते उद्यान होतं; परंतु मी नऊ वर्षांची होते त्या वेळी माझ्या आईने एकाएकी इराणशी असलेले सारे संबंध तोडून टाकले. माझे वडील तिला सोडून गेले आणि ते मान्य करणं ती नाकारीत होती. जर तिचा विवाह अयशस्वी झाला हे मान्य केलं असतं, तर नातेवाईकांत तिला तोंड दाखवणं कठीण जाणार होतं. त्यामुळे हे सत्य सांगण्याऐवजी तिने जवळच्या नातेवाईकांशी असलेले संबंध कमी

केले किंवा जवळजवळ संपवलेच.

कैक वर्षं माझ्या आईने, ती आणि आमचे वडील वेगळे होणार असल्याचे आम्हा बहिणींनाही सांगितले नाही. ती आम्हाला कामधंद्यामुळे ते दूर असतात असे सांगत असे. तरीसुद्धा काहीतरी वेगळेच आहे असं मला कुठूनतरी आतून वाटत होतं. एखादी गोष्ट अमान्य असेल तर ती नाकारायची, दुर्लक्षित करायची, किंवा दाबून / दडपून *(लपवून)* ठेवायची. अशीच माझ्या आईच्या वागण्याची एकूण पद्धत होती; जणू काही एखादी गोष्ट बोलली गेली नाही, किंवा उच्चारली गेली नाही; म्हणजे तिचे अस्तित्वच नसते. सारा चेहरा लपवण्याचा पलायनवाद होता झालं.

अशा प्रकारे वडिलांनी आम्हाला सोडल्यावर एका गवर्नेसच्या मदतीने आईनं आम्हाला सांभाळलं, लहानाचं मोठं केलं. अनेक वर्षं माझा वडिलांशी काहीही संबंध नव्हता आणि त्याविषयी तसे का, हे कोणी सांगितले नाही आणि मीही त्याबाबत कोणताही खुलासा न विचारणे शिकले होते. फार लहान वयात ज्या इराणनं आईला अतिशय काटेकोर नियमांनी घडवलेलं आहे आणि स्विसमधील ज्या सार्वजनिक शाळेत मी जात होते, या दोन वेगळ्या संस्कृतीच्या कात्रीत आपण सापडलेलो आहोत आणि त्यातच आपल्याला जगावं लागणार, हे मला जाणवलं होतं. आमचं घर तर फारच विचित्र होतं. तिथं सर्व बाबतीत मौन बाळगणं हे सर्वांत मोलाचं होतं.

वडिलांचा जो धर्म असेल तोच त्या व्यक्तीच्या पोराबाळांचाही धर्म असावा लागतो, असे इस्लाम धर्म मानतो आणि वडील मुस्लिम असल्याने जन्माने माझी आई मुसलमान होती, हे मला माहीत होते; परंतु माझी आई इस्लामधर्माला फार जवळ नव्हती, म्हणजे व्यावहारिक किंवा औपचारिकदृष्ट्या ती त्या धर्माचे काटेकोरपणे पालन करीत नसे. अर्थात काही वेळा — मोजक्या वेळा — मी तिला प्रार्थना करताना बघितले; परंतु ते गुडघे टेकणे, वाकणे किंवा प्रार्थना करताना मक्केच्या दिशेला तोंड ठेवणे असले काही नव्हते. तिला कधी प्रार्थना करायची असेल तर मशिदीत जावे इतक्या सहजतेने ती चर्चमध्ये जात असे. ती कपड्याने डोकेही झाकीत नव्हती किंवा महिनाभराचे रमझानचे उपवासही करीत नव्हती. जेव्हा केव्हा एखाद्या कोकराचा बळी दिला जात असे आणि त्याचे मांस गरिबांना वाटले जात असे, अशा काही प्रसंगी माझी आजी मात्र अधुनमधून बुरखा घेत असे. तुम्ही मिडलईस्टमधील असाल तर मुस्लिम असणं स्वाभाविक होतं; परंतु आईवर किंवा आम्हा मुलींवर त्या धर्माचे कायदे लादले गेले नव्हते एवढे मात्र निश्चित.

स्विसमुलींपेक्षा आमच्यावर काही बंधने होती. ती आमच्या आईच्या चांगल्यावाईट इत्यादी विचारांमुळे होती. दंगामस्तीचे खेळ, चित्रविचित्र पोशाख किंवा उशिरापर्यंत चालणाऱ्या मेजवान्या इत्यादींबाबत आमच्यावर बंधने होती आणि शाळकरी मुली

ज्या भावनेतून या साऱ्या गोष्टी निमूटपणे स्वीकारतात, त्याप्रमाणे आम्ही या साऱ्या गोष्टी पाळत असू. आम्ही काही अप्सरा नव्हतो. तिनं आम्हाला कधीच कडीकुलपात ठेवलं नाही. आम्ही आमचं शिक्षण चालू ठेवावं ही तिची इच्छा होतीच; पण त्याचबरोबर आमचे विवाह तिला अधिक महत्त्वाचे वाटत असल्यानं आमच्या आयुष्याचं मार्गदर्शन ती अतिशय निक्षून आणि काळजीपूर्वक करीत होती. मी वयाने मोठी होईपर्यंत आणि उघड उघड बंड करून उठेपर्यंत आई आम्हा चौघीही बहिणींना अगदी वेण्यांच्या रिबिनीपर्यंत एकसारखा पोशाख, घालीत असे. ती नेहमी म्हणायची, 'तुम्ही अगदी सुरेख, सुंदर असू शकता; परंतु एकही डाग जर असेल तर सारं फुकट जातं. तुम्ही कोणीच नसता. तुम्हाला काही किंमत राहात नाही.' माझ्या आईच्या दृष्टिकोनातून एका विशिष्ट प्रकारचे जीवन फार महत्त्वाचे आणि गरजेचे वाटत असे.

ज्या वेळी मी प्रौढ झाले, तरुण झाले, त्या वेळी माझ्या आईच्या एका पुतण्याने मला माझ्या आईवडिलांच्या लग्नाची कहाणी सांगितली. लौसानला शिक्षणासाठी म्हणून आली असताना तिची माझ्या वडिलांशी गाठ पडली. मग ते पॅरिसला पळून गेले आणि परतले ते विवाहबद्ध होऊनच. आणि आता तिच्या कुटुंबाला त्याबाबत काही करणे हाती नव्हते. तिच्या स्वभावात काहीतरी संतापी आणि बंडखोर असे खोलवर होते आणि म्हणून अशा स्त्रीने आपल्या मुलींची नावे कारमेन, सलोमी, बियाट्रीस आणि मॅग्नोलिया ठेवली होती. अशा स्वभावाच्या माझ्या आईने स्वत:चा देश सोडला. आपल्या आवडीच्या पुरुषाबरोबर पलायन केले. मोटार चालवली. थोडक्यात म्हणजे माझी आई एकप्रकारची मार्गदर्शकच होती *(पायोनिअर होती)*.

कदाचित तिचा विवाह अयशस्वी ठरला म्हणूनही असेल; परंतु नंतर तिनं आपलं हे व्यक्तिमत्व खोलवर गाडून टाकलं. आम्ही वाढू लागलो तशी आई बाहेरचा समाज काय म्हणेल, याचाच विचार करीत राहिली; ज्या रूढी-परंपरांपासून ती दूर होण्याचा प्रयत्न करीत होती. काहीशा तशाच गोष्टी आता ती तिच्या मुलींना वाढविले जावे याबाबत आग्रही होती. इतर काही कारणांसाठी माझ्या वडिलांनी तिला सोडले, हे ती मान्य करीत नव्हती; कारण जर तिचं लग्न अयशस्वी झालं असं तिनं मान्य केलं असतं, तर तिचं पळून जाऊन लग्न करणं ही चूक होती हे तिच्या आईचं म्हणणं असलेल्याला एकप्रकारचा पुरावाच ठरणार होतं.

मिडलईस्टमधील असणं याचा माझ्या दृष्टीनं हाच अर्थ होता. तुम्ही गुपितांच्या आश्रयानं राहता, तुम्हाला अमान्य असलेल्या गोष्टी तुम्ही लपवता. तुम्हाला समाजाच्या चालीरीतींपुढे वाकावेच लागते, चेहरा लपवणे, किंवा पलायनवाद अप्रामाणिकपणाचं समर्थन ठरतो. बाह्यरूप अधिक महत्त्वाचे. माझं व्यक्तिमत्व निराळंच होतं. माझ्यासाठी सत्य अधिक महत्त्वाचं, मोलाचं होतं. नमतं घेणं, माघार

घेणं माझ्या स्वभावात नव्हतं. आईच्या कायदेकानूनपुढे नमण्याऐवजी माझे आईबरोबर जोरदार वादविवाद व्हायला लागले *(बंड, उद्धटपणा).* मला निश्चित आठवतं की ज्या ठिकाणी मला तिच्याशी खोटं बोलावं लागेल, अशी परिस्थिती निर्माण करण्याविषयी तिनं बजावलं होतं. माझा स्वभाव, माझं व्यक्तिमत्व तिनं मान्य करावं असा माझा आग्रह होता. तसा निग्रहानं प्रयत्न चालू होता.

शाळेत असतानाच मी आणि माझी बहीण सलोमी सिगारेटी फुंकायला लागलो होतो. त्यावर आम्ही हे व्यसन सोडायला तयार असलो तर आईने आम्हाला कोणतीही गोष्ट खरेदी करून देण्याचे कबूल केले होते. सलोमीला मोटार हवी होती. तिने तशी मागणी केली आणि आईने तिला ताबडतोब फियाट गाडी घेऊन दिली. अर्थात त्यानंतरही सलोमी सिगारेटी ओढीत होतीच. अर्थात चोरून. आई एकदा मला फरचे किंमती कपडे मिळतात त्या दुकानात घेऊन गेली. तिथे तिला चित्त्याच्या कातडीचा कोट माझ्यासाठी घ्यायचा होता. तिनं मला सांगितलं, 'जर तू यापुढे कधीही, एकही सिगारेट ओढणार नाही असं मला वचन देत असशील तर मी तुझ्यासाठी हा कोट अगदी आत्ता खरेदी करते.' मला तो कोट आवडला होता. मला तो कोट खरोखरच हवा होता; परंतु जे वचन मी निभावून नेऊ शकणार नव्हते ते खोटे वचन मला माझ्या आईला द्यायचे नव्हते आणि मी नाही दिले.

जसा मी तारुण्यात प्रवेश केला तसा मला नैतिकतेसंदर्भात फार त्रास व्हायला लागला. माझं व्यक्तिमत्व आणि मला ज्या प्रकारे वाढविले होते, या विरोधाच्या द्वंद्वात मी होरपळत होते. मी पाश्चिमात्त्य देशात राहिले, मी हट्टी आणि चंचल होते. परंतु मला व्यक्तिमत्वापेक्षा घराण्याच्या रीतीरिवाजांना जेथे अधिक महत्त्व होते अशा मिडलईस्टमधील परंपरांची पार्श्वभूमी लाभली होती. मिडलईस्टमध्ये तुम्ही तुमचं व्यक्तिमत्व कधीच निर्माण करू शकत नाहीत. जरी अधुनमधून येथील लोक या रूढीपरंपरांमधून सुटका करून घेत असले तरी अखेर त्या तावडीत ते नंतर सापडतच.

मला जाणीव झाली की मी आयुष्यात कोणता मार्ग अवलंबावा याविषयी निर्णय घेण्याची वेळ आली होती; परंतु मी फारच अननुभवी असल्याने आणि स्वतःचे स्वतः एकटीने काही करण्यात गोंधळून गेल्याने, मला कोणाची तरी मदत, तशा प्रकारचा काही आधार हवा होता.

◆

३

येस्लामच्या प्रेमात

माझी आणि येस्लामची पहिली भेट झाली तेव्हा हा इसम माझ्या आयुष्यात कायमचेच काही बदल घडवून आणेल, हे ध्यानीमनीसुद्धा नव्हते. तो वसंतऋतू होता आणि जिनिव्हा सौदी अरेबियातील प्रवाशांनी गजबजून गेलेला होता. मी आणि माझ्या बहिणीनं आजीबरोबर इराणमध्ये सुट्टीला जाण्याचा बेत केला होता. नाही तरी घर रिकामंच राहणार, मग आईनंसुद्धा एका सौदी अरेबियातील कुटुंबाला आमच्या घराचा एक मजला त्या उन्हाळ्यासाठी भाड्यानं कबूल केला होता. नखशिखान्त काळा पेहेराव केलेला हा तरुण असा सौदी, म्हणजे येस्लाम, करार नक्की करण्यासाठी म्हणून आला होता. मी आपलं त्याच्याकडं बघितलं आणि तोही हळूवार नम्रपणे माझ्याकडे बघून गालातल्या गालात हसला. ही आमची पहिली भेट. मला वाटतं या भेटीला काही अर्थ प्राप्त व्हायचा असावा. कारण हे सारे करारमदार इकडे झाले खरे; पण तिकडे माझ्या आजीच्या पायाला काहीतरी दुखापत झाली. मग काय आमची इराणभेट रद्दच झाली. बरं आता या सौदी अरेबियन कुटुंबाबरोबर झालेल्या कराराला नाही म्हणणंही शक्य नव्हतं इतका उशीर झाला होता. मग मी आणि माझ्या बहिणी यांचं लौसानमधील आमचं अपार्टमेंट आणि आईचं घर यात कधी इकडे तर कधी तिकडे अशा येरझाऱ्या सुरू झाल्या.

येस्लामची आईसुद्धा माझ्या आईप्रमाणंच इराणी होती. मृदु आवाज आणि गोलसर चेहरा असलेली ती अतिशय गोड होती. ती तिचे केस गडद काळपट रंगाने रंगवित असे. नेहमी लांब असा पेहराव आणि डोक्यावर मुसलमानी स्कार्फ असायचा. आमचं संभाषण सहसा फारसी भाषेतच व्हायचं. येस्लामप्रमाणेच त्याचे इब्राहिम आणि खलील हे धाकटे भाऊही त्या कुटुंबात होते. ते आफ्रिकन लोकांचे असतात तसे केस असलेले आणि पायात प्लॅटफॉर्म शूज घालणारे होते. त्यांची

धाकटी बहीण फौझिया तर एखाद्या युरोपियन तरुणीसारखी दिसायची. शिवाय तिचा पोशाखही तसाच असायचा— घट्ट अंगासरसा टी-शर्ट, डोळ्यांवर गॉगल आणि केसही लांब आणि कुरळ्या लाटांचे... सुरेख दिसायची!

माझ्यावर येस्लामनं मोहिनीच घातली. तो शांत होता; पण तरीही त्याच्यात एक जबरदस्त अधिकाराचा भाव होता. तो सडपातळ, तांबूस छटा चेहऱ्यावर असलेला असा विलक्षण देखणा होता. तसा तो अबोलच म्हणावा असा होता, परंतु त्याचे शांत असलेले डोळे भेदक भासायचे. आम्ही एकत्र असायचो तेव्हा सहसा त्याचे डोळे माझ्याकडेच लागलेले असायचे. हळूहळू आम्ही एकमेकांशी इंग्रजीतून बोलायला लागलो. असं होता होता आमच्या साध्या गप्पाही खूप वेळ सुरू झाल्या. जसजसा परिचय वाढत गेला, तसतसा येस्लाम वाढत्या प्रमाणात माझी दखल घ्यायला लागला. पुढे पुढे तर ते सारे गावात भटकायला जायचे त्या वेळी मीही त्यांच्याबरोबर, त्या कुटुंबियांबरोबर सोबत द्यावी, असा आग्रह तो करू लागला. येस्लामला त्याच्या दोन डॉबरमन कुत्र्यांचे विलक्षण वेड होते. मी आणि माझ्या मैत्रिणींपेक्षा तो फार नाही पण थोडा मोठा होता — चोवीस वर्षांचा होता. चोवीस वर्षांचा; परंतु वागायचा मात्र वडीलधाऱ्यांसारखा. सारी जबाबदारी शिरावर असल्यासारखं. त्याच्या आईचा तो सर्वांत थोरला मुलगा असल्यानं त्यांच्या रिवाजाप्रमाणं तो कुटुंबप्रमुख समजला जायचा. त्यामुळे त्याच्या मनाला येईल ते करायला तो मोकळा असायचा! तसा तो जबाबदारही होता आणि साऱ्या जबाबदाऱ्या पेलणं, वगैरेंसारखे नेतृत्वाचे गुण त्याच्यात नैसर्गिकपणे आलेले होते. भाऊ, बहीण इतकंच नाही तर त्याच्या अगदी आईसाठीही येस्लामचा शब्द म्हणजे कायदा होता. नवल म्हणजे माझी आईसुद्धा त्याला मानायला लागली होती.

नंतर माझ्याही लक्षात आलं की येस्लाममध्ये जी अधिकारभावना होती, त्याला त्याच्यावरचे संस्कारच कारणीभूत होते. सौदी अरेबियात थोरल्या मुलाच्या आज्ञा त्या खानदानाच्या चालीरिती ठरवतात. अर्थात त्या वेळी जरी मला एक देखणा, उमदा तरुण माझ्याभोवती रुंजी घालतोय आणि मलाही त्याचा सहवास खूप आवडतोय असंच काहीसं होतं, तरी खरं तर नंतर मला जाणवलं की त्याची नजर, त्याचे विचार प्रगल्भ होते. त्याचं मनही धारदार होतं आणि त्याची इच्छाशक्तीही जबरदस्त होती. मी जे काही सांगायचे, बोलायचे त्या साऱ्या बारीकसारीक गोष्टीही त्याच्या लक्षात असायच्या. मला तर त्यानं पुरतं समजावून घेतलं होतं. त्याला मी खूप हवीशी होते. नंतर मलाही जाणवायला लागलं की माझ्याखेरीज विश्वास टाकावा असं त्याला कोणी नव्हतं. केव्हा आणि नेमकं कसं झालं हे नाही मला सांगता येणार पण... पण मी येस्लामच्या प्रेमात पडले होते हे निश्चित!

असं होत असताना उन्हाळा सरला. मी आणि येस्लाम सतत एकमेकांना

शोधत असायचो. प्रत्येक मोकळा क्षण न् क्षण आम्ही एकमेकांच्या सहवासात घालवायला लागलो. अगदी नेमके त्याच वेळी मला माझ्या आईवडिलांच्या घटस्फोटाचे कागद सापडले आणि मी ते वाचल्यावर अक्षरश: वेडीच झाले, उद्ध्वस्त झाले. आजवर मी माझ्या वडिलांकडे वेगळ्याच नजरेनं बघत आले होते. लहान असताना ज्या जरब असलेल्या परंतु देखण्या आणि प्रेमळ पित्यासाठी मी वेडी होत असे, त्यांच्यावर मनोमन खूप प्रेम करायचे, ते माझे वडील अतिशय खुजे आणि क्षुद्र होते. मला त्यांच्याविषयीच्या साऱ्या गोष्टी माहीत असायला हव्या होत्या, त्यांची लेक म्हणून मी तो माझा अधिकार मानत होते; परंतु माझ्या आईनं मात्र कितीतरी महत्त्वाच्या गोष्टी माझ्यापासून लपवून ठेवल्या होत्या. मला वडिलांच्या बाबतीत अंधारात ठेवलं होतं.

मला तरी दुसरं कोण होतं? मी येस्लामच्या खांद्यावर माझं डोकं विसावून ओक्साबोक्शी रडले. माझ्या वडिलांनी त्यांच्या लेकरांचा त्याग केला होता. मला ते फार लागलं. माझ्या मुलाबाळांवर तशी वेळ येऊ नये म्हणून मी लग्नच करणार नाही, असंही मी येस्लामला सांगितलं. माझ्या आईवडिलांच्या घटस्फोटानं आम्हाला जे भोगावं लागलं ते मला माझ्या पोटच्या गोळ्यासाठी नको होतं. त्या दुभंगलेल्या अवस्थेत येस्लामनं मला फार फार आधार दिला. मला त्याच्या सहवासात असताना खूप खूप निर्धास्त वाटायचं.

येस्लामच्या एकूण वागण्यातच एक उमदेपण होतं, एक वेगळाच दिमाख होता. एकदा त्यानं त्याच्या महागड्या गाडीवर मला ड्रायव्हिंग शिकवण्याचा प्रयत्न केला... आणि मी काय करावं, तर आईच्या घराच्या गेटवर धडक दिली. मला वाटलं की हा बाबा आता अस्वस्थ होईल; पण नवल म्हणजे जणू काही काही झालंच नाही असं तो वागला. नुसता गालातल्या गालात हसला आणि म्हणाला, 'तू फार भयंकर ड्रायव्हर आहेस.' येस्लामला त्यांची ती कोरी करकरीत मोटार फार आवडती होती, हे मला माहीत होतं; पण त्या प्रसंगानं मला सांगितलं, की नाही मी त्याला त्याहीपेक्षा खूप आवडते. मोटारी चालवणं हा येस्लामचा शौक होता आणि त्यासाठी त्यानं रेसिंग कारवर धडेही घेतले होते स्वीडनमध्ये. तिथे असताना दुपारदुपार आम्ही भरधाव वेगानं त्या स्वित्झर्लंडमधल्या डोंगरातून वळणं घेत भटकायचो आणि जोडीला गाडीतल्या स्टिरिओवर मोठ्या आवाजात शूबर्टचं संगीत असायचं. धुंदीचा काळ होता तो!

या सुरुवातीच्या काळात प्रेमबिम असलं तरी मी आपली येस्लामकडे मित्र म्हणून बघत होते. आयुष्याचा जोडीदार वगैरे भारदस्त विचारही मनात नव्हते. सर्वांत कोणत्या गोष्टीनं मी त्याच्याकडे आकर्षित झाले, ती म्हणजे तो अगदी स्वतंत्र होता आणि मलाही स्वातंत्र्याची फार ओढ होती. त्याच्याबरोबर असायचे

तेव्हा माझी सतत चिवचिव चाललेली असायची आणि त्या वेळी तो अगदी गप्प गप्प असला की मात्र माझा भयंकर संताप व्हायचा. तो मला कधीच निरोप द्यायचा नाही; परंतु मी माझ्या मित्रमैत्रिणींबरोबर खूप बडबडत राहिले तर हा एकदम गप्प व्हायचा. मग मलाच माझी चूक समजायची आणि खूप अपराधी वाटायचं. त्याला अगदी कायम, नेहमी माझं त्याच्यात गुंतणं हवं असायचं. माझ्याखेरीज इतर साऱ्यांबरोबर तो अबोल असायचा. मी मोकळ्या स्वभावाची होते. त्याला ते आवडायचं; पण मला माझ्या अशा वागण्यानं त्याला कधीच अस्वस्थ करायला आवडायचं नाही. मला त्या मर्यादांचं भान होतं. त्याच्या या माझ्यावरच्या हक्काच्या जाणिवेनंच मला दगा दिला. मला तो विश्वासाचाच भाग वाटला.

आता आमचं प्रेमप्रकरण काही पाण्यावरल्या तरंगासारखं राहिलेलं नव्हतं. तो त्याच्या खाजगी आयुष्यात मला गुंतवायला लागला होता. त्याच्या मोठ्या कुटुंबातील साऱ्यांबरोबर ओळखी करून देत होता. त्याच वेळी त्यानं मला चोवीस भाऊ आणि एकोणतीस बहिणी असल्याचं सांगितलं होतं. व्यवहारात याचा काय अर्थ लावायचा याचा विचार करूनही मला काही उमगत नव्हतं. मला वाटतं माझा तो गोंधळ त्यानं माझ्या चेहऱ्यावरून ओळखला असावा. ते ऐकूनच माझी छाती दडपली असल्याचं त्याला जाणवलं. मग त्यानं मला सौदी अरेबियात असं असतंच असं सांगितलं. अर्थात सौदी अरेबियाच्या मापानंही त्याचं कुटुंब फारच मोठं असल्याचंही त्यानं मान्य केलं.

येस्लामचा थोरला भाऊ सालेम असाच एकदा स्वित्झर्लंडवरून जात होता, त्याच्याबरोबर माझी भेट झाली. मला तो खूपच आवडला; कारण येस्लामच्या तुलनेत तो किती तरी मोकळा आणि आजुबाजूच्या लोकांत चटकन मिसळून जाणारा होता. सालेमला गंमतीचं अंग होतं, त्यामुळे तो खूप हसत असायचा आणि जोडीला हार्मोनियमवर 'ओ सुसाना' असलं काहीतरी गाणं वाजवायचा. तो खूपच खूप पाश्चिमात्त्य बनला होता. येस्लामसारखा नक्कीच नव्हता; परंतु मला त्यांच्या नात्याच्या संबंधात कुठेतरी आत सामर्थ्याविषयी एक गुंतागुंतीची चढाओढ दिसून यायची. तो जेमतेम तिशीतच होता, तरीही येस्लामच्या बाबतीत त्याची वागणूक वडीलकीची होती आणि येस्लामचा त्याच्या त्या प्रकारच्या वागण्याला विरोध होता.

'तो कुटुंबाचा प्रमुख असल्यानं सालेमला जणू काही त्याचा माझ्यावर अधिकार आहे असंच तो समजतो' अशी येस्लामनं माझ्याजवळ सालेमविषयी संतापून तक्रारही केली होती. 'मला काही करायचं असलं तर मला काही त्याच्या परवानगीची गरज नाही. वडीलभाऊ म्हणून काय झालं!' येस्लाम आपला धुसफुसत असायचा. मला वाटतं आम्ही दोघंही एकूण सहप्रवासीच होतो. त्यामुळे माझी आईबरोबरची वादावादी आणि येस्लामची भावाबाबतची तक्रार या गोष्टींचे आम्ही भागीदार होतो. मी त्याला सावरायचं... त्यानं मला आधार द्यायचा... असंच काहीसं!

उन्हाळ्यानं काढता पाय घेतला होता. एके दिवशी मी आणि येस्लाम माझ्या आईच्या बागेत रमतगमत भटकत असताना आम्ही आमच्या भविष्याविषयी बोलायला लागलो. त्या वेळी येस्लामनं त्याला डॉबरमन जातीच्या कुत्र्यांची पैदास करण्यासाठी सौदी अरेबियाला जावं लागणार असल्याचं जाहीर केलं. मला ते फार विचित्र आणि अनाठायी वाटलं. येस्लाममध्ये कितीतरी अधिक चांगली गुणवत्ता होती. ती अशा कामी त्याने का खर्चावी हेच मला उमजत नव्हतं... तो सामान्य नव्हता... खूप खूप वेगळा होता... आणि... आणि मग मी त्याला सांगून टाकलं की तो खूप बुद्धिमान होता आणि असल्या काही गोष्टी करण्याऐवजी त्यांने वेगळी मोठी स्वप्नं उराशी बाळगली पाहिजेत. त्यानं अभ्यास सुरू ठेवायला हवा आणि आयुष्यात काही तरी वेगळं करून दाखवावं. मग काय येस्लाम फटकन म्हणाला, 'ठीक आहे, तू म्हणतेस तसं मी करीन... मात्र तू माझ्याबरोबर विवाह केलास तरच. नाही तर नाही.' ते आव्हान होतं, एक वेगळं धाडसच होतं; पण त्याच्याबरोबर त्यातून त्यानं मनापासून मला मागितलं होतं. त्यात कळकळ होती. सच्चाई होती. खरं तर येस्लामची मन:स्थिती भांबावल्यासारखी असावी; कारण तोसुद्धा कोणीतरी त्याला आधार द्यावा, मार्गदर्शन करावं, याची अपेक्षेनं वाट बघत होता. त्याची सच्चाई मला जाणवत होती, तरी ते काम स्वीकारणं म्हणजे काही विनोद नव्हता. मी मोठ्यानं हसले आणि त्याविषयी विचार करीन असंही त्याला सांगितलं; परंतु त्याच वेळी आम्हा दोघांनाही माहीत होतं की मला ते मान्य होतं... माझा होकार होता.

मग उन्हाळा संपल्यावरही येस्लाम माझ्या आईच्या घरातच राहिला. आता तो माझा प्रियकर होता. म्हणजे मी आता मोठी झाले होते. हा म्हणजे अर्थाअर्थी मी स्वतंत्रही झाले होते. आमच्या घरात कैक वर्षं पुरुषमाणूस असं कोणी नव्हतंच. मग तो घरी असल्यानं आईलाही ते बरं वाटत होतं. खरं तर मला वाटतं तिची बंडखोर लेक आता कोणाची तरी जबाबदारी झाल्याचं समाधान तिला वाटत होतं असंच असावं. कारण त्यानंतर तिनं कधीच मला मी कुठे जाते, काय करते, वेळच्या वेळी घरी येते आहे, नाही याबाबत प्रश्न केले नाहीत.

आम्ही एखाद्या विवाहित जोडप्यासारखं रात्री क्लब्जला जात असू. येस्लाम चांगला नाचणारा होता; परंतु अर्थातच सालेमइतका चांगला नव्हता. सालेमनं नाचासाठी बोलावलं तरी मी त्याच्याबरोबर नाचता कामा नये, हे येस्लामनं मला अगदी निक्षून सांगितलं होतं. तसं मी केलं असतं तर सालेमचं माझ्याविषयी वेगळंच मत बनलं असतं. येस्लामच्या संस्कारांच्या विचित्र कायद्याशी माझी ही पहिलीच ओळख होती. म्हणजे तुमच्या मित्राच्या भावाबरोबर जरी तुम्ही नाचलात तरी तुम्ही सामाजिक सन्मानाला पारखे होता.

तशी ही ओळख पुढे वाढतच गेली. येस्लामबरोबर माझा पहिला मतभेद झाला

तो लौसानच्या रेल्वे स्टेशनवर. मला खूप भूक लागली होती आणि काही तरी खायला हवं होतं. जिथं सँडविचेसची विक्री चालली होती, त्या दुकानासमोर/स्टॉलसमोर तर लांबलचक रांग होती. येस्लाम सरळ स्टॉलवरच्या विक्रेत्यासमोरच जाऊन उभा राहिला आणि त्यानं सँडविचेसची मागणी केली. मला वाटतं त्या विक्रेत्यानं जरा उर्मटपणानंच येस्लामला रांगेत जाऊन उभं राहायला सांगितलं; पण घडलं ते सारं अनपेक्षितच होतं. येस्लामनं रागारागानं स्वीसची शंभर फ्रँकची नोट त्या विक्रेत्याच्या काऊंटरवर फेकली आणि तो तेथून ताडताड चालता झाला. कदाचित रांगेतली इतर माणसंही काही खरेदीसाठी उभी आहेत, हे लक्षात न येऊन तो सरळ रांग ओलांडून पुढे गेला ही एक गोष्ट सोडून देऊ; परंतु संतापून मोठ्या किंमती नोटेला फेकून तेथून चालतं व्हायचं, हा प्रकार अजबच होता.

नंतर मी त्याला त्याची त्या वेळची तशी प्रतिक्रिया मला समजू शकली नाही, हे स्पष्ट केलं. त्या माणसाच्या उद्धटपणाबद्दल येस्लामनं त्याला बक्षिसी दिली असावी, असा मी समज केला होता. येस्लामला कोणीतरी असं सांगणं सहन झालं नव्हतं. त्याला ते मान्य नव्हतं म्हणून तो परत रांगेतही जाऊन उभा राहिला नाही. तो त्या माणसावरही संतापला होता असंही नव्हतं. त्यानं एकूण साऱ्या प्रकाराविषयी तिरस्कार व्यक्त करण्यासाठी नोट फेकली होती. येस्लामला त्याचं वागणं तर्कशुद्ध वाटलं; परंतु त्या वेळी प्रथमच मी मात्र त्याच्या तशा वागण्यानं गोंधळून गेले, बुचकळ्यात पडले.

मग ऑक्टोबरमध्ये माझी आणि येस्लामची रीतसर एंगेजमेंट झाली. आता आपली लेक येस्लामबरोबर नक्की लग्न करणार, या विचारानं माझ्या आईचं मन शांत झालं आणि मलाही स्वातंत्र्य लाभलं. मग नोव्हेंबरमध्ये येस्लामनं मला लेबाननला नेलं. ती जागा म्हणजे माझ्या अत्यंत आवडत्या अशा खलील जिब्रान या कवीचं जन्मस्थान होतं. या कवीनं माझ्या तरुण वयात मला सतत सोबत दिली होती. त्याचं 'प्रॉफेट' हे कवितांचं पुस्तक तर माझा जीव की प्राण होते. एखादी परीकथेतील असावी अशी ती सुंदर जागा होती. मी वयात आलेली तरुणी माझ्यावर प्रेम करणाऱ्या पुरुषाबरोबर प्रवास करीत होते.

लेबानन माझ्यासाठी एक वेगळे महत्त्वाचे स्थान होते. खलील जिब्रानसारख्या कवी, विचारवंतांचं जन्मस्थान. अरब विश्वाचाच एक भाग असलेलं लेबानन, दूरदृष्टी आणि विद्वानांचं माहेरस्थान, की जिथं ताऱ्यांचं गूढ शोधलं गेलं, गणिताचा अभ्यास केला गेला, ते लेबानन. लोकक्रांतीपूर्वीचं बैरुट हे 'अरेबियन नाईटस्'मधल्या कथांप्रमाणे अतिशय वैभवशाली, रंगीबेरंगी, सुगंधानं दरवळणारं, सूर्यप्रकाशाची पिवळी-नारिंगी शाल पांघरणारं सुंदर, अतिशय रम्य ठिकाण होतं. येस्लाम तर सतत माझी दखल घेत होता, काळजी वाहत होता. आम्ही खूप उशिरापर्यंत जागे

असायचो, हवं ते खायचो, मनाला येईल ते करायचो. खरंच, प्रेमात असं किती सुरेख असतं नाही. या साऱ्यांनी मला माझ्या नव्या आयुष्याची दिशा दाखवली.

असं नंतर जाणवायला लागलं की जिथं कुठं जाऊ तिथं येस्लामचे भाऊ भेटत होते. लेबाननमध्ये मी त्याच्या अली आणि ताबेत या भावांना भेटले. ते शारीरिकदृष्ट्या एकमेकापेक्षा अगदी वेगळेच होते. अली चांगला उंच, अगदी मध्यपूर्वेतला आणि त्याची आई लेबनीज होती. ताबेत काळा होता आणि त्याची आई इथोपियन होती. या लेबाननच्या भेटीच्या वेळी मला कळलं की येस्लामच्या वडिलांनी बावीस स्त्रियांशी विवाह केला होता; परंतु त्या वेळी मी माझ्या येस्लामच्या आणि त्याच्या कुटुंबाच्या, त्याचं खानदान, मोठेपणा यानं इतकी भारावून गेलेली होते की माझ्या विवाहाचे काय परिणाम होतील, इत्यादी इत्यादी विचार करण्याच्या मी मन:स्थितीतच नव्हते.

मग तिकडून आम्ही इराणला गेलो आणि आईच्या काही नातेवाईकांबरोबर राहिलो. आजीबरोबर राहता आलं नाही; कारण ती उपचारासाठी अमेरिकेला गेली होती. या भेटीत माझ्या डोळ्यांवरची अभ्र बाजूला सारली गेली. सुट्टीत लहान असताना मी येथे यायची त्या वेळी मी रस्त्यातून भिकारी बघितले होते. काही भिकारी माझ्या आजीच्या शेजाऱ्यापाजाऱ्याकडे घासभर अन्न आणि जुन्या कपड्यांसाठी यायचे. मला त्या वेळी त्या गरिबांची खूप खूप दया यायची. त्या वेळी माझा एक मामा आमच्या दयाबुद्धीने संतापायचा आणि म्हणायचा, 'काही त्यांची कीव वगैरे करायला नकोय. त्यांच्याकडे पैसा आहे... सारं आहे... लेकाच्यांना फक्त काम करायचं नाही बस्स!'

येस्लाम पर्शियन कार्पेटच्या खरेदीसाठी मला तेव्हा बाजारात घेऊन गेला, त्या वेळी मला परत एकदा कारुण्य आढळलं. छोटी कोवळी मुलं आणि म्हातारी माणसं कार्पेटची ओझी वाहताना मोडून गेलेली होती. मला तर वाटतं ही मुलं शाळेत जाणारी किंवा घरी राहणारी असावीत. काम करण्यासाठी ती मुळीच योग्य नव्हती. अगदी कोवळी आणि नाजूक होती आणि गाढवावर लादतात तशी ओझी त्यांच्यावर लादलेली होती. त्या दृश्यानं माझ्या काळजाच्या चिंधड्या उडाल्या. मी आयुष्यात कधीच असं काही बघितलं नव्हतं. मला तर रडूच कोसळलं.

मग येस्लाम आपला मला परत मोटारीकडे घेऊन गेला. मग आमच्या गाडीच्या ड्रायव्हरनं माझं सांत्वन करण्याचा प्रयत्न केला. तो म्हणाला, 'तुम्हाला असं वाटतं का, की हे लोक गरीब आहेत? खरं तर ते नशिबवान आहेत. त्यांना निदान काम तरी आहे. बाई, मी तुम्हाला अशा ठिकाणी घेऊन जाऊ शकेन आणि दाखवू शकेन, की कुटुंबच्या कुटुंब खणलेल्या खड्ड्यातून राहात आहेत.' त्याचा परिणाम इतकाच झाला की मी आणखीनच रडायला लागले. मी आता सांत्वन

करण्याच्याही पलीकडे गेलेली होते. येस्लामसुद्धा माझी समजूत काढू शकला नाही. या भेटीत मला कळालं की लहानपणचं मी पाहिलेलं इराण हे स्वप्नातलं होतं. सत्यावर आधारलेलं, कडूसर अनुभव देणारं इराण मला खरंच माहीत नव्हतं. जे जे खरोखरचं वाटत होतं ते सारं गूढ होतं, ते एखाद्या मृगजळासारखं सुंदर परंतु त्याचबरोबर फसवं होतं. आता, सौदी अरेबिया हे माझ्या बालपणातील इराणाप्रमाणेच असेल, अशी मी कल्पना करू लागले तर मी परत दुसऱ्यांदा चूक करणार होते.

'येस्लामबरोबर विवाह' या बाबतीत अजून माझी निश्चिती नव्हती. 'हो-नाही' अशी मनाची अवस्था होती. मनात शंका होती. मी अजून तरुण होते, तशी लहान होते आणि माझ्या आईवडिलांचं कडूसर उदाहरण अजूनही माझ्यापुढे स्पष्ट आणि ताजं होतं. विवाहाची कल्पना भीती दाखवत होती; परंतु आम्ही माझ्या आईला आमचे सारे बेत सांगितले होते. आता यंत्रणा सुरू झालेली होती आणि ती यंत्रणा मला तिच्याबरोबर खेचत होती *(उलट फिरणं, माघारी फिरणं अशक्य होतं).*

नंतर १९७३च्या डिसेंबरमध्ये विद्यापीठात नावं दाखल करण्यासाठी आम्ही अमेरिकेला गेलो. अमेरिका मस्त होती. माझं बालपणातलं स्वप्न खरं ठरलं होतं. अगदी मुक्त आणि आनंदाचं जीवन तेथील माणसं जगत होती. आजवर मला माहीत असलेल्यांत कोणीच इतके मुक्त असलेले, रीतीरिवाज, रूढीपरंपरा इत्यादींनी न बांधले गेलेले असे लोक माहीत नव्हते ते सारे लोक तसे होते. मला तेथील मोठमोठ्या भव्य जागा, जीवन जगण्याची पद्धती, मोकळेपणाची, स्वातंत्र्याची जाण आणि भविष्यात खंबीरपणे पाऊल टाकण्याची इच्छा या साऱ्या साऱ्या गोष्टी मनापासून भावल्या.

अमेरिका ही केवळ शिक्षण देणारीच नाही तर संधी देणारी अशी भूमी होती. हा मुक्त, मोकळ्या लोकांचा देश धंदापाण्याच्या संधीसाठी चांगला आहे, असं मला आणि येस्लामला जाणवलं. लॉस एंजेलीसमधील 'युनिव्हर्सिटी ऑफ सदर्न कॅलिफोर्निया'चा सारा परिसर बघण्यासाठी असलेल्या जेरी वल्क या डायरेक्टरला भेटलो. मग त्या जेरीनं मोठ्या प्रेमानं आम्हाला ताब्यात घेतलं आणि युनिव्हर्सिटी, सारा परिसर हिंडून दाखवला *(नंतर केव्हातरी जेरीनं आम्हाला सांगितलं की माझा स्कर्ट आणि उंच टाचांचे बूट आणि येस्लामचा युरोपियन धाटणीचा सूट यामुळे आम्ही सर्व विद्यार्थ्यांत वेगळे वाटलो आणि त्यानं आम्हाला परदेशी असल्याचं झटकन ओळखलं).* मग आम्ही अगदी जानेवारीतच आमचा अभ्यासक्रम सुरू करण्याचा निर्णय घेतला. येस्लामचा विषय असणार होता 'बिझनेस' आणि मला इंग्लिश सुधारण्यासाठीच्या वर्गांना जावं लागणार होतं. म्हणजे इंग्रजीला उजाळा देण्यासाठी.

हे सारं उरकल्यावर आम्ही आमचा नाताळ जिनिव्हाला एकत्रित साजरा

करण्यासाठी परतलो. आमच्या कुटुंबाबरोबर येस्लाम खुषीत होता. माझी आई इराणी आणि मुस्लिम असूनसुद्धा आमच्या घरातील ख्रिसमसचे झाड किंवा भेटी इत्यादी सारं बघून येस्लामला काहीच आश्चर्य वाटलं नाही. म्हणजे खरं तर आम्ही आमची नाताळची सुट्टी साजरी करण्यासाठीच जमलो होतो *(परत नंतर जायचं होतं.).*

त्या दोन आठवड्यानंतर आमचं पहिलं सत्र सुरू झालं तेव्हा आम्ही जेरीची पत्नी मेरी मार्था बर्कले हिला भेटलो. तो तिचा वाढदिवस होता आणि त्या दिवसापासून तिनं आम्हाला तिच्या वाढदिवसाची भेट म्हणूनच स्वीकारलं. आयुष्यात काही वेळा असं होतं की तुम्ही कोणाला तरी भेटता आणि ऋणानुबंध जुळून येतात. मेरी मार्थाच्या बाबतीत माझं तसंच झालं. ती उंच, काळ्याभोर केसांची, निळ्या डोळ्यांची, एक छान स्वभावाची सुंदर स्त्री होती. जशाजशा माझ्या भेटी तिच्याबरोबर होत राहिल्या, तसतशी ती मला आणखीनच आवडायला लागली. तिचं एक वेगळंच व्यक्तिमत्व होतं आणि तिच्या सहवासात येणाऱ्यांना एक अनामिक असा आधार लाभत असे. आम्ही तिला भेटल्यावर मला आणि येस्लामला घर शोधण्यासाठी तिनं जी मदत केली हे तिच्या लोभस स्वभावाचं दर्शन होतं. अगदी थोडक्यात सांगायचं तर तिनं आम्हाला दत्तकच घेतलं होतं.

मेरी मार्था माझी अमेरिकेतील आदर्श बनली होती. तिचं वागणं, बोलणं, चालणं... व्यक्तिमत्व मला सतत शिकवण देत राहिलं. माझ्या व्यक्तिमत्वातलं अधुरेपण कमी करायला आणि मी प्रौढ बनायला मला तिची फार मदत झाली. मला मार्थाचा स्वभाव फार आवडला. स्वतंत्र पण मृदु, आशावादी, गंमतशीर. बोलायला खूप चांगली आणि तशी स्पष्ट बोलणारी. तिची तिच्या किशोरावस्थेतल्या मुलांबरोबर असलेली नाती मला कौतुकाची वाटायची. तिनं त्यांना बलवान आणि प्रामाणिक बनायला शिकवलं होतं. खरंच, मार्था म्हणजे अगदी वाहून घेतलेली आई होती. आपल्या मुलाला पोहण्याच्या सरावासाठी न्यायला ती पहाटे चार वाजता उठत असे. इतकं सारं करूनही तिनं मुलांना त्यांच्या मर्जीविरुद्ध काही करण्यासाठी कधीच दबाव आणला नाही.

तिचं हे सारं बघितल्यावर मलाही वाटलं की आपणही आपल्या मुलांना असंच वाढवलं पाहिजे आणि स्वतंत्र केलं पाहिजे. माझ्या आईनं माझ्या आयुष्याला वळण देण्याचा प्रयत्न केला, तसं मार्थानं माझ्या बाबतीत कधीच केलं नाही. आमच्यात मैत्रीपेक्षाही अधिक काही तरी होतं. आमचे बंध खूप टिकाऊ आणि घट्ट होते. जगात कोणाहीविषयी नाही इतकं मला तिचं कौतुक होतं आणि तिनं मला कधीच निराश केलं नाही. मी तर तिला आईच मानायची आणि सारी वर्षं ती माझी अमेरिकन आईच होती.

माझ्या इंग्रजीच्या वर्गात म्हणजे जेथे माझ्या इंग्रजीला उजाळा आणला जात होता, त्याच वर्गात एक सौदी विद्यार्थी होता. त्याचं नाव अब्देलतीफ होतं. माझं येस्लाम बिन लादेनशी लग्न ठरलं आहे हे त्याला समजलं, तेव्हा तो आश्चर्यानं माझ्याकडे बघतच राहिला. मग एके दिवशी अगदी औपचारिकरित्या तो माझ्याकडे आला आणि १९६७ मध्ये ज्यांचा मृत्यू झाला ते येस्लामचे वडील आपल्याला माहीत असल्याचं त्यानं मला सांगितलं. सौदी अरेबियाच्या दुसऱ्या टोकाला असलेल्या देशात या सौदी मुलानं या शेख महंमद बिन लादेन यांच्या भोवतीच्या तेजस्वी वलयाची मला कल्पना दिली. त्यानं सांगितलं की त्याचे वडील जेद्दामध्ये शेख महंमद यांच्याकडे कामाला होते. खरं तर जेद्दातील बहुतेक लोकांनी त्यांच्या कंपनीत काम केलेलं आहे. येस्लामचे वडील अगदी कफल्लक घरात जन्मले; परंतु त्यांनीच मध्यपूर्वेत जेद्दामध्ये आपली जबरदस्त अशी बांधकामाची कंपनी उभी केली. राजेरजवाड्यांचे राजवाडे आणि महाल या गृहस्थानं बांधले. इस्लाम धर्माच्या पवित्र स्थानांचा जीर्णोद्धार केला. हा फार महान असा माणूस होता. पृथ्वीतलावर कोणी केले नसतील एवढे कष्ट या इसमानं केले. तो लोकांच्या आदराला प्राप्त झालेला होता. जे जे कोणी त्यांना भेटे, त्यांनी त्यांच्यावर मनापासून प्रेमच केलं. हा गृहस्थ अतिशय प्रामाणिक आणि भाविक होता. तो मला अतिशय भारावून सारं सांगत होता... आणि मी अशा व्यक्तीच्या मुलाच्या प्रेमात होते.

मग आम्ही अब्देलतीफ आणि त्याच्या पत्नीला एकदा रात्री जेवणासाठी निमंत्रित केलं. नंतर त्याच्या बायकोनंच मला सौदी जेवण कसं बनवायचं ते शिकवलं. आजही त्यातील काही पदार्थ मी बनवते. त्यातील काही पदार्थ माझ्या मुलींना फार आवडतात; परंतु त्या वेळी मला स्वयंपाकाचा वगैरे फारसा अनुभव नसल्याने बऱ्याच वेळा आम्ही बाहेरून विकत आणून जेवायचो. अब्देलतीफची बायको चांगली तरुण होती; पण तिचे लांब स्कर्ट वगैरेसारखे अतिशय सभ्य पोशाख असायचे. शिवाय, चेहऱ्याभोवतीही स्कार्फ चांगला घट्ट बांधलेला असायचा. तशी ती खूप अबोल होती *(अंतर्मुख होती)*. येस्लाम आजुबाजूला नसला की, वर्गात हाच अब्देलतीफ खूप लाजाळू असायचा, बिचकून वागायचा. माझ्याकडे तो कधीच बघायचा नाही. मला त्या वेळी वाटायचं हा बिन लादेन नावाचा परिणाम असावा; परंतु तसं नव्हतं. मला तर नंतर समजलं एखादी स्त्री दुसऱ्या पुरुषाची असेल, तर तिच्याकडे बघायची त्यांना परवानगी नसते.

परंतु त्या वेळच्या मनमोकळ्या दिवसांपासून सौदी अरेबिया खूप दूर होता. येस्लामला तर त्याच्या वडिलांनी तो केवळ सहा वर्षांचा होता, त्या वेळी प्रथम त्याला लेबाननच्या बोर्डींगस्कूलमध्ये, त्यानंतर इंग्लंड स्वीडन अशा ठिकाणी पाठवले होते. बालवयापासून येस्लाम घरापासून दूरच होता. उन्हाळ्याच्या सुट्टीत

काय तो घरी सर्वांबरोबर असायचा. सौदी अरेबियात इतक्या अंतरावर राहण्याचा माझा मुळीच बेत नव्हता. शिवाय अमेरिकेत आम्ही खूप मजेत होतो. आम्ही ज्या देशात राहत होतो, त्याच देशात म्हणजे अमेरिकेसारख्या नव्या, मुक्त आणि सुंदर देशातच आमचं भविष्य घडवील, असा माझा येस्लामविषयी विश्वास होता. अमेरिका आता आमचं घर होतं.

काय सांगावं, एखाद्या दिवशी येस्लामचं नशीब त्याला सौदी अरेबियाला परत नेईलही. ठीक आहे, तसं तर तसं. त्याच्या वडिलांनी उंटाच्या वाळवंटाच्या देशाला आता महामार्गावर आणि एअरपोर्टवर नेलेलं होतं. तर मग येस्लामही माझ्या मदतीनं अधिक पुढे जाण्याचं धाडस दाखवून त्या देशाला आधुनिक समाज बनवेलही. त्या काळात, काय असेल ते असो मला कशाची भीती म्हणून वाटत नव्हती आणि कुठेतरी कशाला अडेल, अशा मर्यादाही जाणवत नव्हत्या. मला माझा आयुष्याचा जोडीदार मिळाला होता आणि आता सारं विश्वच माझ्या हाती आल्यासारखं वाटत होतं. माझ्या धाडसाला आता मर्यादाच उरल्या नव्हत्या. मला तसलं काही काही माहीत नव्हतं.

◆

४

माझा सौदी विवाह

इराणमध्ये चुलत आजीच्या थडग्यापासून उचलून घेतलेला एक छोटासा दगड माझ्याजवळ होता. मी त्याला चांदीच्या साखळीत गुंफून घेतला होता. तो माझ्या नेहमीच्या प्रसाधनांच्या टेबलावर सतत ठेवलेला असे. तो खडा साधा वाळूचाच होता; पण मी त्याला जिवापाड जपत असायची. मी तो उचलून घेतला तेव्हा येस्लामही माझ्या सोबत होता. मला आपला तो मार्गदर्शक वाटायचा. जणू काही त्या खड्यामार्फतच आजीला, 'मी येस्लामबरोबर विवाह करू का?' असा सवाल केला होता. मी आणि येस्लाममधील नातेसंबंधाचा तो खडा मला एक प्रतीक वाटायचा. असा हा खडा! परंतु एकदा लॉसएंजेलिसच्या घरात एके दिवशी एप्रिलच्या सकाळी मला काही केल्या तो कोठेच सापडेना... झालं... मी तर अगदी सैरभैर झाले. मी येस्लामलासुद्धा सांगून टाकलं... बस्स्! ते काही नाही. याचा अर्थच असा की आपण आता विवाह करू शकत नाही.''

येस्लामनंही ती बाब तेवढ्याच गांभीर्यानं घेतली. तो अगदी कसनुसाच झाला. त्यानं सगळीकडं शोधशोध शोधलं. वेड्यासारखी कचऱ्याची कुंडीही त्यानं त्यासाठी रिकामी केली. करता करता शेवटी त्याला माझ्या त्या टेबलाच्या मागेच कुठेतरी सापडला. त्या वेळी तो विजयानं अगदी बेहोष झाला असावा. अगदी कर्कशपणे तो किंचाळला, 'आता तुला माझ्याशी विवाह करावाच लागेल.' त्या वेळी त्याच्या जीवनात मला कोणतं स्थान होतं, त्याच्यासाठी मी कोण होते, याचा पुरेपूर पत्ता लागला. अगदी मनापासून मी त्याच्याबरोबर विवाह करावा असं त्याला वाटत होतं.

माझ्या आईनंसुद्धा आम्ही तिला लग्नाची तारीख सांगावी म्हणून आमच्यामागे लकडा लावला होता. मला वाटतं माझ्या चंचल स्वभावाला तो लगाम घालेल, असं तिला वाटत होतं. शिवाय तिलाही येस्लाम खूप आवडायचा. खेरीज कुटुंबात

एखादा पुरुषमाणूस असावा, यासाठीही ती उत्सुक होती. अखेरीला आम्ही सत्र संपल्यावर मी जिनिव्हाला परतावं आणि येस्लामनं उन्हाळा सरण्यापूर्वी आमच्या लग्नाची व्यवस्था करण्यासाठी सौदी अरेबियाला जावं, असा निर्णय घेऊन टाकला. सौदी नागरिकाला परदेशातील व्यक्तीशी विवाह करायचा असला तर देशाच्या राजाचे अधिकारपत्र लागायचे. तशी परवानगी मिळविण्यासाठी येस्लामला सौदी अरेबियाला जाणे भागच होते.

कुटुंबिय आणि मित्रमैत्रिणींच्या उपस्थितीत आपला विवाह जिनिव्हातच व्हावा, अशी माझी मनोमन इच्छा होती. शिवाय या निमित्तानं बिन लादेन कुटुंबालाही जिनिव्हाला येणं सहज शक्य होतं; परंतु आमच्या विवाहासाठी येस्लाम राजाच्या परवान्यासह आला तो विवाह त्याच्या कुटुंबाच्या घरी जेद्दाला व्हावा, ही बातमी घेऊनच. शिवाय त्यामुळे येस्लामला माझ्यासारख्या परदेशी व्यक्तीशी विवाह करण्याचा परवाना मिळाला आहे ह्याचा तेथील लोकांसाठी पुरावा ठरणार होता. आम्ही कोठे इतरत्र परदेशी विवाह केला असता तर त्या लोकांनी मला आदरानं वागवलं नसतं, असंही त्याचं म्हणणं होतं. अशा तऱ्हेने राजघराण्यातील रीतीरिवाजांचे पालन केल्यावर मी आदराला प्राप्त होणार होते. हा प्रकार अनाकलनीय होता. राजाच्या विवाहाच्या परवान्यानं मला आदर लाभणार होता, हा विचार स्तंभित करणारा तर होताच; तसेच एकूण सारा प्रकार भीतीदायक आणि दहशत निर्माण करणाराही होता.

जेद्दामध्ये अगोदरच रजियाच्या विवाहाची तयारी सुरूच होती. तेव्हा येस्लामने आमचेही लग्न त्याच दिवशी म्हणजे ८ ऑगस्ट, १९७४ या दिवशी झाले तर सोयीस्कर होईल, असेही मला सुचवले. मी यापूर्वी कधीच त्या देशात गेलेली नव्हते. तरीही सौदी विवाह कशा प्रकारचा असेल वगैरेचा मी विचार केला नाही, की त्याविषयी कोणताही प्रश्न येस्लामला किंवा कोणालाच केला नाही. स्वत: मी येस्लामवरील प्रेमानं वेडी झाले होते आणि आपली लेक विवाह करतेय, या विचारानं आईही खूष होती, आनंदात होती. हा विवाह म्हणजे मला हळूहळू एक उपचार वाटायला लागला. मुळात माझा आणि माझ्या कुटुंबासाठी व्हिसा मिळवणंच एक दिव्य होतं. त्यामुळे मी सोबत कोणाही मित्रमैत्रिणीला घेतले नाही. त्यामुळे मी, माझी आई, बहिणी आणि इराणहून माझ्या आजीचा मुलगा मामल इतकेच काय ते सौदी अरेबियाला गेलो.

माझ्या वडिलांना विवाहाला न बोलावण्याचा निर्णयही मीच घेतला होता. इतक्या वर्षांनी भेटल्यावर माझ्या आईची वडिलांबरोबरची नसती वादावादी मला अजिबात नको होती. मला वाटतं तिचं अजूनही त्यांच्यावर प्रेम होतं. त्यांना भेटल्यावर तिला खूप त्रास झाला असता. त्यामुळे मला फारसा माहीत नसलेला

मामलच एकमेव असा जवळचा पुरुष नातलग होता. पुरुषासाठी जे काही धार्मिक विधी होत होते, त्यासाठी मामलच माझा प्रतिनिधी म्हणून वावरत होता. माझ्यावतीनं येस्लामचा हात हाती घेत होता. त्याची उपस्थिती माझा आणि येस्लामचा विवाह होऊ शकेल, याचा जणू दाखलाच होता. असं चित्र निर्माण झालं होतं की मामल खेरीज विवाहच होऊ शकणार नव्हता... जणू माझ्याइतकीच त्याची उपस्थितीही गरजेची आहे.

सारंच विचित्र आणि हास्यास्पद. मामल जेव्हा केव्हा नजरेस पडायचा, तेव्हा माझी बहीण मॅग्नोलिया, 'बघ बघ, नववधू येतीय बघ' असा विनोद करायची.

माझ्या बाजूनेही तयारी, धावपळ सुरू होती. प्रथम मी विवाहाच्या पोशाखाच्या खरेदीसाठी चॅनेल येथील फॅशन्ससाठी खूप नावाजलेल्या हॉयटं कोर्चरसारख्या दुकानी गेले, परंतु माझी निराशाच झाली. मला हवा असलेल्या प्रकारचा अगदी एकसुद्धा पोशाख त्यांच्याकडे नव्हता. माझ्या समजूतीनं सौदी अरेबियाला योग्य ठरेल असाही पोशाख नव्हता. अर्थात या साऱ्या माझ्या कल्पना इराणबाबतच्या बालपणीच्या आठवणींवर आधारीत होत्या. मला उंच कॉलरचा, विणकाम असलेल्या बाह्यांचा आणि कफ असलेला असा अगदी साधा परंतु दिमाखदार पोशाख हवा होता. शेवटी माझ्या पोशाखाचं डिझाईन मी स्वतःच तयार केलं आणि शिंप्याकडून बनवून घेतला. साधा पांढऱ्या ऑरगंडीचा होता; पण तरीही मला आपलं वाटलं की तो माझ्यासाठीचाच होता.

नंतर प्रश्न आला तो माझा चेहरा आणि शरीर यांचं इतरांच्या नजरेपासून रक्षण करू शकेल असा काळा पोशाख — डोक्यापासून घोट्याच्या खालपर्यंत पोचणारा. लग्न होणार होतं येस्लामच्या देशात म्हणजे त्याचे लोक असणार होतेच ना! म्हणून याबाबत येस्लामनं मला हे सुचवलं होतं. मी आपलं जाड सुती कापड आणवून करवून घेतला. परिणामी, तो पर्शियन पद्धतीचा जडलोळ असा चादरीसारखा पडदा तयार झाला. सौदी अरेबियात जे झुळझुळीत, पातळ असे अबाया असतात तसा रेशमी नव्हता. मला तर कशाचाच पत्ता नव्हता. माझा तो पोशाख इतका जाड होता की स्वतःचा स्वतःसुद्धा तो उभा राहू शकला असता.

मेजवान्यांसाठी किंवा घरच्या वापरासाठीही साधेच परंतु चांगले पायघोळ पोशाख लागतील असं सांगितल्यानं त्याच्या शोधासाठीही मी आणि माझ्या बहिणीनं सारं जिनिव्हा पालथं घातलं; पण काही उपयोग झाला नाही. माझ्या बहिणी तिथे करवल्या म्हणून वावरणार होत्या ना! अखेरीला तेही पोशाख घाईगर्दीत शिवून घ्यावे लागले. ते चांगल्या मापाचे, अंगासरसे व्हावे म्हणून फिटिंगसाठी यातायात करावी लागली ती वेगळीच. त्यांनी गुलाबी झाक असलेले पिवळसर असे पोशाख शिवून घेतले होते.

अशी सगळी खरेदी उरकल्यावर मी, माझी बहीण सलोमी आणि येस्लामसह जेद्दाला जाणारं विमान पकडलं. माझी आई आणि दोन बहिणी नंतर दोन दिवसांनी तेथे पोचल्या. येस्लामनं पांढऱ्या रंगाचा, सौदी प्रकारचा वेष घातला होता. त्याला 'टोब' म्हणतात. तो चांगला बनवला असेल तर खरंचच रुबाबदार वाटतो. येस्लाम त्या शानदार पेहरावात अधिकच सतेज आणि देखणा दिसत होता. विमान उतरण्यापूर्वीच मी आणि सलोमीनं आमचा पडदा पांघरला आणि सारं शरीर झाकलं. आम्ही दोघीही त्या काळ्या कपड्यात पूर्ण झाकलो गेलो होतो. आमची पावलं काय ती बाहेर होती. आमची डोळेही काळ्या जाळीदार पडद्याआड लपले होते. मी सलोमीकडं बघितलं तर मला धक्काच बसला. सलोमीचा चेहराच दिसत नव्हता.

आमचं विमान उतरत असताना मी वाळवंट नजिक येत असलेलं बघितलं. त्या काळ्या बुरख्याच्या जाळीतून इतका अंधुक प्रकाश जाणवत होता की हा देश म्हणजे नुसता अंधारी आणि काहीच नसलेला देश आहे की काय, असं मला वाटलं. हे खरं होतं का माझ्या डोळ्यावरील काळ्या जाळीचा तो परिणाम होता याचा मला बोधच होईना. ते सारं बघून मी अगदी सुन्न झाले. जिनिव्हात पोशाख मापाचा आणि बेतशीर झाला आहे की नाही हे बघण्यासाठी घातला होता, तेव्हा असं जाणवलं नव्हतं; परंतु त्या वेळी लग्न होणार या विचारानंच मी भारावलेली होते; परंतु आता मात्र माझं मन अगदी खोलवर मनस्वी उदास उदास झालं. मनाची विलक्षण तगमग होत होती... आणि.....आणि बाहेरचा काळोख अपेक्षित नशिबाच्या करंटेपणाची चाहूल देत होता.

बाहेर अंगाची लाहीलाही करणारा भयानक उष्मा होता. त्या जाडजूड अबायाच्या ओझ्याखाली मला धड श्वासही घेता येत नव्हता. प्रत्येक हालचाल अगदी मंद आणि अवघडलेली होती. कशाबशा आम्ही विमानाच्या पायऱ्या उतरून खाली आलो आणि सलोमी तर धडपडलीच. तिच्या सौंदर्यसाधनांची संदूक खाली पडून साऱ्या वस्तू सांडल्या; परंतु नवल म्हणजे कोणीही तिला उठण्यासाठी हात दिला नाही की तिच्या वस्तू गोळा करायलाही अजिबात मदत केली नाही. त्याही परिस्थितीत तिनं माझ्याकडं वळून बघितलं आणि विचारलं, 'कसला ग हा देश!' तिला काय माहीत की सौदी अरेबियात तिला कोणी स्पर्शही करू शकत नव्हता. इतकेच नाही तर जवळसुद्धा येऊ शकत नव्हता.

मी तर बुरखा जागच्याजागी असावा या धडपडीत होते. माझं कशाकडेच लक्ष नव्हतं. तेवढ्यात चेहऱ्यावर मैत्रीचा भाव आणि डोळ्यांत खोडसाळपणा असलेला येस्लामचा भाऊ इब्राहिमकडं माझं लक्ष गेलं. ओळखीचा, परिचित चेहरा बघितल्यावर मला जरासं मोकळं वाटलं आणि अगदी सहजपणे मी, 'हाय इब्राहिम' असं मोठ्यानं म्हणाले; परंतु त्यानं ऐकून न ऐकल्यासारखं केलं. काही प्रतिसाद दिला

नाही की बोललाही नाही. उलट तो भलताच संकोचून गेला. नंतर अगदी खालच्या आवाजात कुजबुजल्यासारखा 'हाय' असं म्हणाला. खरं तर येस्लामनं मला सारे भोवताली असताना परक्या माणसाशी कधीही आणि काहीही बोलायचं नाही, असं बजावून सांगितलं होतं. त्या वेळी त्या परिस्थितीत माझ्या ते लक्षातच आलं नाही.

सौदी अरेबियात आत्ताच कुठं पाऊल ठेवलं होतं आणि मी एक महान बावळटपणा किंवा गुन्हाच केला होता; पण ते होऊन गेलं होतं खरं! आता या येस्लामच्या देशात अवतीभोवती लोक असले की गप्प राहायला हवं, हा प्रकाश माझ्या डोक्यात पडायला सुरुवात झाली. आम्ही आमच्या सामानाची वाटही न बघता घराच्या मार्गाला लागलो. कोणीतरी अनामिक व्यक्ती आमच्या सामानाची काळजी घेणार होती. मी बुरख्यातून खिडकीबाहेर बघितलं तर कुठंही माणसं नाहीत आणि इमारतीही नाहीत. रस्त्यावरचे दिवेही अगदी अंधुक आणि काळोख वाढवणारे होते.

खरं तर त्या वेळी जेद्दा एक छोटंसं, जुनाट आणि अगदी घाणेरडं गाव होतं. तिथं बघण्यासारखं असं फारसं काही नव्हतंच. सारी बिन लादेन मंडळी राहायची ते घर मक्क्याकडे जाणाऱ्या रस्त्यावर, वाळवंटाच्या काठावर होतं. रस्ता कधी चांगला तर कधी खाचखळग्यांचा करता करता आम्ही येस्लामच्या 'किलोमीटर सात' या घरी पोहोचलो. घराचं फाटक उघडंच होतं आणि उंबऱ्यात माझी भावी सासू उभी होती.

आम्ही आमच्या सासुबाईंना 'उम येस्लाम' असे म्हणायचो. तिला तिचं असं नाव होतं; परंतु नावापुरतंच! त्याचा कधीच वापर केला जात नसे. राजघराण्यातल्या बहुतेक स्त्रियांप्रमाणेच तिनंही स्वत:च्या थोरल्या मुलाचं नाव घेतलं होतं. एखादीला जर मुलीच असतील तर मुलगा होईपर्यंत ती आपल्या पहिल्या अपत्याचं नाव स्वीकारते; परंतु नंतर मुलीवर मुलगा झाला की मुलीच्या नावाला अर्धचंद्र मिळतो. ती स्त्री स्वत:साठी मुलाचं नाव वापरते.

तशी उम येस्लाम खूपच प्रसन्न आणि अगत्यशील वाटली. मग मी अबाया काढून टाकल्यावर मला सुटका झाल्यासारखं वाटलं; परंतु माझी कल्पना चुकीची ठरली. कारण अबाया काढल्यावर घरात डोळ्यांना आंधळेपणा आणणारा अतिशय प्रखर प्रकाश होता. सगळीकडे खूप झुंबरं तेवत होती. इतकी होती की आपण एखाद्या दिव्यांच्या दुकानात आलो आहोत असा भास व्हावा. मग आम्ही खाली बसून थोडेफार बोललो. प्राथमिक आगतस्वागत झाल्यावर मी माझ्या भोवतालचा थोडासा अंदाज घ्यायला लागले. बघते तो काय या भिंतीपासून त्या भिंतीपर्यंत कार्पेट, आणि वॉल पेपर. हिरवे आणि सोनेरी. वेल्वेटचे — भिंतींना रेलून बसलेले सोफे. सारं सारं काही हिरवं आणि हिरवं आणि हिरवंच. जुनी किंमती जाजम किंवा

कलाकुसर दाखविणाऱ्या जुन्या देखण्या वस्तूही नव्हत्या. घर नवंच पण संकोचलेलं होतं. म्हणजे एखाद्या नुकत्याच निर्माण झालेल्या आडवळणातील उपनगरातील असावं, असं ओबडधोबड होतं. घर फारच जुनाट दिसायचं. भरीला भर म्हणजे जागोजागी प्लॅस्टिकची फुलं होती. मी हातपाय धुवायला गेले तर मला थडग्यात प्रवेश केल्यासारखं वाटलं. कारण त्या बाथरूमला एकही खिडकी नव्हती आणि तांबड्या रंगाची संगमरवराची फरशी होती.

नंतर संध्याकाळचं जेवण घेऊन नोकरचाकर आले. त्यांनी जमिनीवर चादरी अंथरल्या आणि त्यावर बसून आमची जेवणं झाली. लेबनीज चीज, मध, काकडीची कोशिंबीर, सपाट पाव, दही आणि मटाराची पेस्ट असं ते जेवण होतं. घरातील एकूणच ओंगळपणा आणि व्यवस्थितपणाची गैरहजेरी यानं तर मी दचकलेच. मला आपलं वाटलं होतं की येस्लामचं घर खूप सुंदर, देखणं असेल... आणि असं वाटणं काही चूक नव्हतं; कारण येस्लामचे वडील सौदी अरेबियातील श्रीमंत, वैभवशाली व्यक्तींपैकी एक होते; परंतु हे घर म्हणजे निवारा वाटावं इतकं प्राथमिक होतं. त्यात लोक साधेपणानं राहत होते. मला वाटलं होतं तसा दिमाख किंवा शान या घराला अजिबातच नव्हती.

माझी सासू शांत, हलक्या आवाजात बोलणारी आणि मोकळी होती. आता मी नववधू असल्यानं माझं अभिनंदन करण्यासाठी आणि खरं सांगायचं तर नजरेखालून घालण्यासाठी कुटुंबातली माणसं येत होती. मी त्या बघायला येणाऱ्या स्त्रियांना तोंड देत होते. सगळ्यांनी अगदी छानछान लांब पोशाख केलेले होते. आणि साऱ्याजणी सोन्यानाण्यांनी अगदी मढलेल्या होत्या. अशा येणाऱ्या साऱ्या स्त्रियांच होत्या आणि डझनावारी होत्या. त्यांची नावं लक्षात ठेवणं एक दिव्यच होतं, कोडं होते. बहुतेक सारे येस्लामचे नातेवाईकच होते. बावीस बायका, पंचवीस मुलगे आणि एकोणतीस मुली यांचं एक कुटुंब म्हणजे काय याचं मूर्तरूप माझ्यापुढे प्रकट होत होतं. साराच गोंधळून टाकणारा प्रकार होता.

मला पूर्वीच जिनिव्हाला भेटलेला येस्लाम हा सर्वांत थोरला आणि तिशीच्या घरातला होता. येस्लाम दहावा होता. येस्लामच्या बहिणींचा ओघ सुरू होता; परंतु त्यांचे क्रमांक मात्र मला कोणी सांगितले नाहीत. अर्थात त्याला काही विशेष अर्थ होता असं नाही. मग मीही त्यावर फार विचार केला नाही.

येस्लामच्या वडिलांना बावीस बायका होत्या. अर्थातच त्यांच्याबरोबर काही त्यांचा एका वेळीच विवाह झाला नव्हता. एखादीशी लग्न करायचं असलं म्हणजे एखादीला घटस्फोट द्यायचा आणि नवीन मुलीशी लग्न करायचं, असा प्रघात होता. अर्थात बहुतांशी म्हणजे घटस्फोट घेतलेल्या किंवा अजून लग्नाच्या बायका म्हणून असलेल्या साऱ्या बायका आणि त्यांची मुलं जेद्दाच्या एकाच कुंपणात राहत

होते. त्या वेळी येस्लाम मोठा होत होता; परंतु मरणापूर्वी त्याच्या वडिलांनी गावाबाहेर मक्केला जाणाऱ्या 'सात किलोमीटर' येथे अनेक नवीन घरे बांधायला घेतली होती. त्यांच्या मृत्यूनंतर अनेक मुले तिकडे राहायला गेली आणि बरोबर ते आपापल्या आयांनाही घेऊन गेले. वाळवंटाच्या एका टोकाला जिथे रस्त्यांना तीन फाटे फुटले होते, त्या परिसरात बिन लादेन मंडळी वेगवेगळ्या घरात राहात होती.

आम्ही त्या 'सात किलोमीटर' या घरात पहिले काही दिवस जवळजवळ काही नाही असे निष्क्रीयच राहिलो. भेटायला येणाऱ्या स्त्रियांचं स्वागत करणे आणि छोट्या छोट्या कपातून कॉफी पिणे, याखेरीज दुसरा कुठला उद्योगच नव्हता. सुरुवातीला आपल्याला परत कॉफी नको हे दाखविण्यासाठी कप हलवायचा असतो, हे मला माहीत नव्हतं. त्यामुळे माझ्या साऱ्या आयुष्यात मी प्यायले नसेल एवढी कॉफी मला प्यावी लागली. शेवटी मी माझी समस्या सांगितल्यावर उम येस्लामनं मला त्याचा खुलासा केला.

केवळ पुरुषांनाच त्यांना हवे तेव्हा कोठेही बाहेर जायला-यायला मुभा होती. आम्ही स्त्रिया मात्र कायमच्या घरात राहात होतो. म्हणजे ते काही बाहेरच्या घाम फोडणाऱ्या उन्हाळ्यामुळे नाही तर आम्हाला बाहेरच्या व्यक्तींनी बुरख्याखेरीज बघू नये, हे त्याचं खरं कारण होतं. अगदी घराभोवतालच्या बागेत जायचं तरीसुद्धा तेथील पुरुष कामगार तेथून जातील याची काळजी आम्हाला घ्यावी लागायची. कोणी पुरुष नाही म्हटल्यावर सहसा सूर्य मावळतीला गेल्यावर परंतु उष्म्याची भट्टी असताना आम्ही बाहेर पडत असू. त्या वाळवंटातील वाळू आंधळी करणारी होती. उन्हाच्या वेळी त्या वाळूकडे बघणं म्हणजे अल्पाईनमधील बर्फाकडे गॉगल न घालता बघण्यासारखं होतं. अशा प्रकारे माझ्या मुक्त जीवनाचं चक्र धगधगीत उन्हानं होरपळून टाकलं होतं, दीड एकरात संकोचलं होतं.

आम्ही कोणताच व्यायाम करीत नव्हतो. कुठे फिरायला जाणं हे विचाराच्या पलीकडचं होतं. अर्थात आम्ही कोठे जावं असं काहीच नव्हतं. हॉटेल्स, खेळण्यासाठीच्या बागा, थिएटर्स, पोहण्याचा तलाव वगैरे फारसं काही नव्हतंच. आणि जे काही होतं ते फक्त पुरुषांसाठी होतं. आइस्क्रिमची दुकानं, बागा किंवा इतर दुकानं आमच्यासाठी बंद होती. जी कोणी घरंदाज वगैरे स्त्री असेल तिला कधीही खरेदी करता येत नव्हती. येस्लामखेरीज इतर कोणताही पुरुष माझा चेहरा बघू शकत नव्हता. अर्थात मी इथे येण्यापूर्वीच येस्लामनं मला हे सारं सांगितलं होतं, हे मला मान्य करायलाच हवं; परंतु तसं जगणं अतिशय कठीण होतं. शिवाय ते नैसर्गिकही नव्हतं.

नातेवाईक सोडले तर उम येस्लामही अशी कडीकुलुपातच होती. तिच्या इथोपियन ड्रायव्हरनं तिचा चेहरा कधीही पाहिला नव्हता. इतकंच काय तिचा आवाजही कधी ऐकला नसावा. तिचा घरातला काम करणारा छोटासा मुलगा —

साधारण बारा वर्षांचा असावा — तो तिला काय हवं-नको ते बघायचा. तोच ड्रायव्हरला केव्हा आणि कोठे जायचे आहे याच्या सूचना द्यायचा.

एकदा असंच केव्हा तरी कॉफी वगैरे दिल्याबद्दल मी त्यांच्या नोकराचे आभार मानले, तेव्हा मी येस्लामच्या आईच्या आणि फौझिया या बहिणीच्या चेहऱ्यावर कमालीचं आश्चर्य आणि खेदही बघितला. ते बघितल्यावर मी तर चक्रावूनच गेले. त्याचबरोबर त्या काम करणाऱ्या स्त्रिच्या चेहऱ्यावरील आश्चर्य आणि आनंदही मी पाहिला. माझ्या आईच्या घरीही स्वित्झर्लंडला अनेक नोकरचाकर होते आणि एक आमच्याकडे लक्ष देणारी गव्हर्नेसही होती; परंतु हे जग वेगळंच होतं आणि त्याबाबत जरासं दुखावणारं होतं.

नंतरही मी अनेक स्त्रियांकडे जात होते आणि त्यांच्या नोकरस्त्रियांचे आभार मानून त्यांनाही आश्चर्याचा धक्का देत होते. घरातील नोकरवर्गाविषयीची ही भावना बघितल्यावर गुलामगिरी हद्दपार करणारा सौदी अरेबिया जगातील सर्वांत शेवटचा देश ठरला असता. अगदी १९६२पर्यंत मोठाल्या सधन कुटुंबातून असे गुलाम ठेवण्याची पद्धतच होती. मग नंतर सरकारनं त्यांचं ते स्वातंत्र्य ताब्यात घेतलं. त्यानं पन्नास वर्षांनंतरही नोकर हे आभार मानण्याच्या लायकीची कोणी माणसं आहेत, असं मानलंच जात नव्हतं.

या विचित्र विश्वात प्रत्येक गोष्टच परकी वाटत होती. माझ्याभोवतालचे लोक गूढ वाटत होते. माझा चेहरा झाकलेला असला तरीही पुरुष माझ्याकडे बघू शकत नव्हते. कुटुंब तसं मोकळं वागत असलं तरीही कुठंतरी आपल्याला नाकारीत आहेत, ही भावना होती. मी या साऱ्यानं अगदी चक्रावून गेले. हा इराण किंवा बैरुतसारखा देश नव्हता. अगदी भिन्न होता. अनेक गोष्टी पचवायला हव्या होत्या; परंतु त्याविषयी कसा विचार करायचा हेच समजत नव्हते.

त्या देशात गेल्यावर तिसऱ्या दिवशी आम्ही जेव्हा आमच्या लग्नाची नोंदणी करण्यासाठी म्हणून स्विस वकिलातीत गेलो, तेव्हा पहिल्यांदाच मी जेद्दा शहर दिवसाउजेडी बघितलं. लग्नापूर्वी मला माझं नागरिकत्व जपायचं आहे हे सांगितलं नाही तर माझा स्विस पासपोर्ट मी गमावणार होते. नंतर मी तसा निर्णय घेतलेला तो दिवस मला धन्य वाटला. माझी त्या दिवशी घरातून सुटका झाली होती. हवेत इतका कमालीचा उष्मा होता की त्या बुरख्यात श्वास घेणंही मला जड जात होतं. मी मोटारीत मागच्या सीटवर बसलं पाहिजे, ही येस्लामला मला आठवण करून द्यावी लागली. तेसुद्धा पूर्ण झाकलेल्या परिस्थितीत!

जेद्दामध्ये मर्सिडीजमधून जाताना जी काळसर रंगाची खिडकीला काच होती, त्यातून रस्त्यावरील दृश्य बघताना मी वेगळ्याच काळात होते. त्या वेळी त्यांच्या परंपरागत जीवन जगणाऱ्या परिस्थितीतून आणि चिरडून टाकणाऱ्या दारिद्र्यातून

सौदी अरेबिया अजून बाहेर येत होता. १९३०मध्ये तेल सापडल्यावर तेथील लोक पूर्वीइतके दरिद्री राहिले नव्हते हे खरं असलं तरीही हा जो अमाप पैसा आला, त्यानं १९७३ नंतर परिस्थिती थोडीफार बदलली; परंतु नंतर भविष्यातच खरी सुधारणा होणार होती. तिथे एक गाढवासाठीचा चौक होता. त्या ठिकाणी गाढवावर पाण्याची पिंप लावून लोक आणीत असत. मग इतर लोक त्या चौकात जाऊन त्यांच्याकडून पाणी विकत घ्यायचे. रस्त्यावर शरीराला चटके देणाऱ्या झळा येत असायच्या. मला एकदोन छोटीशी आणि घाणेरडी दुकानं आढळली. घरं इकडेतिकडे अशी कुठंतरी असायची आणि नेहमी येणाऱ्या वादळापासून बचाव करीत असायची. घराभोवती स्त्रियांना बाहेरचं काही म्हणजे काही दिसणार नाही अशा उंचचउंच सिमेंटच्या भिंती असायच्या.

प्रथम प्रथम या देशात काय विचित्र आहे, हेच मला नीट उमगलं नव्हतं; पण नंतर मात्र माझ्या डोक्यात प्रकाश पडला. जाणवलं की सौदी अरेबियातील अर्धी लोकसंख्या कायमचीच भिंतींच्या आड ठेवलेली होती. स्त्रीच नाही अशा शहराचं चित्रच डोळ्यांसमोर आणता येत नव्हतं. मला भुतासारखं वाटायला लागलं पुरुषांच्या या जगात स्त्री अस्तित्वातच नव्हती. ही जागा कोरडी ठणठणीत आणि रंगहीन होती. रस्त्यावर धुळीसारखी पसरलेली वाळू एखाद्या धुळीच्या गालीच्यासारखी दिसायची आणि त्याखेरीज फक्त दोनच रंग. एक म्हणजे पांढरा आणि दुसरा म्हणजे काळा! पुरुषांचा टोब आणि स्त्रियांचा झाकून टाकणारा काळाकुळकुळीत वेष! माझा जिनिव्हा तर हजारो मैल दूर होता.

नंतर काही दिवसांनी या बंदिवासाच्या कल्पनेला जरा सौम्य करण्यासाठी येस्लामनं आम्हाला तांबड्या समुद्राकडे नेण्याचा बेत आखला; परंतु त्यामुळे खरा सौदी अरेबिया काय आहे याचंच चित्र अधिक स्पष्ट झालं. मी आणि माझ्या बहिणी स्विमिंगसूटस् घ्यायला विसरलो होतो. मग आम्ही आपल्या आमच्या पाश्चिमात्त्य पद्धतीनं केव्हा त्या खरेदीसाठी जायचं, याची चर्चा करीत राहिलो.

परंतु स्त्रियातर अशा समाजात खरेदीसाठी जाऊ शकत नाहीत. मग घरच्या त्या छोट्या पुरुषनोकराकडून ड्रायव्हरला बोलावून घेतलं गेलं आणि त्याला काही पोहण्याचे पोशाख आणण्यासाठी सूचना देऊन खरेदीसाठी पाठवले. मग तो परतल्यावर आमचा हा मुलगा 'वनपिस स्विमिंग सूट'नी भरलेल्या दोन बॅग्ज घेऊन आमच्याकडे आला. अनेक सौदी स्त्रियांसाठी हे असं 'शॉपिंग' होतं. या साऱ्या प्रकारानं आम्ही अगदी सून्न झालो. कधीही आम्ही अंगावर चढवले नसते असे काही स्विमिंग सूट्स आम्ही निवडले.

आता बीचवर जाण्यासाठी आम्ही तयार झालेल्या होतो. येस्लामच्या इतर काही भावांना मी प्रथमच भेटणार होते. भाविक आणि परंपरा जपणारा ओमर, बाक्र

— अगदी करारी वगैरे आणि मदरौझ — जो पाश्चिमात्त्य बनलेला असूनही अलिकडे अधिकाधिक धार्मिक बनत चालला होता — तो तर नुसता पाश्चिमात्त्य नव्हता तर अतिशय अनैतिक चाळे करणारा होता.

समुद्रकिनाऱ्यावर बिन लादेन मंडळींचे पाचसहा बंगले होते. तकलादू स्वरूपाची एका खोलीची केबिन्स होती. त्यातून स्वयंपाकघरे होती आणि सर्वांसाठी मिळून असा जनरेटरही होता. त्या बंगल्यांना सिमेंटच्या ब्लॉक्सचे कुंपण होते आणि ते कुंपण अगदी समुद्रापर्यंत होते. त्यामुळे बंगल्याला गढीसारखा बंदिस्तपणा होता. सारे भाऊ निमूटपणे एका केबिनमध्ये गेल्यावर मी माझ्या बहिणींसमवेत समुद्रावर गेले. त्या आवाराच्या शेवटाला स्विमिंगपूलमध्ये उडी टाकण्यासाठी मजला असतो तसा होता. त्याला 'जेट्टी' म्हणतात. त्या जेट्टीवरील गंजलेल्या शिडीवरून उतरून आम्ही पाण्यात उतरलो आणि पोहलो. उम येस्लाम आमच्याकडे बघत होती, हसतही होतं; परंतु त्याचबरोबर निष्काळजीपणामुळे कोणी पुरुष तेथे येणार नाही, याची काळजी घेत होती. तांबडा समुद्र हा स्कूबा ड्रायव्हिंगसाठी स्वर्ग मानला जातो, असं मी ऐकलं होतं. आजुबाजूचा देखावा अतिशय सुंदर होता आणि इतका निळाशार समुद्र मी यापूर्वी कधीच बघितलेला नव्हता. मग बाहेर येऊन आम्ही कपडे चढवून चहा आणि गरम कोक वगैरे प्यायलो. तिथे सर्वत्र माशाच माशा होत्या. आमची करमणूक करण्याचा, आम्हाला खूष करण्याचा प्रयत्न चालला होता. आम्हीही खूष झाल्याचं नाटक वठवित होतो.

नंतर येस्लामनं मला त्याच्या भावासमोर धुम्रपान न करण्याविषयी सुचवलं. त्याची ती विनंती तशी साधीच आणि किरकोळ होती; परंतु जेद्दातील ते सुरुवातीचे दिवस आणि एकूण ताणतणाव यामुळे मी अगदी निराश झाले. माझ्या नेहमीच्या आयुष्यातील कृतीबाबतही मला काहीच अधिकार नव्हते असं वाटलं. या ताणतणावांच्या आणि अगदी परक्या देशामध्ये योग्य ठरण्यासाठी, मला माझ्या आयुष्यातील गोष्टी नाकाराव्या लागणार होत्या? मग मी फटकन त्याला सांगून टाकलं, "ठीक आहे, मी धुम्रपान करणार नाही... पण त्याचबरोबर मी तुझ्याबरोबर लग्नही करणार नाही." ते मी मनापासून सांगितलं होतं. तो साऱ्याचा शेवट होता.

येस्लाम सौदीमध्ये वाढला होता, त्यामुळं त्यानं वादावादी टाळली; परंतु नंतर एकदा आम्ही सारे एकत्रितपणे चहा पीत बसलो होतो, तेव्हा त्याच्या कुटुंबासमोर त्यानं मला सिगारेट देऊ केली. त्याच्या त्या वागण्यानं मला आधाराची आशा वाटू लागली. त्या वेळी मी माझ्या भविष्याविषयीच्या शंकासुद्धा पार हद्दपार केल्या. मला एका छोट्या गोष्टीसाठी त्यानं परवानगी दिली होती; परंतु मला मात्र ते एकप्रकारचं प्रतीकच वाटलं. येस्लामची मदत आणि समजून घेणं या दोन गोष्टींच्या आधारावर मला गोंधळून टाकणाऱ्या या देशाशी जुळवून घेता येईल, असं वाटलं.

नंतर केवळ दहा दिवसांतच तिसऱ्यांदा बाहेर पडण्याची संधी मला मिळाली. उम येस्लाम आणि फौझिया मला सोन्याच्या बाजारात घेऊन गेल्या. मला वाटलं बिन लादेन स्त्रिया फक्त याच ठिकाणी जाऊ शकत होत्या. काळ्या पोशाखात झाकलेल्या आणि चेहरा नसलेल्या स्त्रियांच्या गर्दीत हिंडताना मला कससंच वाटलं. त्या साऱ्या काळ्या रंगाच्या गर्दीत भोवताली मी बघितलं, तेव्हा मी माझ्या कुटुंबियांना किंवा बहिणींनाही ओळखू शकत नसल्याचं मला जाणवलं. जेव्हा हिंडताना मी मागे राहिले तेव्हा मला तर फौझियाला हाका मारून मदत घ्यावी लागली.

त्या बाजारात अगदी बुरख्यातूनसुद्धा जाणवेल इतका सोन्याच्या तेजाचा प्रकाश सर्वत्र पसरला होता. आम्ही ज्या दुकानात गेलो ते दुकान छोटंच होतं; परंतु छपरापासून जमिनीपर्यंत बांगड्या, सोन्याच्या साखळ्या आणि जाड अंगठ्या लोंबकळत होत्या. त्या दागिन्यावरील कलाकुसरीला जमेत न घेता त्यांच्या वजनावरून त्यांच्या किंमती त्यांना दिलेल्या होत्या. आम्ही काय हवं-नको हे ठरवत असतानाच प्रार्थनेसाठीची बांग झाली. मग आम्हाला दुकानात एकट्यांनाच सोडून सर्व कामगारवर्ग घाईघाईनं प्रार्थनेसाठी दुकान सोडून पळाला. समाजात आम्हाला प्रार्थनेची परवानगी नव्हती. अशी सामाजिक प्रार्थना फक्त मक्का किंवा मदिना अशांसारख्या पवित्र स्थानाच्या ठिकाणीच आम्हा म्हणजे स्त्रियांना करता येत होती; आम्हा स्त्रियांना तर मशिदीत पाऊल टाकायलाही बंदी होती; परंतु इमामनं प्रार्थनेची बांग दिल्यावर दुकानातील कामगारांना एकत्रित प्रार्थना करायला लागणार होती. सारे बाहेर निघून गेले आणि सोन्याच्या अलंकारांनी खचाखच भरलेल्या दुकानात फक्त आम्हीच राहिलो; परंतु अरेबियात चोरीची फार क्वचित शक्यता असते; तशी चोरीमारी झालीच तर अतिशय कडक आणि क्रूर अशी शिक्षा असते. ती शिक्षा म्हणजे चोरी करणाऱ्याचे चोरी करणारे हात कापूनच टाकतात.

माझा लग्नाचा दिवस म्हणजे त्या सुरुवातीच्या विचित्र अशा आठवड्यातला एक वेगळा दिवस होता. आमच्या लग्नाची नोंदणी करण्यासाठी येस्लाम आणि इब्राहिम मला सरकारी कचेरीपाशी घेऊन गेले. तेच आत गेले आणि मी आपली अबाया घातलेल्या वेषात मोटारीतच बसून होते. मग ते दोघे माझ्या सहीसाठी एक रजिस्टर बाहेर घेऊन आले. मी माझं नाव अरेबिक भाषेत लिहायला शिकले याचा मला त्या वेळी कोण अभिमान वाटला. मग कोणीतरी ते पुस्तक माघारी घेऊन गेलं आणि आम्ही विवाहित झालो.

काही आठवड्यापूर्वीच रजियानं 'मेल्का' हा अशासाठीचा समारंभ असतो, तेव्हा साऱ्या स्त्रियांच्या मेळाव्यात अगदी रीतसर विवाहासाठी सही केली होती. मी मात्र या महत्त्वपूर्ण समारंभाला मुकले होते. एका वालुकामय पार्कींगच्या जागी मी

मात्र काळा पोशाख घालून मोटारीतच विवाहित झाले होते. विवाहासाठी राजाची परवानगी आणि तेथपासून पार्कींगच्या जागेवर माझा झालेला विवाह हा कोणतीही विवाह करणारी स्त्री कल्पनाही करू शकणार नाही, अशा वेगळ्या प्रकारचा होता. तो मोठा विनोद होता. ही घटना हास्यास्पद होती. जणू काही मी दुसरी एखादी व्यक्ती विवाहित होत असल्याचं तिऱ्हाईतासारखं बघत होते, असं मला वाटलं. अर्थात तरीही 'यानं काहीच बिघडलं नाही' अशी मनाची समजूतही मी घालीत होते.

मग दोन दिवसांनी विवाहाचा आणखी एक समारंभ होता. मग त्यासाठी तयार होण्यासाठी समोरच्याच घरातही आम्ही मोटारीनं गेलो *(त्यानंतर अनेक वर्षे मी रस्ता ओलांडून या घरी पायी जात होते. अर्थात बुरखा असायचा. तरीसुद्धा त्यावर चर्चा व्हायची ती आमच्याच नातेवाईकांत. कारण काय तर मी केलेलं हे फार मोठं धाडस!).* सर्वत्र स्त्रिया होत्याच आणि त्यांची काळजी हेअरड्रेसर्स घेत होत्या. मी झोपले नव्हते त्यामुळं माझं डोकं भयंकर दुखत होतं. माझ्या बहिणीनं मला सांगितलं की माझा ड्रेस काही स्त्रियांनी माझ्या गैरहजेरीत हाताळला आणि त्यावर बडबड केली होती. मला वाटतं त्यांना ही घटना सामान्य वाटली असावी; परंतु मला ती अपमानास्पद वाटली. मी अस्वस्थ झाले. मला ते फार फार गैर वाटलं.

मी पोशाख करून तयार झाले आणि माझ्या केसांना मी मागे नुसती गाठ मारली होती. अगदी साधा अंबाडा घातला होता. मी खूप नर्व्हस होते *(उदास उदास होते).* माझ्या पांढऱ्या ऑरगेंझा पोशाखावर अगदी कडक अशी काळी चादर पांघरली होती. मग संध्याकाळी मोटारीतून आम्ही कंडारा या हॉटेलात गेलो *(हवेत खूप उष्मा होता).* मला वाटतं त्या वेळी जेद्दामध्ये ते एकमेव हॉटेल असावं. तिथं दिव्यांची सजावट वगैरे केली होती. तिथेही आमच्यासाठी — स्त्रियांसाठी — वेगळा विभाग होता. मध्ये ज्यूटचा पडदा होता. त्यामुळे वेटर्स किंवा इतर माणसांच्या दृष्टीस आम्ही पडू शकत नव्हतो.

तिथे अनेक स्त्रिया होत्या. त्यांच्याकडे माझी नजर गेली. पुरुषांचा समारंभ दुसऱ्या ठिकाणी होत होता. एखाद्या समारंभातील नृत्याला येतात तशा जवळजवळ सहाशे स्त्रिया जडजवाहिरे आणि दागिने घालून आलेल्या होत्या. त्यांच्या प्रथेप्रमाणे, विवाह हा एकच असा समारंभ असतो की, त्या वेळी स्त्रिया नवरा समोर असला तरीही तसेच इतर पुरुषांच्या उपस्थितीतही चेहरा झाकत नाहीत. असं असूनही आणि त्याचे पोशाख पाश्चिमात्त्य डिझाईनर्सनं केलेले असूनही ज्या येस्लामच्या कुटुंबातील किंवा कुटुंबाशी जवळचं नातं नसलेल्या स्त्रिया होत्या, त्यांनी डोक्यावर हलकासा स्कार्फ घातला होताच. काहींनी तर संपूर्ण अबाया घातला होता. त्यांनी विशिष्ट आवाज करून आमचं स्वागत केलं आणि आम्ही विवाहाच्या उंच अशा

बेदीवर येत असताना त्या स्त्रिया अगदी आम्हाला न्याहाळत होत्या.

आम्ही उभारलेल्या रंगमंचावर बसलो. मी आणि येस्लाम आणि रजिया आणि तिचा नवरा. हजर असलेला प्रत्येक निमंत्रित आमच्याकडे येत होता. या साऱ्यांचा आनंद व्यक्त करण्यासाठी कुवेतचा एक ऑर्केस्ट्रा अरेबिक संगीत वाजवत होता. त्याच्यावर नटलेल्या आणि पाश्चिमात्त्य पोशाखात स्त्रियांनी बेडाऊनी प्रकारचा नाच सुरू केला. हा नाच थोडाफार इजिप्तच्या 'बेली डान्स'सारखाच असतो; परंतु ढंग जरा साधासुधा असतो. आम्ही आमच्या गाद्यांवर बसून ते सारं बघत होतो. माझ्या बहिणींच्या पोशाखाकडे त्या आश्चर्यचकित होऊन बघत होत्या. मग त्या वेळी मला समजलं की सौदी विवाहात करवली हा प्रकार नसतो. माझ्या डोक्यात घण पडत होते.

प्रत्येक व्यक्ती हसत होती. आजवरच्या सौदीमधील इतक्या वर्षांत मला अगदी उघड उघड शत्रुत्व कुठेच दिसलं नव्हतं. नीट संस्कार झालेला कोणताच सौदी उद्धट किंवा उर्मट नसतो. उर्मट असतो ते फक्त त्यांच्या नोकराबरोबर तरीसुद्धा त्यांनी मोकळेपणानं हसूनसुद्धा हे लोक माझा सतत अभ्यास करीत आहेत, असंच मला वाटत होतं. माझ्या जगण्याची तऱ्हा त्यांना आणि त्यांच्या जगण्याची तऱ्हा मला विचित्र वाटत होती. मी परदेशी होते. चेहरा उघडा ठेवण्याच्या पाश्चिमात्त्य संस्कृतीत मी वाढले होते. ते सारे देवाचा दूत महंमद याच्या पवित्र भूमीत जन्मले होते. तिथेच वाढले होते. आपणच जगातील पवित्र स्थानाचं पालकत्व करण्यासाठी निवडले गेलेलो आहोत, अशी त्यांची श्रद्धा होती. परमेश्वरानं निवडलेले असे ते परमेश्वराचे लोक होते.

ते माझ्याकडे पाहत असताना जेव्हा मी बघत होते तेव्हा नव्या, जुन्या माझ्या पहिल्या नको वाटणाऱ्या — साऱ्या अनुभवांची मला आठवण आली. माझ्या देशाहून वेगळा देश असलेल्या व्यक्तीबरोबर माझा विवाह झाला होता. प्रत्येक वधू आपला निर्णय योग्य आहे का नाही, असा स्वत:ला प्रश्न करीत असते; तसा प्रश्न मी मला लग्नापूर्वी करायला हवा होता की नाही असं मनात आलं. तिथं बसले असताना मी आलेलं जग आणि आता मी प्रवेश केलेलं जग यातील अंतर जाणवून मी थरारून गेले. मी येथे आले होते तरीही लवकरच मी सुखाचं वरदान लाभलेल्या अमेरिकेला परतणार आहे — एवढाच एक सुखाचा भाग होय — असा मी विचार करीत होते. त्याच रात्री प्रेसिडेंट निक्सन यांनी राजीनामा दिला होता.

◆

सहा वर्षांची कारमेन सुट्टीसाठी त्यावेळच्या पर्शियात (आजचे इराण)

'मी लहानाची मोठी झाले स्वित्झर्लंडमध्ये. परंतु सुट्टीसाठी मी नेहमीच पर्शियात माझ्या आजोळी जात असे.'

चौदा वर्षीय कारमेन

'माझी आई 'रूप, दिसणे' इत्यादीबाबत अतिशय दक्ष होती... जागरूक होती. अगदी मी बंडाळी करेपर्यंत ती आम्हा बहिणींना अगदी एकसारखा पोशाख करायला लावत असे.'

१९७३ साली जिनिव्हात माझ्या आईच्या बागेत.
'ज्या ग्रीष्मात मी येस्लामला भेटले तो तरुणांचा काळ होता; त्यांचं राज्य होतं. मी पूर्णपणे प्रेमात होते आणि अगदी थरारून गेलेली होते.'

जिनिव्हात : माझ्या बहिणी - मग्नोलिया, सलोमी, बियाट्रीस, आमची मामी आणि मामेबहिणींच्या सोबत.

जेद्दात १९५० मध्ये येस्लामचा भाऊ त्यांचे वडील शेख महंमद यांच्यासोबत.
'शेख महंमद यांना एकूण चोपन्न अपत्ये होती. ते अतिशय कर्तृत्ववान आणि लढाऊ वृत्तीचे, माघार न घेणारे असे होते. आजही जिनिव्हात माझ्या बैठकीच्या खोलीत मी त्यांचा फोटो लावलेला आहे.'

पॅसिफिक पॅलिसडेस येथील सहल. येस्लामच्या कुटुंबातील काही मंडळी. अहंमद, शफीक, रजिया, याहीया, येस्लाम आणि अहंमद.
'देशाबाहेर अगदी अमेरिकन लोकांप्रमाणे दिसणारे – सारेजण आफ्रिकन हेअर स्टाईलमध्ये.'

१९७३ मध्ये स्वित्झर्लंडमधील 'इंटरलाकेन' मध्ये येस्लाम,
त्याची आई उम येस्लाम आणि बहीण फौझियासमवेत चहाच्या वेळी.
'कुटुंबाच्या भटकंतीत येस्लाम मला वरचेवर त्यांच्याबरोबर नेत होता.'

'सौदी स्त्रियांचे पासपोर्टवर फोटो नसत. परंतु मी परदेशी असल्याने माझ्या परदेशगमनाच्या परवान्यासाठी माझा फोटो माझ्या पासपोर्टवर आवश्यकच होता. माझा चेहरा दिसणे गरजेचे होते म्हणून फोटोत माझा चेहरा असला तरी मी त्यांच्या पद्धतीनुसार डोक्याला रुमाल (हेडस्कार्फ) बांधला होता.'

जेद्दा – १९७४ मध्ये.
'त्या काळात सौदी अरेबियात कॅमेरे फार प्रचलित नव्हते त्यामुळे या प्रसंगाचे फोटोही काही नवख्या फोटोग्राफरकडून काढून घेतले. मग दुसऱ्या दिवशी आम्ही परत आणखी काही फोटो काढले. आदल्या दिवशी येस्लाम अगदी परंपरागत अशा पोशाखात होता. परंतु येथे, या फोटोत मात्र त्याचा पेहराव पूर्णत: पाश्चिमात्य पद्धतीचा आहे.'

विवाह समारंभानंतर दुसऱ्या दिवशी येस्लाम आणि त्याचा भाऊ इब्राहिम.
'आमचा विवाह झाला त्यावेळी जेद्दात इतकी फुलं असणं फार दुरापास्त बाब होती.'

१९७४ मध्ये येस्लामच्या सोबत कॅलिफोर्नियात.

'स्टेट्सला ही आमची पहिलीच सफर होती. अमेरिका म्हणजे मला स्वप्न प्रत्यक्षात अवतरल्यासारखं वाटलं. अतिशय मनमोकळी आणि खरोखरच संधी देणारी भूमी.'

१९७६ मध्ये 'सांता मोनिका'मध्ये.
येस्लाम, फौझिया, उम येस्लाम, मेरी मार्था आणि वफ़ा यांच्यासोबत.

तीन महिन्यांच्या वफ़ाला घेऊन.
'माझ्या पहिल्या लेकीचा जन्म ही माझ्या आयुष्यातील अतिशय अविस्मरणीय अशीच घटना होती. त्यामुळे माझ्या एकूण व्यक्तिमत्त्वात आमूलाग्र बदल घडवून आणला.'

पहिल्या वाढदिवसाच्या प्रसंगी वफ़ा माझ्या जिवाभावाच्या मेरी मार्था मैत्रिणीच्या कडेवर.
'मेरी मार्था माझी खूप जिवलग मैत्रीण. ती माझी गुरू होती, माझं स्फूर्तिस्थान होती, मला आधार देणारी, माझ्या सुखाची काळजी वाहणारी होती. म्हणूनच मी तिला अमेरिकेतील 'माझी आई' असंच म्हणायचे.'

१९७६ मध्ये 'सांता मोनिका'त येस्लाम आणि वफ़ासमवेत.
'मी माझ्या छोट्याशा गोड वफ़ा आणि माझ्या देखण्या आणि हुशार नवऱ्याबरोबर अगदी आनंदात बुडून गेलेली होते. आयुष्यात काहीच अशक्य असं वाटत नव्हतं.'

१९७६ मध्ये 'युनिर्व्हसिटी ऑफ सदर्न कोलंबिया' ची पदवी प्राप्त केलेला येस्लाम.
'मला माझं शिक्षण शालेय जीवनातच सोडावं लागलं होतं. परंतु येस्लामला मात्र शिकण्यासाठी मी प्रोत्साहन देत होते. त्यामुळे तो पदवीधर झाल्यावर मी खूप आनंदी झाले, थरारून गेले.'

जेद्दात आमच्या बागेत येस्लाम, माझी सासू आणि लेकी वफ़ा आणि नाज़िया.
'मला आता दोन मुली होत्या आणि आम्ही म्हणजे एक छोटं कुटुंब झालो होतो. परंतु ताएफला गेलो त्या दिवशीचा भयंकर अनुभव माझा पिच्छा पुरवीत होता. त्यामुळे एक प्रकारचा एकाकीपणा वाटत होता.'

हैफ़ाच्या तलावात नाज़ियाबरोबर पोहतांना. *'हैफ़ा माझी एक चांगली मैत्रीण होती. मी सौदी अरेबिया सोडल्यावरसुद्धा खूप दिवस आमची मैत्री होती. परंतु ९/११ नंतर मात्र आमची परत कधीच भेट झाली नाही.'*

जिनिव्हात : १ डिसेंबर.

'मी माझी आई आणि येस्लामबरोबर आम्ही बरेच नाताळ जिनिव्हात घालवले. त्यावेळी नाताळचा सण आम्ही साजरा करीत होतो. त्याचे येस्लामला काही वाटत नसे... परंतु नंतर मात्र मला माझ्या मुलींचे वाढदिवस साजरे करणंही कठीण होऊन बसले.'

'नाताळच्या सणाच्यावेळी मुलींबरोबर आलेल्या भेटी बघतानाचे कुटुंब.'

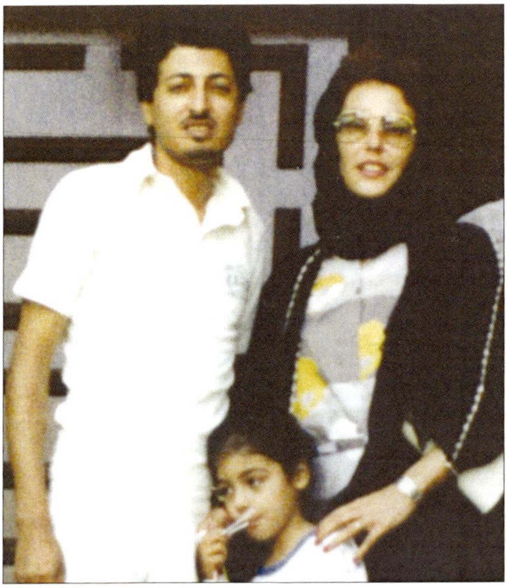

जेद्दाला आमच्या घरात येस्लाम आणि नाज़ियासह.
'बाहेरच्या समाजात माझे सारे शरीर झाकले जाईल असा बुरखा मी वापरीत असे. ह्या फोटोत शरीराचा काही भाग बुरखा नसलेला आहे. तेव्हा कदाचित हा फोटो आमच्या घरात घेतला असावा. परंतु फाटकाबाहेर पडल्याबरोबर मला माझा बुरखा नीट-सारखा करावा लागे.'

'माझ्या लेकींच्या वाढदिवसाच्या निमित्ताने मी काही शोभेच्या वस्तू केल्या होत्या. त्या वस्तूंपाशी नाज़िया बसलेली आहे. प्रत्येक वस्तू दुकानातून विकत घेतलेली नसावी याला माझ्या दृष्टीने खूप महत्त्व होते. त्यामुळे अशी बदकं इत्यादी करण्यासाठी मी अनेक तास घालवत असे.'

आमच्या मागच्या अंगणात.

'जेद्दाला माझ्या मुलींना घराच्या आवारातच खेळावे लागायचे. हळूहळू तिथेही आमच्यावर अधिकाधिक बंधने येऊ लागली. सौदी संस्कृतीच्या वाढत्या पगड्याबरोबर आमची छोटी-छोटी स्वातंत्र्येही आम्ही हरवून बसलो.'

१९८१ मध्ये फौझिया आणि माज़िदचा विवाह.

खलिल, सालेम, येस्लाम, उम येस्लाम, फौझिया, माज़िद आणि त्याचे कुटुंबीय.

'फौझियाच्या विवाहाच्यावेळी आम्ही बरीच बंधने शिथिल केली होती. मला माज़िद खूप आवडत असे. परंतु त्यानंतर पाच वर्षांनी त्याचे अपघाती निधन झाले तेव्हा मला फार फार दुःख झाले.'

जेद्दातील शाळेत वफ़ा आणि नाज़िया. *'मुलींनी शाळेत जायला हवं याबाबत मी आग्रही होतेच होते. परंतु... त्या तिथे काय शिकतात याविषयी मला नेहमीच काळजी वाटत असे.'*

जेद्दामध्ये तलावाकाठी. *'सौदी अरेबियात 'फोटो ही अत्यंत खाजगी अशी बाब! परंतु माझ्या मुली वाढत असतांना, लहानाच्या मोठ्या होत असतांनाचे फोटो असावेत याविषयी मी आग्रही होतो. मग मी बिन लादेन यांच्या संस्थेतील फोटोग्राफरला आपल्या घरी बोलावून आमचे फोटो काढून घेत असे.'*

जेद्दात वफ़ा आणि नाज़िया

आमची जेद्दाला अखेरची भेट.

'मुली जसजशा वयानं वाढायला लागल्या तसतसं येस्लामचं वागणं बदलायला लागलं. बंधन असलेल्या त्या समाजात त्यानं आम्हाला काही छोटी स्वातंत्र्य, काही प्रमाणात मोकळीक अवश्य दिली. परंतु मोकळेपणाच्या देशात मात्र तो अधिकाधिक मिटायला लागला.'

नूर, जिनं सौदी अरेबियात कधीच पाऊलही टाकलं नाही.

जिनिव्हाच्या घरात.

'ही तर स्वातंत्र्याची सुरुवात होती. हळूहळू मनातील बंधनांची भीती बाजूला सारून आमच्या मोकळ्या जीवनात रमू लागलो.'

'९/११ नंतर आमची आयुष्य खाजगी राहिली नाहीत.
मग मात्र साऱ्या जगाला आमची भूमिका समजायला हवी असं मला वाटलं.'

'अनेक वर्षांचा झगडा होता हे खरंच आहे.
परंतु त्यातल्या त्यात समाधान एवढंच होतं माझ्या सुंदर मुलींना त्यांना जे हवं होतं त्याचं स्वातंत्र्य त्यांना लाभलं.'

५

अमेरिका

भविष्यात माझ्या ताटात काय वाढून ठेवलेलं असणार होतं, याची मला सौदी अरेबियातील चमत्कारिक अशा तीन आठवड्यांच्या भेटीनं खरंतर पूर्वसूचना मिळायला हवी होती. जे काही पुढच्या दशकांमध्ये घडणार होतं त्यानं माझं सारं आयुष्य कायमस्वरूपी बदलणार होतं; परंतु त्या वेळी मी तरुण होते आणि कदाचित त्यामुळे बेपर्वा पण होते. आमच्या विवाहाच्या मेजवानीनंतर काही दिवसांनी आम्ही सौदी अरेबियाहून कॅलिफोर्नियाला गेलो, तेव्हा तर मला अगदी सुटल्यासारखं, मोकळं मोकळं वाटलं. माझ्या मनावरचं उदासीन अभ्र लवकरच विरून गेलं *(अगदी डोक्यापासून घोट्यापर्यंत झाकणारा)* अबाया मी बोळा करून कुठेतरी टाकून दिला आणि जणू काही काहीच घडलं नव्हतं असं वाटायला लागलं. आम्ही आमच्या अमेरिकेच्या नव्या स्वातंत्र्यात बुडून गेलो.

मग आम्ही वर्गांना जायला लागलो. नवीन घरासाठी खरेदीत रमलो. रेस्टॉरंटमध्ये जाणं-येणं सुरू झालं. चित्रपटांना जायला लागलो. माझी सहेली मेरी मार्था आणि तिच्या कुटुंबासमवेत वेळ घालवायला लागलो. इतर अमेरिकन मित्रांबरोबरचे संबंध आणखी दृढ करू लागलो आणि येस्लामच्या नुकत्याच सुरू केलेल्या उद्योगधंद्यासाठी ते महत्त्वाचंही होतंच. आठवड्यातून दोन दिवस शिकण्यासाठी वर्गांना जाता येईल, अशा अंदाजानं त्यानं त्याचं वेळापत्रक आखलं होतं. शिवाय त्यामुळं वैयक्तिक संगणकाच्या नव्या विश्वात त्याला संधी शोधण्यासाठी वेळ मिळत असे. मीसुद्धा अमेरिकन जीवनपद्धतीमुळे मिळणारे जे काही लाभ असतील ते पदरात पाडून घेत होते. मी आता एक विवाहित स्त्री होते, माझं भविष्य सर्वस्वी माझ्याच हाती होतं. मला वाटतं मला जे जे वाटेल ते ते मी मुक्तपणे आणि अगदी आनंदानं करीत होते.

मी येस्लामच्या पांढऱ्या स्पोर्टस्‌कारवर ड्रायव्हिंग शिकले आणि मग येस्लामनं माझ्यासाठी पाँटीएक *(Pontiac)* फायरबर्ड कारही विकत घेतली. जेव्हा केव्हा मी बेचैन व्हायचे त्या वेळी उगीचच ती फिरवत बसायला मला खूप खूप आवडायचं. मग येस्लामनं एक इंजिन असलेलं मूनी नावाचं छोटंसं विमान खरेदी केलं आणि उड्डाणाचे धडे मी घ्यावेत म्हणून माझं मन वळवलं: मग शनिवार-रविवारी दर आठवड्याला आम्ही त्यातून सांताबार्बारा किंवा लास वेगास असं भटकू लागलो.

येस्लाम काही जुगारीबिगारी नव्हता; परंतु काही वेळा गंमत म्हणून त्याचा मवालीपणा चालायचा. असंच एकदा त्याला कसिनोत मोठी रक्कम मिळाली. मग काय त्यानं लागलीच मला मिंक या प्राण्याच्या लुसलुशीत लोकरीची एक शाल आणि जडजवाहिर भेट म्हणून दिलं. या भेटी तर मला आनंद देत होत्याच होत्या; पण खरं म्हणजे तो माझ्यावर प्रेम करत होता, जपत होता म्हणून मी अधिक सुखावले होते.

मला वाटतं येस्लाम खूप आनंदात होता. अगदी घरापासून दूर आणि बालपणी शाळेच्या वसतीगृहात एकटा होता त्या वेळेपेक्षाही जास्त आनंदात होता. खरं तर कधीच नसावा इतका तो आता सुखात होता, आनंदात होता. आम्ही एकत्रितपणे पुस्तकं वाचायचो, रात्री उशिरापर्यंत त्याच्या अभ्यासाविषयी चर्चा करायचो, त्याच्या धंद्यात त्यानं जे प्रथमच पाऊल टाकलं होतं त्याविषयी बोलायचो. अगदी मोठ्या आवाजात त्याला आवडणारं संगीत ऐकायचो. आनंदात, सुखात अगदी डुंबत होतो. त्याच वेळी येस्लामनं एक त्या वेळी नव्यानंच बाजारात आलेला पर्सनल कॉम्प्युटर विकत घेतला होता. त्या क्षेत्रात पैसा खर्च करणं आणि धंद्यात अनेक संधी प्राप्त करण्याची जबरदस्त ताकद आहे याची त्याला जाणीव झालेली होती. त्या वेळी तो स्टीव्ह जॉब्ज या इसमालाही भेटला होता. ही वल्ली स्वत:च्या गॅरेजमध्ये संगणकाच्या संदर्भात काही तरी नवे आणि वेगळे असे धाडसी उद्योग करीत होती. आम्हाला ते सारंच थक्क करणारं असंच होतं. आता या नव्या कोऱ्या करकरीत अमेरिकेत कशाचाही शोध घ्यायला आम्ही स्वतंत्र होतो. प्रत्येक गोष्टीत आम्ही सहभागी होत होतो. या कमालीच्या मोकळेपणानं आम्हाला घेरी यायची वेळ आली होती.

त्या वेळी इब्राहिम आमच्याकडेच राहून जरी यूएसजीमध्ये शिकण्यासाठी जात होता, तरी त्याला एकूण अभ्यासात फारसा रस नव्हताच. पुढेमागे कधी तो पदवीधर झाला की नाही याविषयी मला शंकाच आहे. त्यामुळे की काय कोणास ठाऊक, परंतु हुषार आणि गंभीरपणे, मनापासून या गोष्टी करणारा येस्लाम तर मला आणखीनच आकर्षक वाटायला लागला. त्या काळात येस्लामचे इतर भाऊसुद्धा परदेशी जातायेताना आमच्याकडे यायचे. मग आम्ही त्यांना डिस्नेलँड, लास वेगास

किंवा मेजवान्यांना नेणं असं काहीबाही करायचो. मी जीन पँटस् आणि कॅन्व्हासचे बूट वगैरे घालायचे आणि तेसुद्धा तंग पँटस् आणि वरची बटणं मोकळी ठेवून शर्टस् घालायचे. केसही वाढवलेले आणि पिंजारलेले असायचे. बाहेरच्या जगात ते पुरते अमेरिकन वाटायचे.

आयेशा ही शेख महंमद यांचे पहिले अपत्य. येस्लामच्या आईनं ज्याप्रमाणे पहिल्या मुलाला जन्म दिला होता, त्याप्रमाणेच आयेशानं मफाऊझ या मुलाला जन्म दिलेला होता. गंमत अशी होती की आयेशा आणि येस्लामची आई एकमेकांच्या मुलांना पाजायच्या. त्यामुळे येस्लाम आणि हा मफाऊझ एकमेकांचे 'दूधभाऊ' होते. सौदी अरेबियात एक रीतीरिवाज आहे. तो असा की अशा प्रकारची 'दुधाची नाती' असतील तर तो मुलगा किंवा ती मुलगी कधीही एकमेकांशी विवाह करू शकत नाहीत आणि या 'दुधाच्या नात्याची' खास नाती मानली जातात. तर सांगायची गोष्ट म्हणजे हा मफाऊझ आमच्याकडे कधीमधी यायचा त्या काळात सौदी अरेबियाचा कवडसा आमच्या घरात डोकवायचा.

हा मफाऊझ अतिशय धार्मिक होता. धार्मिक आचरण आणि प्रार्थना इत्यादीत गर्क असणारा होता. सौदी अरेबियात हा साधेपणा दर्शविणारी 'तोबी' प्रकारची अर्धी विजार घालायचा. त्या काळात ही 'तोबी' हे धार्मिक माणूस ओळखण्याचं एक चिन्हच होतं म्हणा ना! आमच्याकडे तो आला ती त्याची परदेशची पहिली वारी होती. त्यामुळे येस्लामनं त्याला विमानातून एक फेरफटका मारून सहल घडवली. त्या वेळी माझी बहीण सलोमीपण त्यांच्याबरोबर होती; या साऱ्या सफरीच्या काळात हा मफाऊझ एका कोपऱ्यात संकोचून बसलेला होता. आता खाजगी आणि छोटंसं विमान त्यामुळं त्यातील सीट्स जवळजवळ होत्या. तर हा बाबा त्याच्या नजिक बसलेली स्त्री नात्यातील नसल्यानं अगदी मारूनमुटकून बसवल्यासारखा अवघडून बसला होता. भरीला भर म्हणजे सलोमीनं तिला बरं वाटत नसल्याचं जाहीर केल्यानं तर त्याचं दुःख दोन पदरी झालं. बिच्चारा मफाऊझ!

नोव्हेंबरमध्ये नेहमीच्या पद्धतीनं कळावं तसं मला मी गरोदर असल्याचं कळलं. मग मी येस्लामला अनेक वेळा सांगून मेक्सिकन 'टॅको' आणायला पाठवलं. नसते डोहाळेच म्हणायला हवं. मी तो पदार्थ मस्तपैकी खाल्ला; पण नंतर जी काही परिस्थिती निर्माण झाली की मी त्या पदार्थाला परत कधीही शिवलेसुद्धा नाही. मी अपत्याला जन्म देण्याइतकी मोठी झालेली आहे या विचारानं माझं मलाच आश्चर्य वाटलं. मला अनेक पदार्थ खावेसे वाटत नव्हते. त्यांचे वाससुद्धा सहन होत नव्हते. मला एकप्रकारचा 'नॉशिया' आलेला होता. येस्लामलाही अर्थातच आनंद झाला. मी त्याला ही बातमी सांगितली तेव्हा आपली बुल्गानिन स्टाईलची — फक्त हनुवटीवरची — दाढी कुरवाळीत तो फक्त हसला *(त्याने फक्त स्मित केले);* परंतु

मी अपेक्षा केली होती एवढा आनंद त्याला झालेला दिसला नाही. आनंदाने तो थरारून गेला नव्हता. त्यानं मला जवळ घेऊन माझ्या पोटावरून कधी हात फिरवला नाही की आतील बाळ लाथा झाडतं त्याविषयीची उत्सुकता दाखविण्यात अजिबात पुढाकार घेतला नाही.

आम्हाला मुलगा हवा होता आणि हे आम्हा दोघांनाही ठाऊक होतं. आमच्या स्त्रियांच्या राज्यात माझ्या बहिणींना किंवा मला मुली म्हणूनही नेहमी बंधने होती. मला नेहमीच आपल्याला एक भाऊ असावा, असं फार वाटायचं. मला नेहमी जाणवायचं की भावाला अधिक स्वातंत्र्य मिळू शकलं असतं आणि आईला *(आमच्या बाबतीत)* जरा कमी कठोर होण्यासाठी तो प्रभाव पाडू शकला असता. येस्लाम सौदी होता आणि त्याला मुलगा हवा असणं अर्थातच स्वाभाविक होतं. मला इराणी पार्श्वभूमी असल्यानं कोणी न सांगताही मला ते समजू शकत होतं.

गरोदरपणाच्या बहुतांशी कालावधीत डॉक्टरांच्या सल्ल्यानुसार विश्रांतीसाठी मला शाळा सोडावी लागली. असाच एकदा माझा बिली नावाचा अमेरिकन मित्र मला भेटायला आला होता. पूर्वी आमची जिनिव्हात भेट झाली होती आणि आमची चांगली गट्टी होती. घरात सतत बसून बसून मी अगदी विटले होते आणि बिलीची खरंच आतुरतेने वाट बघत होते. माझं वाढलेलं पोट हे नवीन होतं. मग आणखी कशावर बोलणं होणार होतं! मी त्याला सांगितलं, 'आम्हाला मुलगा हवाय.' तर बिली म्हणाला, 'मला तुला मुलगी व्हावी असं वाटतं. शिवाय ती तुझ्यासारखी असली तर मग सोन्याहून पिवळं. छान होईल तसं झालं तर!' मी गालातल्या गालात हसत येस्लामकडं बघितलं. त्याचा चेहरा काळा पडला होता. कपाळावर आठ्या वगैरे नव्हत्या हे खरं; पण तो बिलीकडे टक लावून पाहात होता. तो अतिशय शांत आणि गंभीर झाला होता. बिलीनेही जरा थोडक्यातच भेट आवरती घेऊन आमचा निरोप घेतला. त्यानंतरही तो परत आला होता; परंतु येस्लामने शब्दांचा वापर न करता बिलीचे आमच्याकडे त्यानंतर स्वागत होणार नसल्याचे माझ्यापर्यंत पोहचवले होते.

सुरुवातीच्या काळात तुम्ही कोणाच्या कह्यात जात आहात किंवा कोणाच्या हातचे बाहुले बनणार आहात याची काहीच कल्पना नसते. तुम्ही कोणाला तरी भेटता आणि एकरूप होऊन जाता. अगदी आपल्या आवडीनिवडी व्यक्तित्व सारं समोर ठेवता. नंतर मात्र हातून सारं निसटलं आहे हे समजतं आणि प्रयत्न केला तरी परत त्यावर ताबा मिळवता येत नाही. तुमच्या एखादं नको वाटण्याला, विरोधाला, नापसंतीला साऱ्यासाऱ्याला मुकेपण येतं. इतकंच नाही तर संथ गतीने का होईना परंतु अखेरीला तुमचं सारं व्यक्तिमत्व खूष ठेवण्याच्या इच्छेला शरण जातं. तुमची संस्कृती वेगळी असेल तर अगदी हमखास तुम्ही तुम्हाला हरवून

बसता. माझ्या आणि येस्लामच्या बाबतीत तरी आणखी काय वेगळं होतं. गरोदरपणानं आणि तारुण्यानंसुद्धा मला कमालीचं हळवं केलं होतं. हे सारं प्रत्येक क्षणाला अगदी कणाकणानं संथपणे, नकळत होत गेलं की मला ते जाणवलंसुद्धा नाही; परंतु माझं व्यक्तिमत्व, माझं माझेपण येस्लाममध्ये सामावत जायला सुरुवात झाली.

गरोदरपणाच्या काळात मेरी मार्था तर माझा प्राणच बनली होती. मी सततची थकलेली होते. अगदी इतकी की कित्येक महिन्यांत मी मोटारमध्ये पाऊलही टाकलं नाही. मेरी मार्थानंच येस्लामला पॅसिफिक पालीसाडेस विभागात नवीन मोठं घर घेण्यात खूप मदत केली. तीच बिचारी तिच्या गाडीतून मला लहान मुलांचे कपडे आणि कठडा असलेला लहान बाळासाठीचा छोटासा पाळण्यासारखा पलंग घेण्यासाठी सगळीकडे फिरवत होती. तीच मला 'लॅमझी नैसर्गिक प्रसूती'च्या वर्गांना नेत होती. माझ्या स्वप्नातल्या बाळाविषयीची माझी बडबडही सहन करीत होती.

एकदा मेरी मार्थानं एक मोठी चॅरिटी मेजवानी आयोजित केली होती; पण तिला मदत करायलाच कोणी मिळत नव्हतं. मग मीच पुढाकार घेऊन बिन लादेनमधील कुटुंबातील मंडळी जमवली. विस्कटलेल्या केसांचा डोलारा असलेल्या इब्राहिमनं टेबलावर वेटरचं काम केलं. येस्लाम दरवाजावर पैसे घेण्याची कामगिरी बजावीत होता आणि मी गरोदरपणीच्या महागड्या रेशमी वेषात बशा विसळण्याचं काम करीत होते. ती जायला निघाली तेव्हा कॅलिफोर्नियाच्या हेडनर्सनं तिला हटकलं आणि विचारलं, 'ही सारी वेगळीच माणसं दिसतायेत. तुला मदत करण्यासाठी कोठून मिळवलीस?' त्या वेळी हसत हसत मेरी मार्था, 'जाऊ देत. तुला ते परवडणार नाहीत' असं तिच्या कानात कुजबुजली. आम्ही स्वयंपाकाच्या खोलीत त्या संभाषणावर *(खुसखुसत होतो.)* आमची हसून हसून अगदी पुरेवाट झाली.

अरिझोनाहून या मार्थाचे आईवडील आले होते, तेव्हा वरचेवर आम्ही त्यांना भेटायला जायचो. तिचे वडील लेस बर्कले यांचा मोठा शेतीव्यवसाय होता आणि ते 'आईसबर्ग ल्येट्यूस'ची लागवड करीत होते. ते जॉन वेन प्रकारचे मोठे आणि शक्तिशाली गृहस्थ होते. तिची आई अतिशय सालस, सुस्वभावी आणि बुद्धिमान स्त्री होती. तिचा प्रजासत्ताकावर आदरयुक्त असा खूप विश्वास होता. आमच्यात अधुनमधून अमेरिकेतील राजकारण आणि अमेरिकेची घटना यांवर चर्चा व्हायची. कुटुंबाविषयीही बोलणी व्हायची. आम्ही एकत्रितपणे 'रिडर्स डायजेस्ट' - शब्दसंग्रह वाढविण्याच्या चाचण्या करायचो. तिला तो अडथळा वाटायचा; परंतु मला मात्र हे गरजेचं शिक्षण वाटायचं.

मेरी मार्थाच्या कुटुंबात एकमेकांविषयी अतिशय प्रेमळ संबंध होते आणि परस्परांविषयी जबरदस्त आदराची भावना होती. मला हे सारं नवीन होतं. कारण केवळ वयानं मोठी असल्यानं मोठ्या, वडीलमंडळींच्या आज्ञा बिनतक्रार निमूटपणे पाळायच्या, हे मी आईकडे वाढत असताना शिकले होते. वय आणि अधिकार, ज्ञान या गोष्टींना मी अगदी सहजगत्या शिरोधार्य मानत होते आणि आदराची भावना जपत होते; परंतु मेरीच्या कुटुंबात साऱ्यांनाच एकमेकांविषयी आदर होता. त्यांच्या वागण्यात आदब होती, आदर होता हे खरं; परंतु त्याचबरोबर ते मोकळेपणानं एकमेकांशी बोलायचे. अगदी नापसंतीसुद्धा मोकळेपणाने व्यक्त करायचे.

या बर्कले कुटुंबाबरोबर असणं हा अतिशय उबदार, स्वागतार्ह असाच अनुभव असायचा. वयाचा विचार न करता प्रत्येक व्यक्तीला आदराचे स्थान होते. या कुटुंबात अगदी बालवयातील मुलांचे मतही ऐकून घेतलं जायचं आणि काळजीपूर्वक त्याचा विचारही व्हायचा. त्याची नम्रता दिखाऊ किंवा वागण्यातील यांत्रिकता नव्हती. त्यामागे निश्चित'विचार होता. हा दृष्टिकोन सोबत घेऊनच नंतर मी सौदी अरेबियाला गेले होते. माझ्या मुलींना त्याच मार्गाने वाढवण्याचा मी आटोकाट प्रयत्न करीत होते. प्रत्येक दिवसाला मी या नव्या मूल्यांची, अमेरिकन मूल्यांची मनोमन दृढ अशी भक्त बनत होते.

१९७५च्या एका मार्चच्या सकाळी सकाळीच मला जागं करीत येस्लामनं मला फैजल राजाचा त्याच्या भावांपैकीच कोणीतरी खून केल्याची बातमी सांगितली. या घटनेनं सौदी अरेबियात गोंधळ माजला होता. देशातील व्यवस्थेला धक्का देण्यासाठी हा खून झाला, असं जरी सांगण्यात येत होतं तरीही तो खून सूडभावनेतून झालेला होता. येस्लामनं सांगितलं की राजानं दूरदर्शनला राज्यात परवानगी दिली होती. त्या निर्णयाविरुद्ध जी बंडाळी झाली त्यात खुन्याच्या भावाला दहा वर्षांचा तुरुंगवास भोगावा लागला होता. त्या घटनेचा हा खून म्हणजे बदला होता.

त्याच्या सांगण्यामधील भीतीची / भयाची भावना आणि हेतू मला समजत होते. दिवसेंदिवस आपण आपल्या कुटुंबाच्या व्यवसायाला, धंद्याला मदत करण्यासाठी मायदेशी परतावं, ही भावना येस्लामच्या मनात घर करीत होती. त्यासाठी लवकरात लवकर पदवी पदरात पाडून घेण्यासाठी तो अभ्यासाच्या मागे लागला होता.

मध्यंतरीच्या काळात मी अपत्याला जन्म देऊन आई झाले. माझ्या आयुष्यातील ही अगदी मोलाची आणि अविस्मरणीय अशी घटना होती. मेरी मार्था त्या वेळी माझ्या सोबत होती; परंतु ही घटना येस्लामच्या पचनी पडणार नाही असं मला वाटलं. कारण हे अपत्य म्हणजे कन्या होती.

ही बातमी ऐकल्यावर येस्लाम निघून गेल्याचं खूपच नंतर मला कळालं. बातमी कळल्यावर आल्यापावली तो माघारी फिरून हॉस्पिटलमधून निघून गेला

होता; पण त्या वेळी मी अतिशय थकलेली होते. जेव्हा यांनी मला माझ्या खोलीत हलवलं आणि माझ्याकडे माझं बाळ आणलं, तेव्हा मात्र येस्लाम तेथे होता एवढंच मला दिसलं; मला वाटलं कदाचित तो जरा निराश झाला असेल; परंतु तो जुळवून घेईल याविषयी मला खात्री होती.

आता आम्हाला नाव ठरवायचं होतं. आम्ही फैजल हे मुलासाठीचं नाव ठरवलेलं होतं; परंतु मुलीच्या नावाचा आम्ही कधी विचारच केलेला नव्हता. येस्लामनं वफ़ा या नावावर शिक्कामोर्तब केला. त्याचा अर्थ होता इमानी.

मुलीला जन्म देणं हे जितकं मला आश्चर्य वाटत होतं; तितकीच ती कशी होणार ही उत्कंठाही होतीच. वफ़ा सुंदरच होती. सहसा अगदी छोटंसं जन्माला आलेलं बाळ जितकं सुंदर असतं त्यापेक्षाही ती जास्त सुंदर होती. म्हणूनच की काय मी जेव्हा जेव्हा तिच्याकडे बघायचे तेव्हा मला निराशा स्पर्श करू शकत नव्हती. तिचं सौंदर्य आणि प्रेम यामुळे मी भारावून गेले होते. मात्र क्वचित्प्रसंगी येस्लाम कुरकुरायचा, चिडचिडायचा. जणू काही त्या मुलीनं माझ्यावर ताबा मिळवल्याने त्याचा मत्सर जागा व्हायचा. तो जरी एकत्र आणि मोठ्या कुटुंबात लहानाचा मोठा झाला होता तरी माझ्याइतकं तो वफ़ाकडे लक्ष देत नव्हता. ती काहीबाही नवीन नवीन गोष्टी करायची आणि मी त्याला त्याविषयी सांगत असे, तेव्हा तो आनंद झाल्याचं दाखवित असे. गोष्टी अर्थात किरकोळ असायच्या म्हणजे तिचं अंगठा चोखणं किंवा खेळण्यांकडे झेपावणं इत्यादी; परंतु एक नक्की मला या गोष्टी मुद्दाम त्याच्या लक्षात आणून द्याव्या लागत.

वफ़ाच्या जन्मानंतर थोड्याच दिवसांत मेरी मार्था मला खरेदीसाठी घेऊन गेली. मला बरं वाटलं; कारण त्या निमित्तानं बापलेक एकत्र राहणार होते. त्यांच्यात काही भावबंध निर्माण होणार होते. कारण वफ़ाला अजून कोणीतरी भरवावं लागायचं. आम्ही धावपळ करीत छोटे कपडे खरेदी करून घरी परतलो, तर एखादं पार्सल द्यावं तसं वफ़ाला माझ्याकडे सोपवित तो म्हणाला, 'ती ओली झालीय!' 'अरे, मग तिचे कपडे बदलायचेस ना?' मी म्हणाले. मी स्वप्नात असल्याप्रमाणे येस्लाम किती मूर्ख आहे असे समजले. उलट मला त्याचीच दया आली. त्याची अशी ही अगतिकता बघून मला अधिकच आई म्हणून जास्त आत्मविश्वास वाटायला लागला.

◆

६

बिन लादेन कुटुंबाच्या सहवासात

१९७६च्या शिशिरऋतूत आम्ही जेद्दाला परतलो. ह्या वेळी आम्ही विमानतळाला फेरी मारली आणि निघालो तेव्हा माझ्याजवळ *(मी अंगावर घातला होता तो)* सौदी अबाया छान रेशमी आणि अगदी योग्य प्रकारचा असाच होता; तो हलकाफुलका होता. परंतु तो मी अजिबात दिसूसुद्धा शकणार नाही असा पोशाख अंगावर चढवल्यावर मात्र आजवर विसरलेली उदासीनतेची भावना परतून आली होती. या वेळी तर ती भावना अधिकच गडद झालेली होती. आता मी काही दोन आठवड्यांनी निघणार नव्हते. हा बुरखा असा नव्हता की तो चुरगाळून कपाटात कोठेतरी त्याचा बोळा ठेवून देईन. आता तो माझी सततच्या सावलीप्रमाणे सोबत करणार होता आणि माझ्या जीवनाचं प्रतीक बनणार होता.

कैक वर्षे मी कधीही परदेशी गेले की तेथील लोक 'तुम्ही बुरखा घालता का हो?' हा प्रश्न अगदी हटकून विचारीत. त्यावर मी होकारार्थी उत्तर दिल्यावर त्यांना वाटणारं आश्चर्य आणि भीतीचा थरार बघितल्यावर मला नेहमीच थप्पड बसल्यासारखं वाटत असे; परंतु तरीही मी त्याचा तमाशा करीत नव्हते. मग माझी अस्वस्थता लपविण्यासाठी, 'सौदी अरेबियात 'अबाया' हे स्त्रियांविषयीच्या आदराचे प्रतीक मानले जाते. ते आदरचिन्ह असते,' असे काहीबाही सांगून वेळ मारून नेत असे. अर्थात ही सारवासारवी कायमस्वरूपाची ठरणार नाही, हे मलाही पटत असे. खरं म्हणजे व्यावहारिकदृष्ट्या विचार केला तर तो खूपच गैरसोयीचा होता. मी तमाशा वगैरे करीत नसले तरीही मला त्यामुळे माझ्या बुद्धिमत्तेचा आणि स्वातंत्र्याचा अवमान वाटत असे.

शिवाय माझा स्वभावही आशावादी आहे. येणाऱ्या प्रत्येक दिवसाबरोबर जेद्दा बदलत होतं, फुलत होतं, आकाराला येत होतं. परिणामी, परदेशातील लोकांचे

जथेच्या जथे या देशात यायला लागले होते. सर्वत्र रेती असलेल्या या देशातील कमालीचं रितेपण, विलक्षण असा उजाडपणा थोड्याच कालावधीत बदलून तेथे नवे रस्ते आणि गगनचुंबी इमारती उभ्या राहतील, अशी परिस्थिती येत होती. इतर देशातील संस्कृतीप्रमाणे सौदी समाजही आधुनिकतेकडे झुकेल, असं मी गृहित धरून चालले होते. मला असंही वाटलं की इराणप्रमाणे येथेही अबाया, बुरखा घालायचा, नाही घालायचा असं स्त्रियांच्या मर्जीवर असेल. आम्हीसुद्धा अगदी सहजपणे रस्त्यांतून हिंडूफिरू शकू, हवे असेल तिकडे मोटारी फिरवू, असं वाटत होतं. आम्ही आमच्या खरेदीसाठी दुकानात जाऊ. इतकेच काय पण अशीही दुकानं थाटली जातील जिथे आमची इच्छा असेल तर आम्ही काम / नोकरी करू.

मध्यंतरीच्या काळात मला नवीन आयुष्याशी जुळवून घ्यावं लागलं आणि एक चांगली, योग्य अशी सौदी बायको आणि आईही होण्यासाठी धडपड करावी लागली.

आम्ही उम येस्लाम आणि फौझियासोबत आत गेलो. नंतर उम येस्लामच्या अब्दाऊ या सुदानीज ड्रायव्हरचीच मी गरजेनुसार सेवा घेत होते. त्याशिवाय एक इथोपियन कामवाली पण आम्ही कामावर रुजू करून घेतली. मी थोडीफार — कामचलाऊ — अरेबिक भाषा शिकले. जसे वफ़ाला दात यायला लागले आणि ती इकडेतिकडे दुडुदुडू फिरू लागली, तेव्हा मला मातृत्व खूप जाणवलं, बरं वाटत होतं यामुळे.

नवलाची गोष्ट म्हणजे उम येस्लामच्या शांत, संथ अशा प्रकारच्या विश्वात मी गुंतत गेले. भूल दिल्यावर जसा एखादा हळूहळू अगदी नकळत गहाळ होत जातो ना तसंच काहीसं माझं झालं असावं. तशी उम येस्लाम सुस्वभावी स्त्री होती; परंतु चूल आणि कुराण ह्याखेरीज तिला कशातच रस नव्हता. दिवसातून पाच वेळा ती प्रार्थना करीत असे. एका अदृश्य अशा रूढीपरंपरांच्या पिंजऱ्यात ती पुरती अडकलेली होती.

अरेबिक भाषेत स्त्रिला 'होरमा' म्हणतात आणि तो शब्द 'हराम' म्हणजे पाप या शब्दातून आलेला आहे. या स्त्रिच्या आयुष्याचा प्रत्येक क्षण इस्लाम धर्मातील रूढी-रीतीरिवाज आणि कर्मकांड यांच्याशी निगडीत होता. प्रत्येक बाब 'हराम' आणि 'पापाची' वाटत होती. जेव्हा एखादी गोष्ट 'पापाची' नसलीच तर अगदी निदानपक्षी 'आबे' म्हणजे 'लज्जास्पद' होती. संगीताशी मैत्री 'हराम' होती. रस्त्यातून चालणे, हिंडणे 'आबे' होतं, घरातील पुरुषनोकराशी बोलणंही 'आबेच', कुटुंबाशिवाय बाहेरच्या परपुरुषाला दर्शन होणं 'हराम' होतं. उम येस्लाम विलक्षण सहनशील अशी स्त्री होती. तिच्या शांत, गंभीर चेहऱ्यावर कधीसुद्धा नापसंतीची आठी नसे. तिच्या कोमल आवाजातील आश्चर्याचा माझी वागणूक तिला

पसंत नसल्याचा मी अर्थ काढला होता.

त्यामुळे बिन लादेनच्या कुटुंबातल्या स्त्रीनं घर सोडून बाहेर पडणं म्हणजे तर अर्थातच नेहमीच 'हराम आणि आबे' होतंच होतं. परपुरुषानं आमचे चेहरे कधीही पाहणं अशक्य होतं. त्यातून कधी आम्ही घरातून अगदी बाहेर पडलोच तर त्या विशिष्ट ठिकाणी माणसाकडून आम्हाला मोटारीतून नेलं जायचं. आमच्या तेथील अगदी आजुबाजूच्या परिसराचा नकाशा, आराखडा त्यापूर्वी काही दिवसआधी मला समजला होता.

आमची खरेदी नोकरांच्या हाती होती. आम्हाला कशाची आवश्यकता असेल तर आमच्या घरातील नोकरमुलाकडून अब्दाऊला किंवा दुसऱ्या नोकराला सांगितलं जायचं आणि मग आम्हाला हव्या असलेल्या वस्तूंचा त्यांनी शोध घ्यायचा. बरं तेही नुसते पोहण्याचे पोशाखच होते असं नाही. त्यात चहाही असायचा आणि आमचे 'सॅनिटरी टॉवेल्स'सुद्धा असायचे. अगदी काहीही म्हणजे काहीही. आम्हाला ते पसंत पडले नाहीत तर तो दुसरी टोपली परत सामानानं भरून आणायचा. मग आम्ही त्यातून निवड करायचो, की चालला हा परत ती सामानाची सुटकेस किंवा तसंच काही घेऊन दुकानात. कशासाठी तर किंमतीसाठी. मग परत आमच्याकडे पैशासाठी. या साऱ्या मूर्खपणामुळं मला तर वेड लागायची वेळ आली होती.

ज्या पद्धतीनं साऱ्या स्त्रियांना बंधनाच्या जाळ्यात गुंतवून ठेवलेलं होतं, त्यामुळं माझ्या अगदी प्राथमिक हालचालींनाही विश्वास बसणार नाही अशी गुंतागुंत निर्माण झाली होती. वफ़ाला 'सिमिलॅक बेबी मिल्क'ची सवय झालेली होती. जरी इकडे येताना मी भरपूर साठा आणला होता, तरी तो संपुष्टात येण्याच्या बेताला आला होता. मला ती दुर्बल होतीय, अशक्त होतीय असं जाणवत होतं. अर्थात ते जबरदस्त उष्णतेमुळेही असण्याची शक्यता होती. दुसऱ्या ब्रँडचं दूध तिला मानवत नसल्यानं मला काळजी वाटायला लागली. मग मात्र काहीही करून त्या दुधाचा शोध घेण्याचा मी निर्णय घेतला. मी त्याबाबत ठाम भूमिका घेतली. मी वेळोवेळी त्या विशिष्ट दुधासाठी अब्दाऊला बाजारात धाडलं आणि प्रत्येक वेळी तो प्राथमिक किंवा अगदी लहान बाळासाठी असलेल्या दुधाची पिपच्या पिप उचलून आणायचा. 'सिमिलॅक' शोधणं ही माझी नितांत गरजच ठरली. सबंध देशात लहान मुलांसाठी दुधाचे केवळ दोन प्रकारच बाजारात असावेत, यावर विश्वास ठेवायला मी अजिबात तयार नव्हते. एके दिवशी रात्री मी येस्लामला या दुधाचा शोध घेण्यासाठी काहीही करून मला बाहेर जायला परवानगी दिलीच पाहिजे, असा हट्टच धरला. नवल म्हणजे कोणताही विरोध न करता त्यानं मला त्यासाठी अनुमती दिली.

बाप रे! मी किराणा मालाच्या दुकानात जाणार! केवढी-केवढी सुधारणेची झेप! मी तर आनंदानं बेहोषच झाले. डोक्यापासून-पावलापर्यंत झाकलेल्या आबायातल्या

मला अब्दाऊ आणि येस्लाम घेऊन गेले. मला मोटारीतच थांबायला सांगून येस्लाम दुकानात निघून गेला. सरतेशेवटी दहा मिनिटांनी तो परतला आणि मला दुकानातल्या प्रवेशाच्या दरवाजाकडे घेऊन गेला. त्या वेळी मला दुकानाबाहेर चांगल्या डझनभर रांगेत असलेल्या पुरुषांना पार करून जावं लागलं. मी दिसू नये म्हणून ते सारे विरुद्ध दिशेला तोंड करून अगदी निग्रहाने उभे असलेले मला दिसले. अखेरीला, मी त्या दुकानात पाऊल टाकले आणि लागलीच माझ्या सारा आशा धाडकन कोसळल्या. ते दुकान म्हणजे एक गलिच्छ, धुरळा असलेलं खिडक्या नसलेलं, एखाद्या कोठारासारखं होतं आणि सर्वत्र डबे असलेल्या पुठ्ठ्यांची खोकी इकडेतिकडे सर्वत्र पडलेली होती. एखाद्या गोदामाचा दर्प सर्वत्र जाणवत होता. शिवाय, त्यातून दूध शोधणं म्हणजे महान दिव्यच होतं; कारण एकाही खोक्यावर एकही लेबलबिबल काही म्हणजे काहीही नव्हतं. मुळात तेथे निवडीला वावच नव्हता आणि 'सिमिलॅक' तर नव्हतंच नव्हतं. त्यासाठी एका काळ्या पेहरावातील स्त्री आणि तिचा नवरा यांना आता संचार करता यावा म्हणून साऱ्या गिऱ्हाईकांची आणि दुकानातील नोकरांची दुकानाबाहेर हकालपट्टी केलेली होती.

काय आणि कशाला ते भीत होते! संसर्गाला! मी केवळ स्त्री असल्याने माझ्याकडे अशी पाठ फिरवणं हे त्या माणसासाठी विनय आणि आदर याचं चिन्ह, पुरावा होता की काय? मी संतापाने फुलले होते. अगदी काही आठवड्यांपूर्वीच मी माझ्या कुटुंबासाठी ताजी भाजी आणि सेरेलॅक घेण्यासाठी कॅलिफोर्नियातील झगमगत्या सुपरमार्केटमध्ये भटकले होते. मी निराश होऊन घरी परतले; परंतु घरी आले तेव्हा माझ्या पोटात अतिशय भयंकर अशा घरच्या ओढीचा गोळा उठला होता. मला जाणवलं की मी अगदी नितांत परक्या किंवा तशा प्रकारच्या दुनियेत प्रवेश केलेला होता.

मला काहीतरी करायचं होतं, मला वाचायचं होतं. माझ्या शरीराला आणि मनाला चालना हवी होती. दोन दूरदर्शन चॅनेल्स् होते; पण त्यावर दिवसभर एखादा इमाम कुराण म्हणत असे. काही वेळेला वयानं अगदी सहा-सात वर्षांच्या मुलांनी कुराणातील काही भाग स्मरणशक्तीने म्हणून दाखवला म्हणून बक्षिसे देण्यात येत, असं काहीतरी चाले. परदेशी वर्तमानपत्रेही गंमतीशीर आणि त्रोटक असत. सौदी अरेबिया किंवा इस्त्राइलवरील वक्तव्ये, एखादा फोटो किंवा एखादी जाहिरात यात स्त्रिच्या शरीराचा इंचभर भाग जरी उघडा असला तरी सेन्सॉरचे लोक तो भाग काळा करीत या सेन्सॉरच्या काळ्या पेननं झाकलेल्या भागातील काही शब्द वाचता येण्यासाठी मी त्या बातम्या उजेडावर धरीत असे.

तिथं पुस्तकं, चित्रपटगृहं, चित्रपट किंवा संगीताच्या मैफिली यातलं काही म्हणजे काहीही नव्हतं. आम्ही बाहेर पडत नव्हतोच आणि बाहेर जावं असं काही

नव्हतंच. मला बाहेर जाण्याची परवानगी नव्हती आणि कायद्यानं मोटारही चालवता येत नव्हती. वफ़ाची काळजी घेणं, तिची देखभाल करणं असं आई असण्यात मला निश्चितच आनंद होता; परंतु ते माझ्या मनासाठी किंवा दिवसभरासाठी पुरेसं नव्हतं. मला बाहेर जायला हवं होतं. मी येस्लामला माझी अगतिकता सांगितली. त्याला माझं दु:ख, *(कोंडी)* समजली असावी, म्हणून त्यानं पुस्तकं, काही सिमिलॅक इत्यादी खरेदी करण्यासाठी आणि मनाचं समाधान करण्यासाठी जिनिव्हाला तीन दिवसांची चक्कर टाकण्याविषयी सुचवलं. मला घराची ओढ लागली होतीच. त्यावर तो उताराच होता. सौदी अरेबियातील पहिल्या काही वर्षांत हे वरचेवर घडायचं आणि मग मला तक्रार करावी लागे. त्यावर येस्लामला मला शांत करण्याचा हा मार्ग सापडला होता. मी माझ्या नवऱ्याला माझ्या बाजूनं वळवण्यात यशस्वी झाले होते. मी त्याला परत मिळवला होता.

माझ्या परिचित जिनिव्हात माझं परिचित असं विश्व मला कमालीचं वेगळं वाटायचं. नव्या नजरेनं मी ते न्याहाळीत असे. एकाएकी जे जे काही सगळं मी माझ्या आयुष्यात गृहित धरून चालले होते ते सुरेख वाटत होतं. तपकिरी, रुक्ष, उजाड जमिनीभोवताली असलेल्या या जेद्दाच्या विमानतळापासून पाच तासांच्या अंतरावर जीवन फुललेलं असं, वैविध्यपूर्ण असं सारं इथं होतं. इथं अनेक घरं, इमारती आणि माणसं होती. रंगारंगाने भरलेली शेतं आणि उद्यानं होती. टोकदार निळा राखाडी डोंगर याकडे एकटक बघणारी मी मला बघत होते आणि प्रत्येक टोकदार शिखरांच्या रेषा अन रेषा आठवायचा प्रयत्न करीत होते. अगदी माझ्या आईच्या बागेतील झाडेसुद्धा विलक्षण वेगळी वाटत होती. शिशिरऋतूमधील पानांचे आकार आणि रंग मी न्याहाळत होते आणि त्यांना मनात साठवीत होते. जणू काही मी त्यांना नव्यानं आणि अगदी प्रथमच बघत होते. मी ढिगांनी पुस्तकं आणि गरज असलेल्या वस्तूंची खरेदी केली आणि... आणि परतीच्या प्रवासासाठी मन घट्ट केलं.

आमच्या सौदी अरेबियातील पहिल्या काही वर्षांत येस्लाम कामाच्या निमित्ताने कुटुंबाच्या व्यवसायासाठी सतत प्रवास करीत असे. सहसा त्याचं दमामला जाणं व्हायचं. पूर्वेकडच्या किनाऱ्यावर कारखान्यासाठी तेलाचा पुरवठा करण्यासाठी बंदराचं काम झपाट्यानं सुरू होतं. माझी पुस्तकांची सोबत असो-नसो किंवा उम येस्लाम आणि एकमेव तरुण फौझिया यांचा सहवास असला तरीही जेद्दामध्ये दोन-तीन दिवस सलग एकटं राहण्यानं मी जाम कंटाळत होते आणि मला वेड लागायची वेळ आली होती.

माझा बहुतेक सारा दिवस केवळ उम येस्लामच्या सहवासात जात असे, फौझिया 'बिझनेस' या विषयाचा अभ्यास करीत होती. त्यामुळे ती विद्यापीठात

गेलेली असे. तिचा अभ्यास मला परिचित होता तसा विद्यापीठातल्याप्रमाणे नव्हता. वास्तवात तिचा अभ्यास म्हणजे पुरुष प्राध्यापकांचे 'व्हिडिओ प्रेझेंटेशन' असे; परंतु स्त्रियांसाठी म्हणून वेगळे असलेले जे वर्ग असत तिथे या प्राध्यापकांना प्रत्यक्ष शिकवता येत नसे. एक लायब्ररीही होती; पण पुस्तकांसाठी विद्यार्थिनींना लेखी मागणी करावी लागायची. मग आठवड्यानंतर त्यांच्यासाठी खास असलेल्या ऑफिसात त्यांना पुस्तकं मिळण्याची व्यवस्था केली जात असे *(सारा विचित्र प्रकार होता).* अर्थात मी फौझियाला कधी पुस्तक वाचताना बघितलं नाही किंवा अभ्यासाविषयी बोलतानाही ऐकलं नाही.

रिकामटेकडेपणात आणि रितेपणात मी बुडत चालल्याचे मला जाणवत होते. एखाद्या ग्लासच्या भांड्यात, अगदी मऊमऊ काचेच्या भांड्यात एखाद्या माशाने संथपणे पोहत राहावं, तेही बाकी करायला काहीच नाही म्हणून! हवेसाठी धडपडावं, अशा काही उद्देश नसलेल्या 'गोल्डफिश'सारखी माझी स्थिती झाली होती. सारं काही होतं. फक्त मोकळी हवा नव्हती. होतं ते गुदमरणं. असं कंटाळवाणं, निरुद्देश जीवन जगताना मी अगदी विटून गेले होते.

भयानक उष्म्यानं आम्हाला अगदी चिरडून टाकलं होतं. दिवसाच्या काळात आम्ही घराबाहेर पाऊलही टाकत नव्हतो. संध्याकाळीही बागेत पाऊल टाकणं म्हणजे विस्तवावर चालण्याचं अग्निदिव्यच होतं. जेव्हा एकदा पाऊस पडला त्या वेळीच मी प्रथमच काय ते उम येस्लाममध्ये चैतन्य बघितले. एके दिवशी सकाळी उठलो तर आकाश राखाडी होते आणि प्रत्येकजण भारावल्याप्रमाणे पावसाविषयी बोलत होता. अगदी पहिले थेंब पडायला लागले तेव्हा तर उम येस्लाम आणि फौझिया बागेकडे झेपावल्याच. 'पाऊस पडतोय, पाऊस आलाय, या या बाहेर या. बघा बघा.' त्या ओरडायलाच लागल्या. मला पाऊस काय असतो याची कल्पना होती. निदान ही एक गोष्ट तरी माझ्या परिचयाची होती; पण त्यांना बरं वाटावं म्हणून मीही आपली तिकडे गेले. ओली वाळू काहीतरी विचित्रच गंध देत होती; पण ते फारसं महत्त्वाचं नव्हतं. पाऊस पडत होता आणि त्यांना आनंदित करण्यासाठी तेवढं पुरेसं होतं. बागेत फूटभर उंचीचं पाणी साठलं होतं आणि भोवतालच्या सिमेंटच्या भिंतींना ते न्हाऊ घालत होतं. दोनएक दिवस त्या वाळूनं हिरवंसं रूप धारण केलं. जणू काही ते रेताडही कृतकृत्य झालं होतं. नंतर मात्र जीवनात काहीतरी आणि थोडाफार तरी बदल वाटायचा आणि मीसुद्धा पावसात भिजण्यासाठी धाव घ्यायची.

वाळूची वादळं मात्र अजिबात सुखावह नव्हती. गरगर फिरणारा, धारदार वारा या वाळूला अगदी बदडून काढायचा. काही वेळेला दिवस दिवस आकाश अंधारलेलं असायचं. रेतीचे ढग सर्वत्र प्रवेश करायचे. अगदी बंद खिडक्यादारांतूनसुद्धा ते आत

घुसायचे. सर्वत्र असायचे — कपड्यात, बुटात अगदी अन्नातसुद्धा. ते नकोसं वाटणारं आणि भयप्रद वाटायचं. घोंगावणारा वारा उदासी असायचा. मला या गोष्टीची मात्र कधी सवय होऊ शकली नाही. पावसानं किंवा नंतरच्या या वाळूवादळांनी माघार घेतल्यावर माळी ती वाळू परत त्या रेताड्यात झाडून टाकण्याचा निष्फळ प्रयत्न करायचा. ते बघून मी तर स्तंभित व्हायचे. माणसांनी राहावं अशी जागा नसलेल्या घरात आम्ही राहात होतो. जेद्दा जरी समुद्रावर होतं आणि एक महत्त्वाचं बंदर होतं तरी ओसाड वाळवंट कायमचंच वस्तीला होतं... दगडी, रानटी अगदी सदोदित आमच्या आयुष्यावर आक्रमण करणारं वाळवंट! तिथं ना एखादी नदी होती की एखादं नैसर्गिक हिरवं झुडूप. नव्हता कोणत्याही पिकलेल्या फळांचा रंग!

तसं एका दृष्टीनं सौदी अरेबियाचं वाळवंट सुरेखही होतं. लाटालाटांचे, उडालेल्या वाळूच्या लाटांचे उंचवटे होते. वाळूतल्या लाटा सुरेख दिसायच्या. शिवाय, लखलखता प्रकाश, भलं मोठं, विस्तीर्ण आणि रुंद असं क्षितिज मला महासागराविषयी विचार करायला लावायचं; पण ते भयंकर होतं, विलक्षण होतं आणि त्यात तोचतोचपणाही होता. अगदी भकास, रितं रितं वाटायचं. या वाळवंटात उभारलेलं राज्य हे एक बंधन घालणारं ठिकाण होतं. एकोणिसाव्या शतकापर्यंत या भव्य आणि एकाकी सौदी अरेबिया या वाळवंटाकडे एकही युरोपियन कधी फिरकलाही नाही. मला वाटतं की भौगोलिकदृष्ट्या हा सर्वांत स्वागत नाकारणारा असा या ग्रहावरचा देश असावा.

◆

७

पुरुषप्रधान संस्कृती

सामाजिकदृष्ट्या सौदी अरेबिया मध्ययुगीनकाळात आणि अंध:कारात गुदमरलेला होता. बहाबचे पाठ तेथील लोकांचा श्वास होता. ते पाठ प्राचीन सामाजिक नियमांवर आधारलेले होते. अर्थात त्यांची अंमलबजावणीही अतिशय कठोर होती. त्यांची संस्कृती इजिप्त किंवा इराणप्रमाणे गुंतागुंतीची किंवा अभ्यासपूर्णही नव्हती. मी त्या देशात पाऊल टाकले त्या वेळी तेथील राज्याला पन्नास वर्षांचाही इतिहास नव्हता. हे राज्य पूर्वीच्या जमातीच्या परंपरांशी निगडीत होते आणि आजसुद्धा आहे.

सौदी अरेबिया वैभवशाली असू शकेलही; परंतु विविध वैचारिक पैलू आणि आधुनिकता असलेल्या इतर अरब विश्वाच्या तुलनेत ते खचितच वैभवशाली नव्हतं. हा देश सामाजिक संबंधाच्या बाबतीत अगदीच प्राथमिक पातळीवरचा आणि कठोर, दुराग्रही असा आहे. कुटुंबाचा प्रमुख पिता म्हणजे पुरुषच असतो आणि त्याच्या आज्ञा प्रमाण मानल्या जातात. सौदी अरेबियात इस्लामशी इमान आणि इस्लामपुढे शरणागती हे सर्वप्रथम मूल्य आहे. हे जीवनमूल्य खानदानी कुटुंबासाठीही गरजेचं मानलेलं आहे.

येस्लामचे वडील शेख महंमद शेजारच्या येमेन देशात जन्मलेले. तरीही अनेक बाबतीत 'पितृसत्ताक' म्हणजे काय, ह्याचा शेख महंमद म्हणजे उत्तम दाखलाच होते. त्यांचे व्यक्तिमत्व त्यांच्या आयुष्यापेक्षाही भव्य होतं. त्यांची इच्छा, त्यांची मर्जी कायदा होता. ही झाली अलिकडची गोष्ट; परंतु १९३० साली शेख महंमद सौदी अरेबियाला आले, तेव्हा एक गरीब सामान्य असे कामगार होते. त्यांना लिहितावाचता येत नव्हते; परंतु गणितात, हिशेबात त्यांना विशेष गती होती. शेख महंमद अतिशय श्रद्धाळू आणि सन्माननीय आणि त्याचबरोबर अतिशय धूर्त आणि चाणाक्ष होते. त्यांच्या हाताखाली काम करणाऱ्यांना त्यांच्याविषयी नितांत —

अपार — आदर होता. अशा या शेख महंमदांना १९६७ साली वयाच्या केवळ एकोणसाठाव्या वर्षी विमानअपघातात मृत्यू आला; परंतु त्यापूर्वीच त्यांनी चालू केलेल्या व्यवसायाला चांगली भरभराट प्राप्त झाली होती. मध्यपूर्वेत मोठ्या बांधकाम व्यवसायांपैकी एक असा त्यांचा नावलौकिक होता. आजही या राज्याच्या गादीवर विराजमान असलेले राजे अब्दुल अझी या राज्याचे संस्थापक होते. या राज्याच्या संस्थापनेच्या अगदी पहिल्या दिवसापासून या राजाबरोबर येस्लामच्या वडिलांचे घनिष्ट संबंध होते. बिन लादेन कुटुंबातील या व्यक्तीचे राजाबरोबर जे संबंध होते त्याचा या खानदानी कुटुंबाला अतिशय अभिमान आहे. या संदर्भात बिन लादेन खानदान एकेक आठवण अगदी अभिमानाने सांगतात आणि त्यातून कुटुंबाचे राजाबरोबरचे जिव्हाळ्याचे संबंध स्पष्ट करतात. असं सांगतात या राजेसाहेबांना म्हणजे अब्दुल अझीझ यांना आजारपणामुळे त्यांच्या महालापैकी एका महालाच्या पायऱ्या चढणे अशक्य झाले होते. त्या वेळी येस्लामच्या वडिलांनी शेख महंमद यांनी केबलच्या सहाय्याने यांत्रिकपणे वर-खाली जाऊ शकणारा पाळणा तयार करून राजेसाहेबांची अडचण सोडवली होती.

राजेसाहेबांची शेख महंमदावर मर्जी होती आणि शेख महंमद राजेसाहेबांबरोबर इमान राखून होते. उन्हाळ्याच्या काळात राजा अब्दुल अझीझ ताऐफ या डोंगरमाथ्यावर वस्तीला असत; परंतु त्या वेळी प्रवास खेचरावरून होत असे. त्या वेळीही शेख महंमदांनी अगदी खालची किंमत सांगून जेद्दापासून या डोंगराळ भागातील या ठिकाणापर्यंतच्या रस्ताबांधणीचं कंत्राट मिळवलं. माझ्या सासऱ्यानं हा रस्ता करून राजेसाहेबांची तीही अडचण सोडवली होती. माझ्या सासऱ्यांना हे साधलं तरी कसं? तर शेख महंमद खेचरापाठोपाठ गेले. त्या मार्गाचा अभ्यास करून त्यांनी एक नकाशा काढला आणि विश्वास बसणार नाही अशा खर्चात हा रस्ता तयार करण्याची किमया करून दाखवली. ही आठवणदेखील या खानदानाची 'मर्मबंधातली ठेव' आहे.

येस्लामचे वडील शेख महंमद अतिशय उदार आणि दानशूरही होते. या संदर्भातील त्यांची एक आठवण त्यांच्या केवळ दानशूरतेवरच नाही तर श्रीमंतीवरही प्रकाशझोत टाकते. असं सांगतात की सौद जेव्हा गादीवर होते त्या वेळी सरकारी नोकरांचा पगार करण्यासाठी आणि राज्याची आर्थिक कोंडी सावरण्यासाठी येस्लामच्या वडिलांनी राजाला पैसे देऊन त्यांची इभ्रत सांभाळली होती. त्यामुळे शेख महंमद यांचे राजघराण्याशी अतिशय घनिष्ठ संबंध होते.

ही उदाहरणं झाली माहितीच्या लोकांविषयी! एकदा शेख महंमद यांची ते अडचणीत असलेल्यांना मदत करतात, ही कीर्ती ऐकून मक्केला जाणारे काही इंडोनेशियन यात्रेकरू शेख महंमदांना भेटले. ते भयंकर आर्थिक अडचणीत होते.

या यात्रेकरूंच्या मार्गदर्शकाने त्यांची फसवणूक केली असावी. त्यांच्याजवळ परतीच्या तिकिटासाठीही पैसे नसल्यानं आपल्या देशाला कसं परतायचं, याची त्यांना विवंचना होती. या यात्रेकरूंनी येस्लामच्या वडिलांकडे जाऊन पैशांची अडचण सांगितली आणि तिकिटासाठी पैसे जमविण्यास नोकरीची मागणी केली. त्या वेळी जराही, अगदी मागचा पुढचा विचार न करता किंवा त्यांच्या कहाणीची शहानिशा न करता येस्लामच्या वडिलांनी त्या साऱ्यांच्या विमानाचे भाडे देऊन त्यांची अडचण सोडवली. राजे आणि रंक यांच्याशी त्यांचे संबंध सारख्याच औदार्याचे होते.

हेच शेख महंमद चाणाक्ष, शूर आणि धाडसी होते. इतर श्रीमंत सौदीप्रमाणे त्यांचे विचार नव्हते. त्यामुळेच मजुरांच्या बरोबरीने अंगमेहनत करण्यातही त्यांना कधीच कमीपणा वाटला नाही. मेहनतीची कामं त्यांनी स्वखुषीने केली आणि अनेक संकटांचा सामनाही त्यांनी धैर्याने केला. याविषयीही येस्लामनं मला एक कहाणी सांगितली होती. अर्थात या कहाणीतील तथ्यांशाविषयी मला काही कल्पना नाही; परंतु असं सांगतात की १९५०मध्ये ज्या वेळी येमेन आाणि इजिप्त यांच्यात युद्ध झाले, त्या वेळी वरून इजिप्तचा हवाईहल्ला जोरदारपणे, धुमधडाक्याने सुरू होता. तशा परिस्थितीतही शेख महंमद आणि त्यांच्या कामगारांनी सौदी अरेबियाच्या नजिक हवाई अड्डा बांधण्याचे काम सुरू ठेवले. इतकेच नाही तर तशाही परिस्थितीत ते पुरे केले.

असे त्यांचे आयुष्य विलक्षण यशस्वी, अद्वितीय आणि नजरेत भरणारे होते. त्यांचे सामाजिक कार्य ज्याप्रमाणे वैशिष्ट्यपूर्ण होते, त्याप्रमाणे त्यांचे खाजगी आयुष्यही इतर सौदींपेक्षा वेगळेच म्हणावे लागेल. इस्लामधर्म पुरुषाला चार स्त्रियांबरोबर विवाहाला मान्यता देतो. तसं असूनही सौदी साधारणपणे एका किंवा दोन विवाहात संतुष्ट असतात. काही सौदी अर्थात धर्मात मान्यता असल्याने चार विवाहही करतात, नाही असं नाही; परंतु काही थोड्या राजपुत्रांप्रमाणेच शेख महंमद यांच्या विवाहांची संख्याही खूपच मोठी असल्याचे दिसून येते. आपल्या मर्जीनुसार त्यांनी जुन्या स्त्रियांना घटस्फोट दिले आणि नवीन स्त्रियांशी विवाह केले *(इस्लामधर्मात पुरुषांसाठी घटस्फोट हा प्रकार फारच साधा आणि सोपा आहे.)*. ज्या वेळी ते मृत्यू पावले त्या वेळी त्यांच्या जनानखान्यात स्त्रियांची संख्या बावीस एवढी होती. त्यापैकी आजही एकवीस जिवंत आहेत. मी तर असंही ऐकलं की ज्या दिवशी रात्री शेख महंमद निधन पावले, त्या दिवशी त्यांची तेविसाव्या विवाहाची योजना होती. त्या ठिकाणी ते जात असतानाच त्यांना तेथील वाळवंटात विमानअपघात होऊन मृत्यू आला.

माझे सासरे स्वत: कधीच 'सेवन किलोमीटर'मध्ये राहिले नाहीत. बहुतांशी ते

त्यांच्या पत्नी आणि पोरंबाळे यांच्यासमवेत जेद्दाला एका विस्तीर्ण परिसरात राहात. त्याखेरीज रियाध आणि इतरत्रही काही ठिकाणी त्यांनी त्यांची निवासस्थाने निर्मिली होती. त्यांची आवडती पत्नी हैदर ही त्यांच्याबरोबर जेद्दाला मोठ्या घरात राहात असे. तिच्याबरोबर त्याचबरोबर आपल्या मर्जीनुसार आळीपाळीने इतर उरलेल्या रात्री ते त्यांच्या इतर स्त्रियांबरोबर घालवीत असत. ह्या इतर स्त्रियांची छोटी घरेही त्याच परिसरात आजुबाजूला विखुरलेली होती. स्वयंपाक मात्र साऱ्याजणी मिळून एकत्र करीत असायच्या. मुलाबाळांची देखभालही साऱ्या आया मिळूनच करायच्या. त्यांची घटस्फोटीत स्त्रियांपेक्षा घटस्फोट न दिलेल्या स्त्रियांवर स्वाभाविकपणे अधिक मेहरबानी होती. त्या स्त्रियांना अधिक महत्त्व होतं.

शेख महंमदांना थोडीथोडकी नाही तर चौपन्न अपत्ये होती, तर राजा सौद यांना शंभराहून अधिक अपत्ये होती. मी अनेक वेळा 'तुझे वडील राजा सौद यांच्याबरोबर स्पर्धा करीत आहेत' असे येस्लामला चिडवित असे. त्यांची सारी मुले त्यांच्या भव्य अशा घरातच नेहमी राहिली. त्यांनाही त्यांच्या वडिलांचा खूप अभिमान होता. त्यांच्यासाठी ते आदर्श होते. अगदी वेगळे, नीतीमत्तेचे धडे देणारे, विविध दाखले देणारे, अतिशय कडक आणि परमेश्वरावर नितांत श्रद्धा असणारे! अगदी लहान मुलांची आणि त्यांची भेट क्वचितच होत असे. येस्लाम आणि त्याचे भाऊ वरचेवर ह्या मोठ्या घराची देखभाल करण्यासाठी जात असत. अशा वेळी शेख महंमद आपल्या लेकांना प्रार्थना वगैरे केली की नाही, याची विचारणा करायचे. त्याखेरीज ते त्यांना कुराणाचे पाठांतर करायलाही सांगत. याबरोबरच या मुलांच्या हातावर नाणी ठेवीत आणि पाठीवरसुद्धा शाबासकी देत.

त्यांच्या पोटच्या पोराबाळांचं सोडा, मलासुद्धा माझ्या सासऱ्यांविषयी खूप अप्रूप वाटायचं. एक तर हा गृहस्थ अतिशय गरीब आणि अशिक्षित. त्यातून परत येमेनमधील दुर्लक्षित आणि वंचित अशा हाद्रामाउंटसारख्या ठिकाणचा. असा हा गृहस्थ आधुनिकतेचा स्पर्शही नसलेल्या सौदी अरेबियात येतो काय आणि राज्यातल्या उगवत्या आर्थिक व्यवस्थेतील सामर्थ्यशाली व्यक्तींतील एक होतो काय! सारी पार्श्वभूमी लक्षात घेतली तर कोणालाही अचंबित करणारा असाच हा आर्थिक आणि सामर्थ्याच्या उत्कर्षाचा आलेख होता. त्या मध्ययुगीन राज्यकारभारात राजघराण्यातील ते एक *(तळाचे आणि दूरचे का होईना)* संबंधित असे व्यक्तिमत्व होते. अनेकांना पोटापाण्याला लावण्यात त्यांचे मोठे नाव होते. राजघराण्यातील लोकांच्या विश्वासातले आणि मर्जीतले होते. कोणत्याही संस्कृतीत किंवा कोणत्याही मोजपट्टीने शेख महंमद अतिशय विद्वान, चतुर आणि कर्तबगार मानले जात होते.

दुर्दैव म्हणजे त्यांच्या पोराबाळांपैकी कोणीही त्यांच्यासारखा झाला नाही. केवळ तीव्र बुद्धिमत्तेचा निकष लावला तर येस्लामच त्यांच्या जवळपास जाणारा

होता; परंतु स्वभावाने तो गोंधळून जाणारा आणि घाबरट होता. अगदी अखेरपर्यंत त्याच्यामध्ये त्याच्या पित्याचा रुबाब, ऐट किंवा धूर्त स्वभावाचा दूरदर्शीपणा कधीच आढळला नाही. सालेम कुटुंबाची जी व्यावसायिक संस्था होती तशी टिकवण्यात तो यशस्वी ठरला होता; परंतु त्यांच्यातही बाकी गुण नव्हते. बाक्रमध्येही कोणताही जोश नव्हता. तो आपला जमिनीवरून चालणारा साधासीधा मुलगा होता... आणि ओसामा! त्यानं त्याचं नाव आणि कीर्ती जगभर केली होती. हे खरं असलं तरी मला निश्चित वाटतं की ज्या तऱ्हेने ओसामानं जगभर नाव केलं होतं, त्याला त्याच्या वडिलांची कधीच मान्यता नव्हती.

ते खरंच असलं पाहिजे. कारण येस्लामनं मला एकदा सांगितलं की ताबेत जेव्हा एकदा खोटं बोललेला शेख महंमदना सापडला, तेव्हा त्यांनी त्याला चांगला बदडून काढला होता. एकदा ते वडीलमुलांपैकी एकाला घेऊन फैजल राजांकडे भेटण्यासाठी गेले होते. त्या वेळी राजानं त्याला आत बोलावून स्वागतकक्षेत स्वत:च्या शेजारी बसायला सांगितलं. त्यांनी दिलेल्या जागेवर बसावं असा राजेसाहेबांचा आग्रह होता; परंतु शेख महंमद यांनी त्याला तसं करण्यास मना केली. समक्ष राजाला शेख महंमद यांनी 'नाही' सांगितलं होतं. ते होते तोवर कोणत्याही मुलानं त्यांची आज्ञा मोडली नाही किंवा एकमेकांत कोणता झगडाही केला नाही. त्यांच्या अधिकाराची आणि शिस्तीची दिशा अगदी स्पष्ट होती. शेख महंमद यांचा शब्द कायदा होता.

शेख महंमद अतिशय उमदे आणि सळसळत्या उत्साहाचे गृहस्थ होते. आजही त्यांची आकर्षक आणि प्रभावित करणारी तसबीर माझ्या बैठकीच्या खोलीत लावलेली आहे. त्यांचा पोशाख, त्यांचा काळा चष्मा त्याचं सामर्थ्यशाली आणि बुद्धिमान व्यक्तिमत्व स्पष्ट करतं. त्यांची मुलं आणि त्यांच्या स्त्रिया त्यांच्या धाकात होत्या. नवऱ्याला न भिणारी सौदी स्त्री मला तरी फार फार क्वचितच आढळलेली आहे. शेख महंमद धाकधपटशा दाखविणारे किंवा हिंसक वृत्तीचे अजिबातच नव्हते; पण तरीही त्यांचा साऱ्या कुटुंबावर विलक्षण दरारा होता. सहसा साध्यासुध्या गोष्टींकडे ते दुर्लक्ष करीत. परंतु टोकाची भूमिका म्हणजे घटस्फोट देणं. त्यांच्या साऱ्याच स्त्रिया एकप्रकारच्या बंधनात किंवा कोंडलेल्याच राहिल्या. साऱ्या स्त्रिया त्यांच्यावर अवलंबून होत्या. अर्थात इतर सौदी स्त्रियाही तशाच जगल्या. तिथे कोणतीच स्त्री नवऱ्याच्या संमतीखेरीज काही म्हणजे काही करू शकत नाहीत. ती बाहेर जाऊ शकत नाही की शिकू शकत नाही. स्त्रियांनी वेगळं, अलिप्त आणि आज्ञेत राहिलं पाहिजे. आपल्यावरची मर्जी खप्पा होईल किंवा चटकन घटस्फोट दिला जाईल ही भीतीची तलवार सतत त्यांच्या डोक्यावर टांगती असायची.

त्यांची आवडती पत्नी म्हणजे हैदरची आई 'सात किलोमीटर'च्या शेजारी

राहत असे. ती अतिशय देखणी आणि सुंदर स्त्री होती. साऱ्या गोष्टी शिस्तीने आणि व्यवस्थितपणे करण्यातही ती कुशल होती. तिच्यामुळे घरचा सारा कारभार अगदी बिनबोभाट आणि व्यवस्थित चालू असे. त्यामुळेच शेख महंमद नेहमी अतिशय निर्धास्त असायचे. इतर स्त्रियांच्या तुलनेत ती सुधारक, व्यवस्थित, टापटीपीची होती. ती सिरियन होती. तिच्या एकूण व्यक्तिमत्वात एकूणच ऐट आणि वेगळाच दिमाख होता. तिचं स्मित गोड होतं आणि आवाजही नादमधूर होता. माझी खात्री आहे की उम येस्लामनं तिचंच उदाहरण डोळ्यांपुढं ठेवलेलं होतं.

असं असूनही खानदानाची उम हैदर ही राजकर्ती वगैरे नव्हती. माझ्या सगळ्या सासवा एकमेकींशी मिळून मिसळून वागायच्या. त्यातल्या काही रियाधला किंवा मक्केला राहात होत्या. काही थोड्याफार लेबानन, इजिप्त किंवा इथिओपिया, अशा परदेशीही राहात होत्या. त्यांचं आपापल्या देशांना जाणं, त्याचप्रमाणे जेद्दाला मुलं असल्यानं त्यांच्यासाठी जेद्दालाही वरचेवर येणंजाणं सुरू असायचं. उम हैदरचं जाऊ द्या; पण खानदानाचा प्रमुख मानला जाणारा सर्वांत थोरला सालेमसुद्धा कधी काही आज्ञा देणे किंवा निर्णय घेणे वगैरे काही करीत नसे. माझ्या अनेक भाऊ नसलेल्या जावा त्यांच्या आयुष्याच्या महत्त्वाच्या निर्णयाबाबत त्याच्यावर खूपच अवलंबून असायच्या; परंतु एकूण कुटुंबाची घडीच अशी बसून गेली होती की सारे व्यवहार बिनबोभाट सुरू असायचे. कोणी पुढाकार घेण्याचं कारणच नव्हतं.

शेख महंमदांच्या मृत्यूनंतर सात वर्षांनी मी तेथे गेले तेव्हा घटस्फोटीत आणि घटस्फोट न दिल्या गेलेल्या स्त्रिया यांच्यात तसा काही फरक नव्हता. शेख महंमदांनी अनेक स्त्रियांना घटस्फोट दिला होता. त्यांपैकी उम अली या स्त्रीशी पुनर्विवाहही केला होता. आपल्या परिसरातच घटस्फोटीत स्त्रिया आणि त्यांची मुले ठेवण्याचा त्यांचा प्रघात होता. अर्थात कायद्याप्रमाणे एखाद्या घटस्फोटीत स्त्रीला दुसऱ्याशी पुनर्विवाह करायचा असेल तर मात्र ती जाऊ शकत असे. तसं जर एखादीला करायचं असलं तरी मुलं मात्र त्यांच्याकडेच असायची. मग शेख त्यांच्या देखभालीसाठी इतर स्त्रियांत वाटून देत असत.

या घटस्फोटीत आणि इतर बायका यांच्या व्यवस्थेबरोबरच शेख महंमदांचे इतर अंगवस्त्रांशीही संबंध असल्याचं माझ्या कानावर आलेलं होतं. 'सेरा'ची पद्धत म्हणजे ज्याला 'बाई ठेवणं' म्हणतात, ते सौदी अरेबियात योग्य मानलं जात नसे. अशा प्रसंगांना तोंड देण्याचे प्रसंग क्वचितच उद्भवत असत; परंतु तरीही ते कायदेशीर मानले जायचे. कदाचित इस्लाममध्ये कोणतेच मूल बेकायदेशीर असत नाही. फार पूर्वीपासून पुरुष एखाद्या मुलीबरोबर किंवा तिच्या वडिलांबरोबर काही मर्यादित काळासाठी विवाहाचा करार करीत असे. करारानुसार विवाहबंधन तासाभरापुरते किंवा आयुष्यभरही असू शकते. नात्याचा बाकी काहीही प्रकार असला तरीही अशा

स्त्रियांना नवऱ्याच्या किंवा खानदानाच्या मालमत्तेवर कोणताही अधिकार सांगता येत नसे.

शेख महंमदांनी अशा स्त्रियांचीही व्यवस्था त्यांच्या आवारातच केलेली होती. त्यांच्यापासून झालेल्या संततीला ते इतर मुलाबाळांप्रमाणेच वागवीत असत. सौदी अरेबियात कुटुंबप्रमुख वडील किंवा थोरला मुलगा असो, त्या कुटुंबप्रमुखास खानदानातील कोणत्याही व्यक्तीविरुद्ध शरीहा इस्लामिक कायद्याचे काटेकोरपणे पालन करण्याची मुभा होती. या कायद्याचा वापर करण्याची वेळ येताना पाहिली की मी थिजून जात असे. अनेक वर्षे मी अनेक स्त्रियांना भेटले आणि त्यांना आपापल्या पोराबाळांना प्रत्यक्षच काय परंतु फोनवरील भेटीगाठींचीही परवानगी नव्हती. एखाद्या मुलानं या कडक किंवा छळ करण्याच्या रुढीरिवाजांविरुद्ध बंडाळी केली, विरोध केला तर तो कुटुंबप्रमुख त्या मुलाला मृत्यूदंडाची शिक्षा करण्यास कचरत नसे.

◆

८

तिऱ्हाईतपणाचं आयुष्य

जसजसे महिन्यांमागून महिने गेले तसतसे साहजिकच मी नव्या आयुष्यात रुळायला लागले. मनात भविष्याबद्दलचे विचार असायचेच. येस्लामनं मला ज्या घरात आणलं होतं ते अतिशय भव्य, टोलेजंग होतं; परंतु सौंदर्यशास्त्राशी अगदी फटकून होतं. ह्या घराची सजावट कशी करावी, हे घर सुशोभित कसं करावं, याच्या कल्पना करीत त्यातच मग्न होत होते. तो जणू एक चाळाच होऊन बसला होता. दिवस-रात्र आणि कैक वेळा सलग आठवडा आठवडा मी घरात बंद होते आणि घराची सजावट करणं खरोखर फार मन:स्तापाचं बनलं होतं.

मग वाचनात किंवा वफ़ाबरोबर खेळण्यात मी मला रमवायचा प्रयत्न करीत असायचे. अशाच एके दिवशी येस्लामचा धाकटा भाऊ आमच्याकडे आला. आज अर्थातच येस्लामच्या भावंडांत त्यानं सर्वत्र नाव खराब करून घेतलेलं आहे. कुप्रसिद्धीच म्हणा ना! परंतु पूर्वी हा ओसामा एक सामान्य व्यक्ती होता. जेद्दामधील किंग अब्देल अझीझ विद्यापीठात शिकणारा तरुण विद्यार्थी होता. अलिकडेच त्याचा त्याच्या आईच्या सिरियन भाचीशी विवाह झालेला होता; पण त्या तरुण वयातही धर्माबाबतच्या श्रद्धेमुळे किंवा कडवेपणामुळे त्याला त्याच्या कुटुंबात चांगलं मानाचं स्थान होतं.

ओसामा 'सेवन किलोमीटर्स' या निवासस्थानी राहात नव्हता, तरीही तो कुटुंबात एकरूप झालेला, सामावून गेलेला होता. तो चांगला उंचापुरा आणि किरकोळ चणीचा होता. तो खोलीत आला की त्याचं अस्तित्व नक्कीच जाणवायचं. त्याच्या अस्तित्वाची दखल घ्यावी लागावी, असं त्याचं व्यक्तिमत्व होतं. तसा इतर भावांपेक्षा वेगळा होता असं नाही. केवळ लहान होता आणि मुख्य म्हणजे मितभाषी होता.

त्या दिवशी नेहमीसारखीच मी आपली वफ़ाबरोबर खेळत होते आणि दरवाजावरची बेल वाजली. घरातील नोकरमुलाला वगैरे न सांगता मी आपलं सहजगत्या दार उघडले. बघते तर काय दारात ओसामा आणि आयेशाचा मुलगा मफूझ उभे! नजरानजर झाल्यावर मी हसले आणि त्यांना आत यायला सांगितलं. 'येस्लाम घरातच आहे' असंही सांगितलं; परंतु उत्तर म्हणून ओसामाने गरर्कन मान वळवली आणि मागे फाटकाकडे बघायला लागला. 'काही हरकत नाही' मी परत आग्रह केला. 'या ना! आत या' तर ओसामा हातानंच मला माघारी जायला, बाजूला जायला खुणावत होता. काहीतरी अरबी भाषेत पुटपुटतही होता. अर्थात तो काय सांगतोय किंवा त्याचा काय अर्थ होता, हे मला खरंचंच समजूच शकलं नाही. मफूझला मात्र माझं तेथील सामाजिक रिवाजातील अज्ञान लक्षात आलं आणि माझी अडचण ओळखून बिचाऱ्या त्यानंच, 'ओसामा, तुझा असा उघडा चेहरा बघूच शकणार नाही.' असा खुलासा केला.

सौदी संस्कृतीत, जो कदाचित भविष्यात तुमचा नवराही होऊ शकणार असतो, तोही तुमचा बिनाबुरख्याचा, उघडा चेहरा बघू शकत नाही. ती मान्यता फक्त तुमचे वडील, भाऊ, नवरा किंवा सावत्र वडिलांनाच असते आणि ओसामा म्हणजे धर्म, संस्कृती याचे नियम काटेकोर पाळणाऱ्यांतला होता. सरतेशेवटी मी माघारी आतल्या खोलीत गेले तेव्हाच माझा कमालीचा धार्मिक दीर माझ्या नवऱ्याला भेटला.

काही वर्षांनंतर कोणत्या तरी पाश्चिमात्त्य वर्तमानपत्रात बैरुतमध्ये असताना ओसामा अनैतिक, स्वच्छंदी चाळे करणारा विशीतला तरुण होता, हे वाचलं आणि मी आवाकच झाले; परंतु माझा काही त्यावर विश्वास बसला नाही. कारण खरोखर तो तसा असता तर माझ्या कानावर ते एव्हाना आलंच असतं ना!

दुसरा एक जो दीर होता, तो लेबाननला असताना मुलींचा पाठलाग करायचा, अशी कीर्ती होती. ते मला माहीत होतं; परंतु नंतर तो बदलला आणि पुरता धार्मिक बनला. परंतु ओसामाविषयीची अशी कुणकुणही माझ्या कानावर कधी आलेली नव्हती. अलिकडे बिन लादेनच्या कुटुंबातील काही फोटो छापून आले होते; पण त्यात ओसामा कुठेच नव्हता. एका ठिकाणी एका फोटोत तो असल्याचं म्हटलं होतं; परंतु तो दुसऱ्या भावाचा फोटो होता. मला वाटतं त्या काळात तो सिरियाला असावा. त्यामुळं तो फोटोत असण्याचा प्रश्नच नव्हता. मला जो काही ओसामा ठाऊक होता तो केवळ धार्मिक होता; विलक्षण भाविक होता. याचमुळे त्याला त्याच्या कुटुंबात आगळं स्थान होतं. त्याचं धार्मिकपण अतिरेकी होतं किंवा त्या काळात आपला तो धार्मिक भावनेनं भारावलेला होता, अशी साधी कुजबूजसुद्धा कधी माझ्या कानावर पडली नाही.

प्रमाण कमीजास्त असेल परंतु एकूणच बिन लादेन मंडळी धार्मिक होती, हे निश्चित. अर्थात त्यांच्यात ओसामा आणि मफूझ यांची धार्मिकता अगदी टोकाची होती. बाक्रही धार्मिक होताच; पण तो ते दर्शवित नसे. इतर काही तरुण सौदीप्रमाणे येस्लाम, सालेम आणि आणखी एक भाऊ हसन हे इस्लाम धर्माच्या पालनात तसे जरा शिथिल किंवा यथातथाच होते; परंतु वाढत्या वयाबरोबर त्यांच्यावरही धार्मिकतेचा पगडा वाढत गेला.

बिन लादेन कुटुंबातील पुरुष धार्मिक बाबतीत थोडेसे मर्जीनुसार शिथिल असले तरी ते चालवून घेतले जात होते; परंतु स्त्रियांना मात्र हे स्वातंत्र्य अजिबात नव्हतं. बिन लादेन कुटुंबातील साऱ्या स्त्रिया धार्मिकतेच्या बाबतीत त्यांना हव्या तशा त्या पठडीतल्या होत्या. सौदी अरेबियात त्यांना धार्मिक मानायचे. जेव्हा येस्लामच्या हसन या भावानं एका लेबानी मुलीशी विवाह केला, तेव्हा विवाहापूर्वी ती हवाईसुंदरी होती याविषयी हलक्या आवाजात कुजबूज होती. लैलानं तिची सासू तिचा कधीच स्वीकार करणार नाही असं माझ्याजवळ बोलून कबूलही केलं होतं.

मी आपली बिन लादेन मंडळींना खूष करण्याचा माझ्याकडून प्रयत्न करीत होते. येस्लामनं माझ्यासारख्या परदेशी तरुणीबरोबर विवाह केल्यानं त्यांची केवढी निराशा झाली असेल, याची मलाही जाणीव होती. म्हणून मी माझ्या भावनांना आवर घालण्याचा सतत प्रयत्न करीत होते. मी प्रार्थना करायला शिकले, हातपाय धुण्याचे सोपस्कार केले. हलक्या, वजन जाणवणार नाही अशा पोशाखात स्वत:ला झाकून माझ्या शरीराचा इंचभर भागही दिसणार नाही, याची खबरदारी घेऊ लागले, प्रार्थनेच्या वेळी उठणे, बसणे वगैरे वगैरे. शिवाय, मक्केच्या दिशेला तोंड केलं की उभं राहणं, वाकून नतमस्तक होणं सारं सारं करीत होते. कारण एकच होतं — त्या कुटुंबाची नाराजी मला नको होती. अर्थात दिवसातून पाच वेळा प्रार्थना करणं मात्र मला कधीच जमलं नाही. बिन लादेन कुटुंबातल्या साऱ्या स्त्रिया ते करीत होत्या. पण मला नाही झालं तसंच करणं.

इतर साऱ्या सौदी समाजाप्रमाणेच बिन लादेन मंडळींना मक्केविषयी नितांत, कमालीचा अभिमान आणि आदर होता. अल्लाकडून महान अशा महंमदाला ज्याने स्फूर्ती मिळाली होती, त्या मक्केचा आदर करणं आणि त्याविषयी आदर बाळगण्याचं बाळकडूच या कुटुंबातील साऱ्यांना लहानपणापासून मिळालेलं होतं. सौदींचं इस्लामविषयीच्या भावना अतिशय कट्टर होत्या. त्यालाच ते पवित्र समजत होते. १७००मध्ये शेख महंमद इब्न अब्द अल वहाब हा एक प्रवासी किंवा भटकंती करणारा धर्मगुरू होता आणि मुस्लिम धर्माचं पुनरुज्जीवन करणारा ठरला. इस्लामला भजणाऱ्या म्हणजे एखाद्या दगडाला आणि वृक्षाला पवित्र मानून त्याची जुन्या पद्धतीनं प्रार्थना करणं, पवित्र माणसांच्या थडग्याला आदरस्थान देणं, असं इस्लाम

धर्मातील भक्तांचं मिश्रण बघून त्यानं उचल खाल्ली आणि धर्माला वेगळा अर्थ दिला. मग त्यानंतर १९३२मध्ये त्याच्या शिकवणुकीनं भारावलेल्या आणि वाळवंटातील योद्धा असलेल्या अब्देल अझीझ इब्न सौद यानं संपूर्ण सौदी अरेबियावर ताबा मिळवून साऱ्यांना एकत्र आणलं.

अशा प्रकारे संपूर्ण जगात राज्य करणाऱ्या राजाचं नाव धारण करणारा सौदी अरेबिया हा एकमेव देश आहे. त्यानंतर या लोकांनी तलवार आणि शब्द यांचा छान मिलाफ करून ब्रिटिशांकडून थोडीफार मदत घेऊन हा देश स्थापन केला. त्यांना मक्केचं पावित्र्य जपायचं होतं. त्यासाठी त्यांनी बेडोईनमधील विखुरलेल्या जमातींना शेख वाहाबचे कुराणातील कठोर नियमांची अंमलबजावणी करून, त्यांचे पालन करायला लावून एकत्रित केले.

महंमद बिन लादेन अतिशय भाविक होते. त्यांच्यावर राजाची फार मर्जी होती. त्यामुळे त्यांनी मक्का आणि मदिना या पवित्र स्थळांच्या जीर्णोद्धाराची खास संधी बिन लादेनच्या कंपनीला दिली. या कुटुंबावर या महान कार्याचा असलेला प्रभाव खरोखरच शब्दांपलीकडचा असा आहे. त्यामुळे बिन लादेन कुटुंबातील स्त्रिया धार्मिक होत्या, हे स्वाभाविकच होते. उलट त्या तशा नसत्या तरच आश्चर्य वाटण्याजोगे होते. असं असलं तरी मला एकूण सारं अवघड वाटत होतं.

मूळ कुवेतच्या असलेल्या एका स्त्रीबरोबर मी अगदी प्रथमच मक्केला गेले तो प्रसंग कायम आठवणीत राहणारा आहे. आम्ही जात होतो त्या मार्गावर मुस्लिम नसणाऱ्यांनी माघारी फिरावे, अशा पाट्या जागोजागी लावलेल्या होत्या. करता करता आम्ही प्रवाशांची तपासणी होत होती तेथे पोचलो. मक्केसारखी पवित्र भूमी मुस्लिम नसलेल्या लोकांमुळे मलिन होऊ नये, या बाबतीत सौदी अधिकारी अतिशय दक्ष आणि काटेकोर होते. 'आता काय होणार' या विचाराने मी अतिशय अस्वस्थ झाले. माझी आई जन्मानं मुस्लीम होती हे खरे; परंतु या कुटुंबाच्या धार्मिकतेच्या तुलनेत आईचं केवळ मुस्लिम असणं नगण्य होतं. शिवाय, माझे वडील तर ख्रिश्चन होते आणि मी ते कोणाहीपासून आणि कधीच लपवलेलं नव्हतं. खरं तर तसं करायला हवं होतं, असं मला वाटू लागलं. मी प्रार्थना वगैरे कशी करावी हे शिकले होते; परंतु माझं मला जाणवत होतं की खऱ्या अर्थाने मी मुस्लिम नव्हते. अब्दाऊ तशीच गाडी पुढे रेटत होता. शिवाय तपासणीअधिकाऱ्यांना त्यानं केवळ 'बिन लादेन' एवढंच सांगितलं आणि तेवढंच पुरेसं ठरलं. आम्हाला पुढे जायला मिळालं. आम्ही आत शिरत होतो, तेवढ्यात प्रार्थनेसाठी बांग दिली गेली आणि मी प्रार्थनेच्या तयारीला लागले.

प्रार्थनेच्या ठिकाणी एक अतिशय धार्मिक, कडवा असा मुतावा म्हणजे पोलीस होता. तो हातवारे करीत जोरजोराने माझ्यावर ओरडायला लागला. मला तर भीतीनं

कापरंच भरलं. प्रार्थनेच्या रीतीरिवाजात मी काही भयंकर चूक तर केली नव्हती ना! मी फसवणूक करून, बळेबळेच तिथे घुसली आहे म्हणून येथून हाकलून तर लावणार नाहीत ना! अनेक शंकांचं मोहोळ त्या एका क्षणात माझ्या मनात उठलं; परंतु तेवढ्यात अब्दाऊ माझ्या मदतीला धावला. सारं मी पुरुषांच्यासाठी असलेल्या प्रार्थनेच्या विभागात असल्यानं होतं, असा त्यानं मला खुलासा केला. माझा जीव भांड्यात पडला. या ठिकाणीसुद्धा आम्हा स्त्रियांना वेगळं ठेवलं जाईल असं मनातसुद्धा आलं नव्हतं. कोणतीच गोष्ट सुलभ दिसत नाही... आणखी काय!

मग आम्ही तसेच आणखी थोडं पुढं गेलो. तिथं केवळ स्त्रियांच्या प्रार्थनेसाठी अतिशय विस्तीर्ण अशी मोकळी जागा होती. तिथं आम्ही प्रार्थना केली. प्रथेप्रमाणे सात फेऱ्या / प्रदक्षिणा मारल्या आणि झमझमचं पवित्र पाणीही प्यालो. हे झमझमचं पाणी हजार वर्षांपूर्वी अब्राहमच्या हगार या दुसऱ्या बायकोनं आपला लहान मुलगा इस्माईल याच्यासाठी परमेश्वराच्या आदेशावरून शोधून काढलं होतं. ह्या इस्माईलला अरबांचा जनक मानतात. त्यामुळे तिथे ह्या पाण्याला तीर्थाचं महत्त्व असतं. मग अब्राहमला देवानं दिलेल्या काळ्या दगडालाही आम्ही स्पर्श केला. आमच्यापूर्वी किती लाखो लोकांनी त्याला स्पर्श केला असेल! नंतर एक दरवाजा होता; परंतु त्याला कुलूप होतं आणि त्या खोलीतून आणखी एका बंद खोलीकडे तो रस्ता जात होता. परंतु मला वाटतं तो सर्वसामान्य जनतेसाठी बंद असावा. ती जागा ही या पवित्र स्थानातील सर्वांत पवित्र जागा मानली जाते. त्या खोलीत येस्लाम आणि त्याच्या भावांना जाऊ दिलं. मग या भावंडांनी तेथे प्रार्थना केली.

तात्त्विकदृष्ट्या मला नेहमीच असं वाटत आलं आहे की तुम्ही देवाची प्रार्थना कशी करता किंवा तुम्ही बायबल, कुराण किंवा तोराह यांसारखी कोणती धार्मिक पुस्तकं वाचता, हे फार महत्त्वाचं नसतं; परंतु पूर्वापार पवित्र मानल्या गेलेल्या ठिकाणी मनोभावे प्रार्थना करण्यासाठी लाखोकरोडो भाविक लोक जातात, ते काही वेगळंच असतं. मलाही तेथे जाऊन आल्यावर खूप वेगळं वाटलं. मी पुरती भारावून गेलं होते. मी घरी परतले तो सतत त्या स्थानाचे विचार मनात घोळत होते. माझ्या या भेटीनं येस्लामही अतिशय आनंदला होता. मी गेले तो सर्व भाविक लोक जातात ती हजची वेळ नव्हती. त्यामुळे त्या वेळी असते तशी अमाप गर्दी नव्हती; परंतु मी 'उमरा' करण्यात यशस्वी झाले होते. मला येस्लाम भेटला तेव्हा तो आनंदानं सांगत होता, 'अग, मी सर्वांना तू उमरा केल्याचं सांगितलंय.' त्याला या घटनेमुळे माझ्याविषयी खूप कौतुक वाटत होतं. मी त्याला तेथे घडलेलं ते 'मुतावा' प्रकरण सांगितलं, तेव्हा तो मोठमोठ्यानं हसायला लागला.

त्यानंतर अधूनमधून काही काही निमित्तानं आम्ही बाहेर जायला लागलो, लोकांना भेटायचो. त्यांच्यातले काही परदेशातील बँकेतील किंवा कारखानदार

असत. सौदी अरेबियाच्या भरभराटीला हातभार लावण्यासाठी आणि त्यात सहभागी होण्यासाठी हे येत होते. मला बरं वाटत होतं; कारण त्यांच्यात थोडे आधुनिक विचाराचे सौदीही होते. परस्त्रीचा चेहरा बघणं किंवा त्यांच्याबरोबर जेवणखाण घेणं त्यांना चालायचं. मला ते खऱ्या अर्थानं सौदी नसल्याचं आणि त्यांच्या बायका सिरिया, इजिप्त, लेबानन इत्यादी ठिकाणच्या होत्या. तरीही मला त्यांचा सहवास बरा वाटत होता.

तसं हळूहळू बदल घडत होते. एकदा रात्री कोणाकडून तरी मेजवानीहून येताना येस्लामनं मला त्याच्याशेजारी पुढच्या सीटवर बसायला सांगितलं. माझ्या चेहऱ्यावरचा बुरखा बाजूला सारण्याची परवानगी दिली. मी प्रथमच रस्त्यावरचे दिवे बघत होते. मला हा एक महत्त्वपूर्ण असा टप्पा वाटला. असे बारीकसारीक प्रसंगही मला सुख देत होते. त्यांना मी साठवित होते. आता माझ्या पिंजऱ्याचे जे गज होते त्यातील अंतर वाढत होते. स्वतंत्रतेकडे नेणारा दरवाजाही एखादे दिवशी उघडेल, असं मला वाटू लागलं होतं.

परंतु या साऱ्याचा वेग फार संथ होता आणि मी निराश व्हायचे. तरीही मला काही खास अधिकार मिळत असल्याने ठीक वाटत होतं. त्या देशाचा जो बदल होत होता त्याची मी साक्षीदार होणार होते. हा देश मध्ययुगातून भौतिक सुखाकडे वेगाने झेपावत होता. या आर्थिक भरभराटीसोबत आता सामाजिक बदलही घडतील आणि सौदी स्त्रियांचे जीवन आमूलाग्र बदलेल, अशी स्वप्ने मी बघत होते. या महत्त्वपूर्ण बदलात आपणही सहभागी व्हावे, असे वाटू लागले होते. महत्त्वाच्या क्षणी मी महत्त्वाच्या ठिकाणी होते. आमूलाग्र सामाजिक बदलाचे आपण घटक असणार, हा विचारही मला थरारून टाकत होता.

असं असूनही बिन लादेन कुटुंबातील स्त्रियांसाठी कोणताच बदल नव्हता. मला तर सौदी नवऱ्यांनी त्यांच्या बायकांना पाळलं आहे असंच वाटायचं. सबंध दिवसभर आणि रात्री अनेकदा या बायका आपल्या नवऱ्याची घरी येण्याची वाट बघत बसायच्या. जेव्हा केव्हा ते घरी यायचे त्या वेळी त्यांची आनंदी असण्याची आणि त्यांच्या स्वागताची भूमिका उत्तम वठवायच्या. या स्त्रियांना सहसा घरात डांबून ठेवलेले असायचे किंवा क्वचितप्रसंगी त्यांना खास बदल म्हणून कोठेतरी घेऊन जायचे असा प्रकार होता. छोट्यामोठ्या मेजवान्यांची तयारी करायची हा स्त्रियांचा प्रमुख उद्योग असायचा. मग अशा पार्ट्यांपूर्वी नटणे-थटणे, चांगल्या कपड्यांनी सजणे यात वेळ घालवायचा. प्रत्येक चहाची पार्टी नेहमीसारखी असायची. आम्ही फारशा आरामशीर नसलेल्या अशा खुर्च्यांवर ताठच्या ताठ अवघडून बसायचो. शिवाय काही गप्पाटप्पा किंवा एखाद्या विषयावर चर्चा वगैरे काही नसायचं. जास्त करून अशा वेळी सारे गप्पच असायचे. छोट्याशा कपातून चहा

किंवा कॉफी दिली जायची. जोडीला वेगवेगळे केक्स पण असायचे. आमच्या पार्ट्या चालायच्या त्या वेळी आमची मुलं कामवाल्या बायका सांभाळायच्या. मात्र आम्ही मुलांवर बोलायचो. काही वेळा कुराणावर बोलायचो तर काही वेळा कपड्यांवर! बस्स!

माझा तर असा समज आहे की या स्त्रिया कुराण किंवा कुराणावरील पुस्तकाखेरीज इतर काहीही वाचतच नसाव्यात. माझ्या कुठल्या जावेने किंवा नंणदेने कधी पुस्तक हातात घेतल्याचं मला कधीच दिसलं नाही. ह्या स्त्रियांची नवऱ्याखेरीज कोणाही बरोबर कधी भेटगाठ नसायची. नवऱ्याबरोबर असल्या तरीही ह्या कोणत्याही विषयावर कधीच बोलायच्या नाहीत. त्यांना कधीच आणि काहीच सांगायचं नसायचं. काही वेळा आम्ही आमच्या नवऱ्यांवर किंवा मुलांवर बोलायचो, तर त्या चर्चेतूनही त्या मी एक चांगली मुस्लिम स्त्री व्हावी यासाठी प्रयत्न करायच्या. काळ जात राहिला आणि मग त्यांच्या सहवासातील व्यर्थता मला जाणवायला लागली. त्या सोबत असल्या म्हणजे मला अगदी कंटाळा यायचा आणि त्यांचं बरोबर असणं म्हणजे अडचणच वाटत होती.

अर्थात इतर भाऊ जसे आपल्या स्त्रियांना वागवत होते तसं माझ्याशी येस्लाम कधीच वागला नाही. जर तोही तसाच वागला असता तर मला नाही वाटत मी सौदी अरेबियात राहिले असते. त्या वेळी येस्लाम इतर पुरुषांपेक्षा वेगळाच होता. पाश्चिमात्त्य देशाप्रमाणे तो मला बरोबरीनं वागवायचा. त्याच्या आयुष्यात, विचारात मला सहभागी करून घ्यायचा. माझ्या बुद्धीवर त्याचा विश्वास होता. अधुनमधून तो माझा सल्लाही घ्यायचा. आम्ही नेहमीच वेगवेगळ्या विषयांवर बोलायचो. त्याला मी त्याची पार्टनर *(सहचारिणी)* म्हणून हवी होते. दोघांच्या कुटुंबातील एक पूर्ण सभासद. मला दुय्यम स्थान नाही.

गप्पा मारणं नेहमीचंच झालं. तो शॉवर घेत असताना, कामावरून घरी आल्यावर त्याचा दिवस कसा गेला, मी काय वाचत होते, वेगवेगळ्या बातम्या. मला वाटतं आमचं बोलणं संपतच नव्हतं. सारी दुपार आणि संध्याकाळ आमच्या गहन चर्चा चालायच्या. अगदी सहजपणे रोजच बिन लादेनच्या धंद्यापाण्यात त्याला कसा त्रास होत होता, त्यानं कोणते बदल आखले होते, धंद्याच्या भविष्याविषयीची चिंता आणि वरवर एकाच खानदानातले, एकाच रक्ताचे असले तरी कुठेतरी तळाशी सुरू असलेली धुसफूस, बेचैनी सारं मला मोकळेपणानं सांगायचा.

येस्लामची आणि त्याच्या भावांची नाती विचित्रच होती. एका दृष्टीने त्याला कोणीच पुरुषमित्र नसल्यानं हे भाऊच त्याचे सोबती होते. त्यामुळे येस्लामच्या आयुष्यात दुसरं कोणी नव्हतं. सौदीमध्ये एक म्हण आहे, 'मी आणि माझा

चुलतभाऊ तिऱ्हाईताविरुद्ध आणि मी आणि माझा सख्खा भाऊ चुलतभावाविरुद्ध' हा सौदी समाज हा एखादं घराणं सोडलं तर असा भटक्यांचा ठरला आहे *(कोणी कोणाचे नाहीत).* त्यामुळे पाश्चिमात्त्य लोकांपेक्षा तो आपल्या भावावर अधिक विश्वास ठेवायचा. पाश्चिमात्य देशांत या नात्यांना फारसा अर्थ नसतो. अर्थात येस्लामलाही काही मर्यादेपर्यंतच तो भावांवर विसंबून राहू शकतो, याची जाणीव होती; परंतु घराण्यातले हेवेदावे, अंतर्गत झगडे, सामर्थ्यासाठी सुरू असलेली धडपड या साऱ्यानं तो काही वेळा खूप उदास, निराश व्हायचा आणि मग माझ्याबरोबर मोकळा व्हायचा.

काही वेळा खेळत असताना किंवा एकत्रित संगीत ऐकत असताना मी येस्लामकडे बघायचे, खरंतर श्वास रोखून बघतच राहायचे. त्याच्यातील रेखीवपणा, त्याचे शांत डोळे सगळ्यांनी मी भारावून जायचे. खरंच येस्लाम फार देखणा होता. त्या येस्लामला मी हवी असायची. मला माहीत होतं की त्याचं माझ्यावर फार प्रेम होतं. त्याच्यासाठी मी एक शक्ती होते, त्याची सोबतीण होते, बरोबरीची नाती जपणारे आम्ही होतो, अगदी म्हणजे अगदी जिवाभावाचे साथीदार होतो आणि त्याचा हा साथीदार त्याच्या प्रगतीसाठी स्वतःला, स्वतःच्या सुखाला बाजूला सारेल, याची त्याला खात्री होती; पण मी तशी तरुणच होते. परिस्थिती बदलेल यावर विश्वास ठेवणारी होते. मी येस्लामसाठी, वफ़ासाठी, माझ्या भविष्यासाठी जगत होते. मला आपलं वाटत राहायचं की येस्लामची बुद्धिमत्ता आणि त्याच्या कुटुंबाचं सामर्थ्य सारं बदलायला आम्हाला उपयोगी ठरेल. सौदी अरेबिया आधुनिक जगाकडे जात होता, त्या साऱ्या गोष्टी मी टिपत होते, स्वप्न रंगवत होते, बुरखा उचलणाऱ्या स्त्रिया, स्त्रियांची स्वतंत्र बँक, त्यात त्यांची स्वतःची खाती, इंग्रजी भाषेशी परिचय आणि वापर, दूरदर्शनवरील चॅनल्स किंवा नवं पुस्तकांचं दुकान.

परंतु मला प्रत्येक वेळी निराशच व्हावं लागलं. इंग्रजी भाषेतील चॅनल्सला सेन्सार कात्री लागायची आणि तुकड्यातुकड्यांनी सारं दाखवायचे. राजाच्या परदेशाच्या भेटीच्या बातमीखेरीज बहुतांशी हे चॅनल्स कार्टुन्स किंवा 'कोलंबो' नावाच्या पोलिसांच्या कथाच दाखवायचे. त्यात राजकारण किंवा चुंबनं इत्यादीला अजिबात थारा नव्हता. पुस्तकांच्या दुकानात पुस्तकं जवळजवळ विकतच नव्हती. कारण सौदी अरेबियाचे कस्टम अधिकारी इतर धर्मांची पुस्तकं, ज्यू लोकांची पुस्तकं किंवा प्रेमकथा वगैरे साहित्याला सौदी अरेबियात प्रवेश नाकारीत होते. याबरोबरच मध्यपूर्वेतील राजकारण किंवा इस्त्राईलवरील पुस्तक देशात येऊ देत नव्हते. हे सगळंच नाराज करणारं असूनही कोणताही बदल व्हायचा तर त्याला वेळ लागणार, अशी मी स्वतःची समजूत घालीत होते.

या मध्यंतरीच्या काळात मी मैत्री करण्याचा सपाटा लावला होता आणि त्याचे

अपेक्षित परिणाम दिसायला लागले. सालेमचं घर आमच्या समोरच होतं; परंतु ते रिकामं पडलं होतं. म्हणून सालेमचा धाकटा भाऊ त्या घरात राहण्यासाठी आला. बाक्र हा फारसा मिसळणारा वगैरे नव्हता; परंतु तो अतिशय प्रसन्न आणि विनम्र होता. तरीही बिन लादेन कुटुंबात तो दुसऱ्या क्रमांकावर असल्याने आपल्या दर्जाबाबत तो नेहमीच सावध असायचा. सालेमला बाक्र काही मनापासून आवडायचा नाही. बाक्रची बायको हैफा हीसुद्धा खेळकर वृत्तीची आणि अखंड बडबड करणारी होती. पिंगट केसांच्या आणि निळ्या डोळ्यांच्या या सिरियन बाईला दोन मुलगे होते. माझी आणि हैफाची थट्टामस्करी नेहमी चालायची. शिवाय तिचे दोघे मुलगे वफ़ाहून थोडेसेच मोठे होते. ती आणि बाक्र काही काळ मियामीत राहिलेले होते. ती इंग्रजीत बोलायची. मला या बंदिस्त जीवनाची जी भीती वाटायची ती तिला माहीत होती; परंतु माझ्या अगोदरपासून ती सौदी अरेबियात होती आणि अरब जीवनाची तिला पार्श्वभूमी होती. त्यामुळे ती तिथल्या वातावरणाशी सहजगत्या मिसळून गेली. मला मात्र ते अखेरपर्यंत जमलं नाही.

हैफ़ा माझ्यापेक्षा खूप वेगळी होती. तरीही तिथल्या वातावरणाशी जुळवून घेण्यासाठी एक दुवाच होती. माझी ती सखीच बनली होती त्या देशात. ती मोकळ्या मनाची, प्रसन्न आणि खूप मनमिळावू होती. मी तिची खरोखरीच ऋणी होते. याखेरीज हैफ़ा नकला फार छान करायची. माझी एक सासू अगदी पाण्यात चालल्यासारखी अधर चालायची, त्याची तर ती हुबेहूब नक्कल करायची. शिवाय मी उंच असल्यानं एका बाजूला झुकल्यासारखी चालायचे. उंच टाचांचे सँडल्स आणि अबायातून माझी बाहेर लोंबकाळणारी हँडबॅग - या साऱ्या गोष्टी तशाच्या तशा करून ती खूप हसवायची.

मला वाटतं हैफ़ासाठी या साऱ्या गोष्टी विरंगुळाच होत्या. सिरियातील मोकळ्या अशा वातावरणातून आल्यानं सौदी अरेबियातील कठोर नियमांना तोंड देताना आणि जुळवून घेता तिलाही झगडावं लागलं होतं. हैफ़ाच्या सुरक्षित अशा बगीच्यात आम्ही स्विमिंग सूटस् घालून अंगकांती बदलावी म्हणून लोळत पडायचो. त्या वेळी आम्हाला आमच्या सासवांनी तसं बघितलं तर आम्ही नैतिकदृष्ट्या किती घसरलो होतो या विचारानं त्या कशा संतापतील, यावर थट्टामस्करी करीत खिदळत असायचो. मुलांबरोबर पाण्यात नुसतेच खेळच बसायचो. येस्लामपेक्षाही या हैफ़ानंच मला त्या कुटुंबाच्या रीतीभाती शिकवल्या. त्याखेरीज विवाह किंवा अंत्यविधीच्या प्रसंगीही कोणती पथ्ये पाळायची, यातही हैफ़ाच माझी खरीखुरी गुरू होती. मी बिन लादेन घरातील स्त्री असावं म्हणून ती सारं करायची.

एकदा अशीच काही मीटरवरच समोरच्या बाजूला घर असल्यानं ड्रायव्हरना वगैरे न बोलावता मी आपली एकटीच चालत तिच्या घरी गेले. मग हैफ़ा दचकून

ओरडलीच, "क्रांती! बंड! अग गधडे, उद्या सारं बिन लादेन बोलायला लागेल. आम्ही कारमेनला रस्त्यावर बघितली. बावळट कुठची!"

हैफ़ाचं तिच्या नवऱ्यावर खूप प्रेम होतं. पूर्णांशानं आईवडिलांनी जुळवून आणलेलं लग्न असला काही प्रकार त्यांच्या बाबतीत नव्हता. त्यांची सिरियात भेट झाली असता सारं जुळून आलं. त्यांचं एकमेकांवर फार प्रेम होतं. बिन लादेन कुटुंबात असं काही माझ्या तरी बघण्यात नव्हतं. मग १९७८मध्ये हैफ़ानं तिच्या तिसऱ्या अपत्याला जन्म दिला. ती मुलगी होती. मग एक दिवसाने मी तिला भेटायला गेले तर नेमका बाक्र त्याच्या दोन मुलांना घेऊन तिला भेटायला आला होता. त्या मुलांना त्यानं, 'जा रे, आईच्या हाताचं चुंबन घ्या. तिनं तुम्हाला एक छोटी बहीण दिलीय.' ते सारं औपचारिक असूनसुद्धा खूप भावेल, असं होतं. त्यातून आदर, प्रेम, सन्मान त्यानं व्यक्त केला, असं मला वाटलं. त्यांच्या वैवाहिक जीवनात खरोखर प्रेम होतं. अशी फारच थोडी जोडपी मला सौदी अरेबियात बघायला मिळाली.

नंतर मग मीही परत गरोदर राहिले. माझ्या आनंदाला पारावार नव्हता. येस्लामलाही आनंद झाला होता. वफ़ाला एक जोडीदार - आणखी एक मूल - या वेळी आम्हाला मुलगाच होणार. आमच्या घरची बातमी ऐकल्यावर साऱ्या बिन लादेन कुटुंबालाही आनंद झाला. माझं सगळीकडं स्वागत 'इन्शाल्ला, या वेळी तुला मुलगाच होणार' या शब्दांनी अतिशय उत्साहात होत होतं. जून १९७७ला मी बाळंत होण्याची तारीख असल्यानं माझी योग्य प्रकारानं काळजी घेतली जावी म्हणून दोन महिने अगोदरच जिनिव्हात गेले.

सौदी हॉस्पिटल्समधून बिन लादेन कुटुंबाला अगदी स्पेशल असे रॉयल फॅमिलीसाठीच्या खोल्यांची व्यवस्था होती. या कुटुंबाचा तो खास अधिकार होता. परंतु का कोण जाणे तेथील डॉक्टरांवर माझा तेवढा विश्वास नव्हता. कारण त्यातील बहुतेकांचे शिक्षण इजिप्त किंवा सिरियामध्ये झालेलं होतं आणि हे डॉक्टर्स नेहमीच गोळ्या आणि इंजेक्शन्सवर फार भर द्यायचे. बाकीच्या अनेक बिन लादेन स्त्रियांनी आपली बाळंतपणं जरी जेद्दात केली होती तरी पूर्वतपासणीसाठी त्याही परदेशी, युरोप किंवा अमेरिकेत गेलेल्या होत्याच. आमचा परदेशचा दौरा हा सहसा औषधपाण्यासाठीच असायचा.

माझ्या गरोदरपणात शेवटच्या काही आठवड्यात माझ्या आईनं आणि बहिणींनी माझी खूप देखभाल केली. ह्या काळात फार पूर्वी वसंतऋतूतल्या कोवळ्या उन्हात मी आईच्या बागेत विश्रांती घेत बसत असे. आताही खूप दिवसांनी परत तेच करीत होते. आईच्या बागेत वफ़ा खेळत होती. मी सुखावले होते. वफ़ाही आईकडे अधिक मोकळी वाटत होती. येस्लामही वारंवार चकरा टाकत होता. तो अतिशय नाजूक

असा काळ होता.

माझ्या या गरोदरपणातील अखेरच्या आठवड्यामध्ये मुलगा व्हावा असं अगदी आतून वाटणं, हे काही केवळ माझं स्वप्न नव्हतं. *(ती माझी गरज होती).* कारण वारसा म्हणून मुलाला जन्म देणं हे सौदी स्त्रीसाठी फार फार महत्त्वाचं होतं. तो केवळ सामाजिक प्रतिष्ठेचा भाग नव्हता की उम साराच्याऐवजी तुम्ही उम अली किंवा असेच काही ओळखले जावं. तो तुमच्या भविष्यातील जीवनमरणाचा प्रश्न असतो.

नवऱ्याचा मृत्यू झाला आणि त्याच्यामागे राहिलेल्या स्त्रीला जर मुलीच असतील तर त्या मुली मोठ्या असल्या, वयात आलेल्या वगैरे असल्या तरीही नवऱ्याच्या जवळच्या पुरुष नातेवाईकांवर अवलंबून राहावं लागतं. पुढचं तिचं सारं आयुष्यच परावलंबी बनतं. तो पुरुष नातेवाईक त्या कुटुंबाचा पालक बनतो. मग साधे साधे निर्णय म्हणजे प्रवास, शिक्षण आणि नवऱ्याची निवड या साऱ्या बाबतीत त्याची संमती जरुरीची ठरे. वारसाच्या बाबतीत तर फारच मोठा असा भेदभाव असतो. मृत पुरुषाच्या मागे जर फक्त मुलीच असतील तर वारशात निम्मा हिस्सा पालक आणि इतर भावंडात वाटला जातो; परंतु तोच जर मुलगा असेल तर मात्र सगळा वारसा त्याच्याकडे आपोआपच येतो आणि त्या स्त्रीच्या इतर अपत्यांनाही मिळतो. एकदा तो मुलगा प्रौढ झाल्यावर तो त्या कुटुंबाचा म्हणजे आई आणि बहीण किंवा भावंडांचा कुटुंबप्रमुख बनतो.

नंतर ठरल्या वेळेपूर्वीच माझ्या कळा सुरू झाल्या. तेव्हा दवाखान्यात जाण्यापूर्वी सौदी अरेबियात असलेल्या येस्लामला मी फोन करून तसं कळवलं. त्याने 'माझं विमान पोचेपर्यंत तुला थांबता येणार नाही का?' असा अतिशय बालीश प्रश्न केला. मी त्यावर नुसतं हसले. त्याला प्रत्येक वेळी त्याला हव्या तशा गोष्टी व्हायला हव्या असायच्या. त्याच्या विमानाचा प्रवास आणि विमानाचं वेळापत्रक यानुसार मी माझ्या बाळाचा जन्म लांबवू शकते, असा त्याचा समज होता की काय!

जन्माला आली ती सुंदर मुलगीच होती. ती उत्तम होती. मला ती लागलीच आवडून गेली. मी तिचं नाव, मला खूप आवडायचं म्हणून, नाज़िया ठेवलं. त्याचा अर्थ येस्लामप्रमाणे होता 'सुरक्षित'. नाज़िया म्हणजे आनंद होती. तिनं माझ्या आयुष्यात एक वेगळीच भर घातली. ती खूप गोड आणि अगदी नाजूक होती. ती निदान सौदी अरेबियात तरी मुलगा म्हणून जन्मायला हवी होती. आता तिच्या नशिबात काय वाढून ठेवलं आहे याची मला पूर्ण कल्पना होती.

मी नेहमी विचार करायचे हाच येस्लाम युरोपियन असता तर दोन मुली असणं ही समस्या ठरली असती का! माझ्या मनाची स्थिती ओळखून येस्लामनं मला धीर देण्याचा प्रयत्न केला. 'त्यानं काही बिघडत नाही' असं तो सांगत असला तरी

कुठेतरी आत मला काही वेगळंच जाणवत होतं. मला मुलगी झाली. मला मी येस्लामवर अन्याय केला असं वाटत होतं. मी त्याला खाली बघायला लावलं असंच मग वाटत राहिलं.

मला मुलगा झाला असता तर मी त्याला स्त्रिया पुरुषांच्या बरोबरीच्या, समान असतात, हे पटवून दिलं असतं. येस्लामला काही झालं असतं तर त्यानं त्यांच्या बहिणींना संरक्षण दिलं असतं. मुलगा असता तर येस्लामखेरीजसुद्धा मी माझी मूल्यं जपू शकले असते.

अर्थात त्या वेळी मला ते फारसं जाणवलं नाही; परंतु एका अर्थानं ही नाज़ियाच आम्हा सर्वांना सांभाळणारी ठरेल, असंही वाटलं. अर्थात मुलगा असता तर सौदी प्रकारचं आयुष्य जगणं सोपं झालं असतं. आम्ही श्रीमंत आणि सन्माननीय होतो. आम्ही सुखासमाधानात होतो; परंतु दोन्ही मुली असल्यानं एक प्रकारचं सावट मनावर आलं होतं. या मुली मोठ्या होऊन सौदी स्त्रिया होतात तेव्हा त्यांची आयुष्यं दुःखी आणि बंदिस्त होतात, या विचारानं मी व्यथित व्हायचे. नाज़िया आणि वफ़ा या दोन मुलींच्या बाबतीत काळजी वाहायची असल्यानं मी त्यांना सौदी संस्कृतीपासून रक्षण देण्यासाठी प्रवृत्त होत होते. सौदीच्या रुढीपरंपरांपुढे माझ्या मुलींनी शरण जावं, हे मी उघड्या डोळ्यांनी बघू शकणार नव्हते. म्हणून नाज़िया ही मला परमेश्वरी देणगी वाटली. तिनं मला केवळ आनंदच दिला नाही तर सौदी अरेबियातून बाहेर पडण्याचं सामर्थ्य दिलं.

◆

९

दोन आया : दोन तऱ्हा

सौदी अरेबिया बदलत होता आणि मी तेथील एकूण स्त्रियांच्या जीवनाबद्दल आशावादी होते; परंतु ताएफला आम्ही एक दिवसाची सहल केली आणि स्वच्छ आकाशात काळेकुट्ट ढग जमल्यासारखे मला वाटायला लागले. पत्त्यांचा बंगला जमीनदोस्त व्हावा तशा माझ्या आशा धुळीला मिळाल्या.

ऑगस्टमध्ये आम्ही सौदी अरेबियाला आलो, त्या वेळी उष्म्यानं शरीर उकडून निघत होते. मग बिन लादेन भावांनी एक दिवसाच्या सहलीची योजना आखली. जेद्दापासून दोन तासांच्या अंतरावर असलेल्या डोंगरात वसलेल्या ताएफ या छोट्या गावी जाण्याचं ठरलं. तिथं बिन लादेन कुटुंबाचं एक घर होतं. ते घर भलं मोठं होतं; परंतु नेहमीप्रमाणे सौंदर्याची कमतरता तिथेही जाणवली. परंतु ते ठिकाण डोंगराळ भागात असल्यानं तेथे थोडा थंडावा मिळाला असता आणि रोजच्या त्याच त्याच गोष्टींतून सुटका होणार होती. तेवढाच थोडासा बदल!

माझी दुसरी लेक नाज़िया काही महिन्यांची होती. ओसामा आणि नाजवाचा अब्दल्लाही साधारण त्याच वयाचा होता. आम्ही तेथे गेल्यावर स्त्रियांसाठी असलेल्या खोल्यांत स्थिरस्थावर झालो; परंतु थोड्याच वेळात अब्दल्लानं जोरानं रडण्यास सुरुवात केली. काही केल्या शांतच होईना. त्याला तहान लागली होती आणि नाजवाही एका चमच्यानं त्याला पाणी पाजण्याचा खूप प्रयत्न करीत होती; परंतु तो इतका छोटा होता की त्याला चमच्यानं पाणी पिताच येत नव्हतं. माझी मांडीवर असलेली नाज़िया छोट्या बाटलीतून आरामात पाणी पित होती. मग मी अब्दल्लाला पाणी पिता यावं म्हणून ती बाटली नाजवाला देऊ केली.

'ही घे. तो तहानला आहे.' मी तिला सांगितलं; पण ती पठ्ठी काही बाटली घ्यायला तयार नव्हती. 'नको, त्याला काही तहानबिहान लागलेली नाही.' असं ती

म्हणाली; परंतु तो पाणीही पित नव्हता आणि त्याचं रडणंही थांबत नव्हतं. काय करावं हेच तिला सुचत नव्हतं. बिचारी स्वत:च रडकुंडीला आली होती. मी आपली तिला सांगतच राहिले, 'तो चमच्यानं नाही ग पाणी पिणार. ह्या बाटलीनं पाज.' माझं तिला बाटली घ्यायला सांगणं आणि तिचं 'त्याला पाणी नकोय' हे सांगणं चालू होतं. मग उम येस्लामच मध्ये पडली आणि तिनं मला सांगितलं, की ओसामाला मुलांनी अशा बाटल्यांनी पाणी पिणं मान्य नाही. मी माझ्या सासूकडे आणि नाजवाकडे बघतच राहिले. तिलासुद्धा आपल्या बाळाची ती स्थिती बघून खूप वाईट वाटत होतं; पण तिच्या हाती काहीच नव्हतं. बिचारी अगतिक झाली होती आणि अब्दल्लानं शांत व्हावं म्हणून हाताच्या पाळण्यात जोजावीत होती. त्याच्याकडे भरलेल्या नजरेनं बघत होती. मलाच ते बघवेना.

बाहेर अंगाला चटके बसावेत असा उष्मा होता. कदाचित शंभर डिग्रीही असेल आणि अशा वेळी या भयंकर उन्हानं मुलाचं काहीही होईल, अशी भीती मला वाटत होती. कोणी रबरी बुचाबाबतच्या जुनाट, बुरसटलेल्या खुळचट कल्पना उराशी बाळगून आपल्या पोटच्या मुलाच्या दु:खाकडे कानाडोळा करू शकेल, यावर माझा विश्वासच बसेना. नुसतं बसून त्या इवल्याशा जिवाचं दु:ख उघड्या डोळ्यांनी बघत राहाणं मलाच सहन होईना. मला खात्री होती की येस्लाम यातून निश्चित मार्ग काढेल; परंतु माझ्यावतीनं त्याला मध्यस्थी करायला सांगावं तर तो पुरुषांसाठीच्या दालनात इतर भावांबरोबर बसलेला. त्यांच्या प्रथेप्रमाणे मलाही त्याच्याकडं जाणं शक्यच नव्हतं; परंतु त्याची एखादी बहीण ते करू शकणार होती. मग त्याच्या बहिणींपैकीच एकीला मी येस्लामसाठी निरोप धाडला.

काही क्षणातच येस्लाम आला. तो समोर आल्यावर मी संतापानं त्याच्यावर ओरडलेच, 'जा आणि तुझ्या भावाला सांग, त्याचा मुलगा तहानेनं कासावीस झालाय... सारखा रडतोय. तोंडात तीळ भिजत नाहीए. मुलाला पाण्याच्या बाटलीचीच आवश्यकता आहे. सांग — हे थांबलं पाहिजे.' माझा एकूण अवतार बघून येस्लाम रदबदली करायला गेलासुद्धा; परंतु थोड्याच वेळात मान हलवत माघारी फिरला. मला म्हणाला, 'काही काही उपयोग नाही. तो... तो ओसामा आहे.' माझा त्याच्या सांगण्यावर विश्वासच बसेना. साऱ्या परतीच्या प्रवासात हा प्रसंग माझा पिच्छा सोडायला अजिबात तयार नव्हता. ओसामा त्याची बायको आणि मूल यांच्या बाबतीत त्याच्या मर्जीला येईल तसं करू शकत होता. त्यांचा कायदाच होता ना तसा. त्याची बायको त्याची अवज्ञा करायला धजत नव्हती.. तोसुद्धा कायदाच की! नवल म्हणजे त्यात बदल घडवून आणण्यासाठी मध्ये पडण्याचं किंवा मध्यस्थी करण्याचं कोणातही धाडस नव्हतं. सारंच विलक्षण! पत्नीवरचा ओसामाचा अशा प्रकारचा अधिकार येस्लामलासुद्धा मान्य असल्याचं दिसून आलं. येस्लामच्या ज्या

जोशावर, ज्या अधिकारावर, दरारावर मनापासून प्रेम केलं होतं, ते सारं या अरेबियातील उष्णतेनं विरून जात होतं. उन्हाच्या आगमनानंतर धुक्यानं निमूटपणे पळवाट काढावी तसं! हाच, हाच माझा येस्लाम होता का?

त्या डोंगरउतारावरून येस्लाम परत आणत होता, तेव्हा अबाया घालून मी अगदी गप्प गप्प बसले होते; परंतु हाताच्या मुठी मात्र सारख्या आवळल्या जात होत्या. एकटक बाहेरच्या वैराण वाळवंटाकडे बघत होते. जीव अगदी घुसमटला होता. मला कळत होतं की ओसामाला त्याच्या मुलाची काळजी नव्हती किंवा त्याला घालवून बसायचं असं नक्कीच नव्हतं. खरंच तसं नव्हतंच; परंतु त्याचबरोबर सतराव्या शतकात कुराणातून उद्भवलेले तत्त्वज्ञान त्याला आपल्या पोटच्या पोरापेक्षा अधिक मोलाचं वाटत होतं. त्याच्या धार्मिक भावनांच्या कट्टरतेकडं सारं कुटुंब केवळ बिथरून बघत बसण्याखेरीज काही करत नव्हतं. खरं तर धार्मिक भावनांच्या बाबतीत कमालीचं अतिरेकी धोरण सौदी अरेबियातील धर्माला मानणाऱ्या लोकांनाही मान्य नव्हतं.

या वेळीच मला माझा मानसिक शक्तिपात चांगलाच जाणवला. ज्या आयांना जबरदस्तीनं आपल्या मुलाबाळांपासून दूर ठेवलेलं होतं, अलग केलेलं होतं, त्या माझ्या डोळ्यांपुढे तरळत होत्या. स्वत:च्या आयुष्यावर स्वत:चा कोणताही ताबा नाही; स्वत:चं आयुष्य सर्वस्वी परावलंबी झालेलं आहे, ही या स्त्रियांच्या साऱ्या आयुष्याची उपासना होती.

येस्लामची ताईबा ही एक बहीण म्हणजे कारुण्याची करुण कहाणीच होती. तिच्या नवऱ्यानं तिला टाकली. त्या वेळी तिच्या मुली खूप लहान होत्या. आम्ही भेटलो त्या वेळी त्या दोन्ही मुली सात आणि चार वर्षांच्या होत्या. याहून कोवळ्या वयाच्या या मुलींना सोडतानाच्या तिच्या मनाची काय अवस्था झाली असेल! तिला दर शुक्रवारीच दुपारी थोडा वेळ भेटण्याची परवानगी होती. उम येस्लामनं सांगितलं, आईला सोडताना पोरं जिवाच्या आकांताने रडायची. हे ऐकून मीच व्याकूळ झाले. ताईबा केवळ तीस वर्षांचीच असेल नसेल; पण अतिशय दु:खी, निस्तेज, सुकून गेलेली होती.

माझ्या एका स्वीडीश मैत्रिणीनंही एका सौदी अरेबियातील तरुणाबरोबर विवाह केला आणि नंतर घटस्फोटही. तिनं तिच्या दोन वर्षांच्या मुलाला स्वत:कडेच ठेवून घेतलं होतं; परंतु त्यांच्या प्रथेला हे कसं मानवणार! एक दिवस ती शिंप्याकडे गेली होती. तिनं चूक काय केली तर त्याचा केवळ हात सोडला. नंतर वळून मुलाला बघते तो काय, मुलगा गायब. त्याच्या वडिलांनी पाळत ठेवून स्वत:च्या मुलाचंच अपहरण केलं होतं. त्यानंतर तिनं त्याला एकदा तरी पाहू द्यावं म्हणून वारंवार विनंती केली. पुढच्या आयुष्यात तिला तिचा मुलगा नजरेससुद्धा पडला नाही.

मी सौदी अरेबियाला येण्यापूर्वीच येस्लामच्या एका बहिणीचे हेच दु:ख होतं. तीसुद्धा तिच्या चार मुलांना घटस्फोटानंतर कधीच भेटू शकली नाही. मी एकदा कळवळून तिला विचारलंसुद्धा, 'तुझे हे सारे भाऊ याबाबत काहीच कसं करत नाहीत!' त्यावर ती फक्त म्हणाली, 'ए ऽऽ कॅरमेन!'' त्यातून तिला जणू काही मी एक गावंढळ, अडाणी आहे, हेच सुचवायचं होतं. एक तर नवऱ्याच्या अधिकारांना सवाल करायचा नाही आणि भावाविषयी असे अपशब्द उच्चारून कोणतीही शंका मनात आणायची नाही.

माझं मन या घटनांनी कुरतडलं जात होतं. माझं सारं मन उदास, जडशीळ बनलं होतं. आत्ता जेद्दाला परतताना अगदी आत्ताच अपघात झाला तर! जर त्याचं काही बरंवाईट झालं तर हे थोडंफार, सारं आयुष्य कडवं करणारं स्वातंत्र्याचं संरक्षण कोण करेल? भविष्यात सौदी स्त्रिया म्हणून माझ्या या मुलींचं आयुष्य कसं असेल? त्यांच्या आयुष्याबाबतचे निर्णय कोणी घ्यायचे? सालेम की बाक्र की इब्राहिम? शिवाय आजचं ठीक आहे. ते तरुण आहेत; पण वाढतं वय आणि वाढती शक्ती, सामर्थ्य ही माणसं तरी कशी होतील, याचा काय भरवसा! माझ्या मुलींच्या अगदी एवढ्यातेवढ्या बाबींवर ते बंधनं घालतील, त्या वेळी तर मी त्यांच्या लहरीवर पूर्णपणे अवलंबून असणार... एकप्रकारे प्रत्येक गोष्टीसाठी पदर पसरणार का?

हे सारे विचार मनात आले आणि अगदी प्रथमच मला माझ्यातील आणि येस्लाममधील दरी जाणवली. ही घटनाच मला जगात कोणत्याही गोष्टीपेक्षा अधिक मोलाची होती. मी त्यासाठी त्याच्याकडे विचारणा केली, त्यावर त्यानं मला काही शाब्दिक तरी आधार द्यावा म्हणून प्रयत्न केला तर येस्लाम आपला साऱ्यातून अंग काढून घेतल्यासारखा ढिम्म् असायचा. यदाकदाचित अशी समस्या आमच्या आयुष्यात निर्माण झालीच तर मला त्याच्याकडून त्यावर उपाय हवा होता. तो नसला तरी माझ्या मुलींच्या आयुष्यावर सर्वस्वी माझा ताबा असावा. मला त्यासाठी त्याच्याकडून एखादी योजना, आयुष्याचा मार्ग दाखवणारा नकाशा हवा होता. बाकी त्या मुलींच्या नशिबात लिहिलं असेल ते असू दे; परंतु या लोकांच्या ताब्यात मला त्यांची आयुष्यं सोपवायची नव्हती हे निश्चित! मला त्यानं तो आमची काळजी घेईल आणि आम्ही या लोकांच्या लहरीपणापासून सुरक्षित असू असं काहीतरी तो करायला तयार आहे, असा शब्द हवा होता. माझ्या दृष्टिकोनातून कुटुंबाचा जो प्रमुख असतो तो भविष्याचा विचार करणारा आणि आपल्या कुटुंबाचं स्वास्थ आणि सुरक्षितता जपणारा असावा लागतो; परंतु माझ्या दुर्दैवाने येस्लामचा या कशाशीच संबंध नसल्यासारखा प्रतिसाद होता. माझ्या काळजीची, दु:खाची तीव्रताच येस्लामला समजत नव्हती. मग मी तरी काय करणार होते! मी गप्प बसले खरी; परंतु आतून

मी पुरती हादरून गेले होते. मला अगदी पुरतेपणी कळून चुकलं मी अगदी अगदी एकटी होते, गलितगात्र होते, असमर्थ बनले होते.

ताएफच्या त्या दिवसानंतर कोणतीच गोष्ट नेहमीसारखी सरळसाधी वाटत नव्हती. भविष्यातील स्वातंत्र्यपूर्ण जगाच्या स्त्रियांना आपल्या अपत्याबाबत काही ठरवायचा अधिकार असावा वगैरे साऱ्या साऱ्या स्वप्नांचा चक्काचूर झाला! ती स्वप्नं नुसती पूर्णपणे धुळीलाच मिळाली असं नाही, तर इस्लामधर्माच्या संदर्भात बाहिबी पुरातन कल्पनाखाली चिरडली गेली... नव्हे, त्या अरबी वाळवंटांत खोल खोल पुरली गेली. भविष्यात जे काही जगायचं या साऱ्यावर एकाकीपणा आणि भीतीचे रंग चढले. वरवर जरी मी सारं ठाकठीक आहे असं दाखवून जगत होते तरीसुद्धा काळजीची काळीकुट्ट छाया अगदी सदोदित माझ्याबरोबर वावरत होती. त्यानंतर कोणतीही काळजी नसणारी अशी आई मी राहिलेच नव्हते. साऱ्या भविष्याची चव कडूसर झाली होती.

◆

१०

मानसिक कोंडमारा

मी माझ्या मनाची भेदरलेली अवस्था बाजूला सारण्याचा प्रयत्न करीत होते; पण तरीही जोपर्यंत मी सौदी अरेबियात होते तोपर्यंत ही भेदरलेली अवस्था मनाच्या कोपऱ्यात कायमचं घर करून बसली होती; परंतु तशाही परिस्थितीत मला आयुष्याला सामोरं तर जायला हवंच होतं. मग खूप दिवसांपासून मनात काही योजना होत्या, त्यात स्वत:ला गुंतवण्याचा मी प्रयत्न करीत होते. उम येस्लामनं आणि फौझियानं वेगळं बिऱ्हाड थाटण्याचं ठरवलं. मग आमच्या शेजारची जमीन येस्लामनं त्यांना त्यांच्या घरासाठी दिली. मला आणि येस्लामला दोन छोट्या मुली होत्या. आता आम्ही कुटुंबवत्सल झालेलो होतो. मग मीही आमच्या कुटुंबासाठी म्हणून घर करण्याचा निर्णय घेतला आणि कामाला लागले.

मला काही माझ्या सासूबाईंसारखी स्वयंपाकाची हौस वगैरे नव्हती. मी स्वयंपाकासाठी एक स्वयंपाकी नेमून टाकला. आमच्या घराची एकूण रचना विचित्र असल्यानं उदासी वाटायचं. मग मी मधल्या भिंती पाडून घर चांगलं मोकळंटाकळं उजेडी करण्याचा बेत केला. आमच्या घराला जोडूनच मी आमच्या नव्या स्वयंपाकघराची आखणी केली. बैठकीच्या खोलीतही मोठाले काचेचे सरकते दरवाजे केले. त्याखेरीज घरात काम करणाऱ्या दोन बायकांसाठी सर्व्हंटस् क्वार्टर्सही बांधून घेतल्या.

एव्हाना मी घरात काम करणारा मुलगा, स्वयंपाकी, माळी, रखवालदार आणि दोन ड्रायव्हर्स अशा पुरुषनोकरांशी समक्ष बोलायला लागलेली होते. ही सारी पुरुषमंडळी फाटकापाशीच असलेल्या वेगळ्या खोल्यांत राहात होती. एके दिवशी त्यांच्याशी संपर्क साधणारा फोन बंद असल्यानं आमच्या अब्दाऊ या ड्रायव्हरला गाठण्यासाठी मी त्यांच्या क्वार्टर्समध्ये गेले. मी आत डोकावून बघते तो काय सारा उकीरडा. मग माझ्याच्यानं अधिक शोध घेतल्याखेरीज राहवेना. वेळ दुपारची होती.

त्यामुळे सारा नोकरवर्ग बाक्रच्या एका नोकराच्या खोलीतील दूरदर्शनवर फूटबॉलचा सामना बघण्यात गर्क होते. मग अब्दाऊला कोणी येत आहे-नाही असं लक्ष ठेवण्यासाठी बाहेर उभा केला *(मी पुरुष नोकरच्या बेडरूममध्ये एकट्यानं असल्याचं कोणाला कळू नये याची काळजी घेणं नक्कीच आवश्यक होतं.)*. मी साऱ्या घराची पाहणी केली तेव्हा स्वयंपाकघर म्हणजे उकीरडा होता. तिथे भयंकर दुर्गंधी होती. भिंतीवर शेवाळ्याची पुटं असल्यानं त्या काळ्या झाल्या होत्या. त्यांच्या झोपण्याच्या खोल्याही अतोनात गलिच्छ होत्या.

ती आमच्याच मालकीची जागा आणि घर असूनही मला उगीचच मी 'अतिक्रमण' केल्याची भावना वाटत होती. आजवर कोणत्याही स्त्रीनं त्यांच्या बिऱ्हाडात कधी प्रवेश केला नव्हता. या खोल्यांतून राहणारी पुरुषनोकर दोन वर्षांतून एकदा त्यांच्या बायकांच्या आणि कुटुंबियांच्या भेटीसाठी आपल्या घरी जात असत. स्त्रियांचं म्हणून समजल्या जाणाऱ्या कामाविषयी त्यांना तिटकारा वाटायचा. तरीही हेच पुरुष माझ्या घरात सर्व प्रकारची कामं विनातक्रार करून घर चकाचक ठेवीत होते; परंतु स्वत: राहात होते त्याचे त्यांनी गुरांसाठी असतात तसे गोठे केले होते. माझ्या कुंपणाच्या भिंतींच्या आतच मला ही एक जबरदस्त ठेच लागली होती. मग अब्दाऊला मी रंग विकत आणायला लावला. त्यांच्या उरावर बसून मी त्या साऱ्यांना घरं साफ करायला लावली. मग त्यांना नव्या कोऱ्या फर्निचरसाठी पैसेही दिले.

मध्यंतरीच्या काळात मी आमच्या घराच्या सजावटीचं काम हाती घेतलं. त्यामुळे एक बदल जाणवत असला तरीही ते सुरू करताना कोणत्या आवाहनांना मला सामोरं जावं लागणार होतं, याचा मी विचारच केलेला नव्हता. तिथं मुळात दुकानच नसल्यानं काही असे बदल करण्यासाठी कुठे खरेदी करावी अशी तिळमात्र शक्यता नव्हती. सरतेशेवटी खूप शोधाशोध केल्यावर सौदीशी लग्न केलेल्या एका लेबनीज स्त्रीनं एक फर्निचरचं दुकान तिच्या घरातच चालू केलं असल्याचं समजलं. युरोपमध्ये ती फर्निचर खरेदी करून ते विकायची. दुकान म्हणजे काय, अर्ध्या भागात राहातं घर आणि अर्ध्या भागात हे विकाऊ सामानाचं गोदाम! हे असलं दुकान म्हणजे विचित्रच प्रकार होता; परंतु या भिंतीपासून त्या भिंतीपर्यंत घाणेरड्या हिरव्या कार्पेटपासून मला सुटका करून घेता आली. त्याऐवजी मी नवे, चांगले, जाडजूड असे क्रीम कलरचे कार्पेट तिच्याकडून खरेदी करू शकले.

ही कार्पेटची खरेदी झाली; परंतु ते बसवण्याचे काय हा माझ्यापुढे मोठा प्रश्न होता. अडचण अशी होती की मी कामगारांच्या नजरेस पडायचे नव्हते आणि बोलायचेही नव्हते. कारण ती मंडळी पुरुष आणि परकी. मग मला त्यांना त्यांची कामे येत असावीत, असं मानावं लागलं. शिवाय येस्लामचा इजिप्तचा एक सेक्रेटरी होता. तो त्यांना काम समजावून सांगणार होता. त्यामुळे सेक्रेटरीच्या

सूचना आणि त्यांची कारागिरी यांवर मला अवलंबून राहावं लागणार होतं. काही इलाजच नव्हता. मग मीच माघार घेतली — कारण या साऱ्यात वेळ आणि शक्ती उगीचच खर्ची पडणार होती. शेवटी मी त्या इजिप्शिअन सेक्रेटरीला सारं समजावून सांगितलं. नंतर ज्या वेळी काम करणारी मंडळी आली त्या वेळी साहजिकच कोणाच्या नजरेस पडू नये म्हणून सारा दिवस स्वत:ला मागच्या खोलीत कोंडून घेतलं. सर्वत्र धुराळ्याचं आणि आवाजाचं साम्राज्य होतं. मुली तर कमालीच्या त्रासल्या होत्या. होता होता संध्याकाळ झाली आणि कामगार मंडळी निघून गेली. मग मी मोठ्या उत्साहानं त्या खोलीत आले तर माझ्या नजरेला जो प्रकार पडला तो अतिशय विचित्र होता. मी तर क्षणभर सुन्न झाले. आमच्या नव्या खिडक्यांना काटकोन करून ती कार्पेट अंथरली होती आणि तशी बसवण्यानं तिची शिवण अगदी स्पष्ट दिसत होती. मी ज्या हिरव्या कार्पेटला कंटाळले होते. त्यापेक्षा आणखी काही वेगळेपणा जाणवला नाही. साऱ्या कामाचा चुथडा केला होता त्यांनी.

मग मी येस्लामला हे कार्पेटच परत करायला हवं, असं सांगितलं. त्यानं बिचाऱ्यानं सुस्कारा सोडला. दुसऱ्या दिवशी सकाळी ती कार्पेट परत काढून नीट बसवण्याच्या त्यानं सूचना वगैरे दिल्या. दुसऱ्या दिवशी रात्री बघते तर शिवणी वगैरे फारशा ठळकपणे दिसत नव्हत्या; परंतु अगदी ठळकपणे नजरेला येईल असा अगदी मध्यभागी एक घाणेरडा तुकडा त्यांनी बसवला होता. असली चूक झाल्यावर मला ते तसंच सहन करून तिथं सारा काळ राहणं शक्यच होणार नव्हतं. मला काय करावं तेच उमजेना. शेवटी मी परत आपलं येस्लामला ते काम परत करावं लागेल असं सांगितलं. प्रथम मला वाटतं येस्लामला मी काय सांगतेय याचा बोधच होईना. अगदी साहजिकच होतं की तो अगदी निराश झाला. माझ्याकडे हताशपणे बघत राहिला. एक तर त्याला यापेक्षा अधिक महत्त्वाची कामं होती आणि ती खोळंबली होती. शिवाय हे काम म्हणजे सारा थकवणारा आणि जिवघेणा प्रकार होता. येस्लामसाठी तरी जिवघेणाच होता. शेवटी त्यानं मला सांगितलं, ''बाई ग जा, तूच काय सूचना द्यायच्या आहेत त्या समक्षच दे.''

बाप रे! ही तर फारच मोठी झेप होती. जे कधीच झालं नव्हतं किंवा साधं ऐकीवात नव्हतं ते आता घडणार होतं! बिन लादेन कुटुंबातली एक स्त्री घरातल्या पुरुषनोकरांबरोबर नाही तर अजिबात परक्या पुरुषांबरोबर बोलणार होती. मी रीतीप्रमाणे अबाया पांघरला; परंतु चेहरा मात्र झाकलाबिकला नाही. मला सारं दिसायला हवं होतं. मग मी मागच्या खोलीतून बाहेरच्या दालनात आले आणि त्या कामगार मंडळींना काय करायचं आणि कसं करायचं ते समजावून सांगू लागले; परंतु त्यांच्यातील एकानंही वर मान करून माझ्याकडे बघितलंही नाही. मी त्यांना ती

सारी कार्पेट ओरबाडून काढायला सांगितली तर ते बहाद्दर काही लक्षच देईनात. तो जो सुदामी कामगार होता तो आपलं माझं काही न ऐकता आणखीन कार्पेट पसरत होता. मी परत परत सांगून बघितलं. अखेर मी माझा आवाज चढवला. मग माझ्याकडं बघितलं वगैरे नाही; परंतु डोकं किंचित तिरकं आणि वर करून तो उद्दामपणे बोलला — बोलला कसला गुरगुरलाच, 'मी स्त्रियांकडून आज्ञा घेत नाही.'

मग येस्लामच्या सेक्रेटरीनं त्याला दमात घेऊन मी त्या कामाच्या संदर्भात निर्णय घेणारी होते आणि त्यानं मी सांगेन ते ऐकलंच पाहिजे, असं सांगितल्यावर अखेरीस ते कार्पेटचं काम पूर्ण झालं. नंतर परत आमच्या झोपण्याच्या खोलीच्या बाबतीत किंवा अगदी प्रत्येक लहानसहान निर्णयाबाबत किंवा काम करायचं असलं तरीही मी सदैव या पुरुषावर अवलंबून असायची. किंबहुना, मला असावं लागायचं. हा सारा प्रकार बघून मला हसावं का रडावं हेच समजेना. या साऱ्या निराशेनं आणि अगतिकपणानं माझं रक्त सदोदित जळत होतं. आजवर मला असं कधीच कोणावर अवलंबून राहावं लागलेलं नव्हतं. मग मीच आपली माझी समजूत काढली. तिथलं आयुष्य बदलायला लागलं होतं. मला धीरानं घेणं गरजेचं होतं. आमच्याभोवती इमारती उभ्या राहात होत्या. जेद्दा आता घरबांधणीच्या कामात फार मोठं बनत चाललं होतं. आमच्या घरापासून मक्केला जाणाऱ्या रस्त्यावर इमारतीच इमारती दिसू लागल्या होत्या. एके काळचा तो 'गाढवांची विक्री होणारा चौक', तिथली घाणेरडी, गलिच्छ किराणाभुसाऱ्यांच्या दुकानांच्या त्या जागेचा संपूर्ण कायापालट झाला होता. आता त्याला 'डोम चौक' या नावाने ओळखत होते. तो सारा भाग आता सार्वजनिक वापरासाठी होता. खूप भव्य, खूप म्हणजे खूपच सुंदर. काही आठवड्यांसाठी मी जिनिव्हाला जाऊन परत यायचं, तर जेद्दातील अनेक ठिकाणं ओळखू येणार नाहीत इतक्या झपाट्यानं बदलत होती. वेगानं चक्र फिरत होती.

एकूण भौगोलिकदृष्ट्या विलक्षण बदल सौदी अरेबियात झाले होते. केवळ मी तिथे पाच-सहा वर्षांत ही जी प्रगती तिथे बघितली, त्या वेगाने क्वचितच कोठेही असं होऊ शकेल असं मला वाटत नाही. पाचपन्नास वर्षांपूर्वी झोप येण्यासाठी पुरेसा थंडावा मिळावा म्हणून येथील लोक ओल्या चादरी गुंडाळत होते, तिथे घरोघरी आता एअर कंडिशनर्स होते; जागोजागी कार डिलर्स होते आणि उंटांच्या बदल्यात टोयोटो कंपनीच्या मोटारी उपलब्ध होत होत्या. साराच माल 'जुने टाकून नवीन घ्या.'

पेट्रोलमुळे येणारे डॉलर्स अचंबित करणारे होते आणि मग भावना अशी होती की हे सौदी इतका पैसा असून खर्चच करू शकत नाहीत. मग काय सौंदर्यप्रसाधने, फॅशनेबल कपडे इत्यादींची दुकाने सुरू झाली. शिवाय, या दुकानात विक्री वगैरे

करणारा सारा नोकरवर्ग स्त्रियाच असल्याने त्या वस्तू अंगावर कशा दिसतात, हे समक्ष ते कपडे घालून बघणं शक्य झालं. चेहरा झाकणारे बुरखे कोपऱ्यात पडू लागले. स्त्रियांना खरेदीचं वेड लागलं. बुरख्याच्या आत तरुण स्त्रियांचं नटणं हे सिनेमात काम करणाऱ्या नट्यांप्रमाणं सुरू झालं. त्यांचे वेषही अतिशय आधुनिक अशा पाश्चिमात्त्य पद्धतीचे असत. अर्थात अजूनही केशभूषा करणाऱ्या स्त्रिया घरीच येत होत्या. स्त्रियांचा केशसंभार विशेष महत्त्वाचा मानला जाई. तो इतरांपासून सतत लपवलेला, झाकलेला असायचा. केवळ नवऱ्यासमोर तो उघडा किंवा मोकळा करून त्याला खूष करणं, उद्यापित करणं हा उद्देश असायचा. त्या काळात पुरुषांच्या जगापासून कुठेतरी दूर, वेगळं असं आयुष्य स्त्रिया जगत होत्या.

आता दुकानातून इलेक्ट्रॉनिक्सच्या वस्तूंना ऊत आला होता. कॅन्व्हासचे रबरी सोल असलेले शूज सर्वत्र दिसत होते. नंतर शहराच्या मुख्य भागात सुपरमार्केट सुरू झालं. ह्यात खरेदीसाठी जाणं म्हणजे तर काय आनंदपर्वणीच झाली होती. बिन लादेन कुटुंबात त्या वेळी मी एकटीच अशी होते की एकट्यानं अशा ठिकाणी खरेदीला जात असे. अर्थात अशा वेळी आमचा ड्रायव्हर सोबत असायचा; परंतु इतर स्त्रिया आपल्या मैत्रिणीबरोबर किंवा घरवाली / कामवालीला सोबत घेऊन खरेदीला जायच्या. खरेदीला जाणं हा जणू सामाजिक समारंभच होता. वरचेवर नवराबायकोसुद्धा दुकानातून खरेदीसाठी आलेले नजरेस पडू लागले. दुकानातून आधुनिक वस्तू उपलब्ध व्हायला लागल्या. आता आम्ही ट्रॉलीतून जेली, कॅपबेलची सूप्स, स्वीसचं चीज, चॉकोलेट्स, ब्रेड्स इत्यादी भरभरून खरेदी करीत होतो. या साऱ्या खाद्यपदार्थांना प्रगतीचा सुगंध होता.

आता मला अबायाची म्हणजे गोषाची, बुरख्याची चांगलीच सवय झाली होती. तरीसुद्धा तो वेष मला फसवायचा, फजिती करायचा. एकदा अशीच खरेदीला गेले असताना या काळ्या कपड्यात पाय अडकला आणि मी जिन्यावरून धडाधडा खाली आले. तेवढ्यातही त्यात लपेटून घेण्याच्या प्रयत्नात मी यशस्वी झाले. खाली येऊन आदळले तेव्हा एखाद्या ममीसारखी मी काळ्या वेशात गुंडाळली गेलेली होते. तोंडावरचा बुरखा थोडासा बाजूला करून बघितलं तर माझा ड्रायव्हर शेजारी उभा राहून माझ्या झालेल्या फजितीला हसत उभा असलेला दिसला. तशा स्थितीतही तो मला मदत करण्यासाठी पुढे येऊ शकला नाही. मलाही साऱ्याचं हसू आलं. मग मीच आपली कशीबशी स्वत:ची स्वत: उभी राहिले.

ही खरेदीची जी साथ सौदी अरेबियात आली होती, त्याला बिन लादेन कुटुंबातील स्त्रियाही अर्थातच अपवाद नव्हत्या. सुपरमार्केट किंवा मोठाल्या दुकानात जाऊन खरेदी करणं, याने नुसती सुरुवात झाली होती; परंतु मग काहीतर नवीन, आधुनिक याचं पीक फोफावलं. माझ्यानंतर माझा जावा, नणंदा, इत्यादींनीही

स्वत:ची घरं सुशोभित करायला, सजवायला सुरुवात केली. परंतु त्यांच्या सजावटीत कमालीचा भडकपणा आणि बटबटीतपणा होता. मी ज्या गोष्टींची निवड केली होती, त्यांच्याही त्याच गोष्टी होत्या; पण त्यात निवड नव्हती. फौझियाच्या घरातील प्रत्येक गोष्ट चकचकीत, झगमगणारी आणि खूपच विसंगत होती. म्हणजे तिनं प्लॅस्टिकची फुलं ठेवली होती. बाथरूममधले पाईप्स उघडे दिसणारे होते आणि एकूणच कारागिरीत गलथानपणा होता. फौझियानं किंवा इतर जावांनीसुद्धा माझ्या घराविषयी काही कौतुक केलं नाही. कदाचित त्यांच्या दृष्टीनं मी कौतुकाला पात्र नसावी. प्रत्येक गोष्ट 'ये रे माझ्या मागल्या' किंवा 'कथा मूळपदावर' यायची. त्या सौदी होत्या, मी परक्या देशातली, परदेशी, तिऱ्हाईत होते.

मी जबरदस्त वाचन करायचे आणि त्यातून माझं असं ग्रंथालय आकार घेत होतं. जिनिव्हातून येताना पुस्तकांनी भरलेली खोकी आणली होती. काही तरी स्मगल्ड माल देशात येऊ नये म्हणून सतत भीती बाळगणाऱ्या किंवा सदोदित या बाबतीत जागरूक असणाऱ्या कस्टम अधिकाऱ्यांमध्येही बिन लादेन कुटुंबाच्या सामानाची झडती घेण्याचं धारिष्ट्य नव्हतं. ज्यातून काही तरी आवाहनात्मक असेल असं हाती येईल ते म्हणजे राजकारण, अर्थशास्त्र, चरित्रं, तत्त्वज्ञान यांवरील पुस्तकं मी नेहमीच वाचीत असे. एकदा एका मासिकात एका लेखात स्त्रियांच्या लिंगाचा अतिशय नाजूक आणि संवेदनाशील असा भाग कापतात याविषयीची माहिती वाचली आणि दचकायला झालं. नंतर असं कळलं की अगदी आजही इजिप्त किंवा आफ्रिकेतील काही भागात हा प्रकार सर्रास चालू आहे.

उम येस्लाम स्वयंपाकघरात होती. मी लगबगीनं स्वयंपाकघरात जाऊन जे काही वाचलं होतं ते सांगण्याचा आगाऊपणा केला. मला वाटतं त्या वेळी मला आधार हवा होता; परंतु उम येस्लामनं दिली तशी प्रतिक्रिया मला खरोखरच आणि अजिबातच अपेक्षित नव्हती. मी तिला सारं सांगितल्यावर इंजेक्शनपूर्वी छोट्या मुलाच्या हातात चॉकलेट द्यावं, तसा मला अनुभव आला. ती म्हणाली, "अग, तुला वाटतं ना तितकं काही भयंकर नसतं ते. एक इजिप्शिअन बाई येते त्यासाठी. अगदी एवढासा भाग कापतात — अगदी अगदी एवढासा — शिवाय मुलगी इतकी लहान असते त्यामुळं असं थोडंसं तिथं कापलं तर फारशी दुखापत होत नाही. त्यात काही विशेष नसतं."

बाप रे! म्हणजे या रानटीपणाचा अनुभव माझ्या सासूनं पण घेतला होता की काय! फौझियानंसुद्धा? शेख महंमदांची थोरली लेक आयशानंसुद्धा? इतर साऱ्या गुपिताबरोबर किती कुटुंबं आणि कुटुंबातील स्त्रिया हा भावनिक आणि शारीरिक डाग लपवतात? सौदी स्त्रियांच्या वेदनांना अंतच नाही का? *(का वेदनेचंच नाव सौदी स्त्री मानायचं?)* मला काही सुचेना. मी धावत धावत जाऊन माझ्या मुलींना,

माझ्या गोड, लाडक्या मुलींना मिठीत घेऊन बसले. मला बधीरपणा आला होता.

नंतर आणि हळूहळू आमचं लोकांमध्ये मिसळणं वाढायला लागलं, तसतशी मला त्या देशातील सामाजिक प्रगती जाणवायला लागली. तरुण आणि आधुनिक पिढीनं स्वत:ला सामाजिक आणि सांस्कृतिक रुढीपरंपरांपासून मोकळेपणा घ्यायला सुरुवात केली. अधिकाधिक स्त्रिया आता गोषातून बाहेर पडल्या. अर्थात घराबाहेर आणि समाजात वावरत असताना त्या चेहरे उघडे ठेवीत होत्या तरी अबायांचा वापर करीत होत्या. इतरांचं आणि तरुणांचं कशाला आता उम येस्लामसुद्धा ड्रायव्हरसमोर चेहरा उघडा ठेवून वावरत होती. इतकंच नाही तर अलिकडे त्याच्याबरोबर समक्ष बोलायलाही लागली होती.

मध्यंतरीच्या काळात माझ्या घरात मी 'माझेपण' जपायचं ठरवलं होतं. बाहेरचं जग जरी नेहमीसारखं म्हणजे 'नॉर्मल' नसलं, तरीही माझ्या घरात मी माझ्या इच्छेप्रमाणं करायचं ठरवलं होतं. माझं घर माझ्यासाठी निवारा — स्वर्ग होता. मी माझ्या नोकरवर्गाकडे माझ्यासारखी 'माणसं' समजत होते. विशिष्ट परिस्थितीत त्यांना जास्त समजावून घेत होते. मी त्यांना आवडते हे मला माहीत होतं. मी त्यांच्याशी इतर स्त्रियांप्रमाणे उद्धटपणानं वागत नव्हते किंवा अंगावर जाऊन भुंकत नव्हते. माझ्या मुलीही त्यांच्याकडून काम करून घेताना 'प्लीज' आणि त्यांच्यासाठी काहीही केल्यावर या लोकांना 'थँक्यू' म्हणत होत्या. मला माझ्या पद्धतीनं काम होणं हवं असायचं... परंतु त्या वेळी मी त्यांचे अपमान करीत नव्हते. त्या देशात हे जरा विचित्र किंवा 'जास्तच' होतं. त्यामुळे आमचं वागणं 'टीकेसाठी' एक विषय असायचा. बिन लादेन मंडळी या नोकरवर्गाकडे एक 'वस्तू' या दृष्टीनं बघायची. चांगलं काम केलं तर ठीक; परंतु तसं नाही केलं तर 'मूर्ख' वगैरे शिव्यांची लाखोली असा प्रकार होता.

एकदा असंच वाळूचं वादळ येऊन गेलं आणि आमच्या नवीनच केलेल्या संगमरवरी गच्चीवर खूप वाळू उडून आली होती. मग आमच्याकडच्या एका पाकिस्तानी दरवानाला मी ती गच्ची साफ करायला सांगितलं. मग मी बाजारातून नव्यानंच आणलेला 'मॉपर' त्यानं घेतला, तो पाण्यात बुडवून भिजवला आणि त्या साचलेल्या वाळूत वर्तुळाकार फिरवत राहिला. मी त्याला कसं करायचं हे खूप वेळा सांगूनही त्याचं आपलं तसंच काम चालू होतं. मग मीच थकले! विचार केला ज्यानं सारं आयुष्य थोपटून तयार केलेल्या आणि सारवलेल्या जमिनीवर घालवलं आहे, त्याला 'मॉपर' कसा वापरायचा कसं कळणार? त्या बिचाऱ्याची त्यात काय चूक होती. मग मी पायताणे उडवून लावली. माझ्या पँटचे पाय वर घेऊन दुमडले आणि सरळ रेषेत 'मॉपर' वापरून फरशी कशी स्वच्छ करायची दाखवायला लागले. तेवढ्यात येस्लाम तेथे उगवला. ते सारं दृश्य बघून तो भांबावून गेला

आणि ओरडला, 'हे काय चालवलं आहेस तू?' मला काही कळेना मी काय गैर करीत होते? मग लक्षात आलं की मी नोकराचं 'स्वच्छतेचं' काम करीत होते आणि भरीला भर म्हणजे एका परपुरुषासमोर चक्क माझे घोटे उघडे टाकले होते. बिन लादेनमधील स्त्रिया या अशा दोन्ही गोष्टी कधीच करीत नाही. मी काहीच बोलले नाही. फक्त लगबगीनं आत गेले.

या साऱ्या प्रकारानं मला नंतर मौजच वाटली; परंतु एकदा मात्र माझा माझ्यावर अगदी ताबा राहिला नाही. म्हणजे त्या वेळी येस्लामच्या येमाजी ड्रायव्हरनं आमच्या घरासमोर आमची मोटार लावली आणि तिचं इंजिन तसंच चालू ठेवलं. काही मीटर ती अंतरावर असूनसुद्धा धुराचा जळका वास आणि उष्णतेच्या झळा जाणवत होत्या. मग मी सांगितलं, 'गाडीचं इंजिन बंद कर. उगीचच ते खूप तापतंय.' परंतु येस्लामच्या ड्रायव्हरनं मला खिजगणतीत घेतलं नाही. मग तो म्हणाला, "शेख येस्लामसाठी एअर कंडिशनर चालू राहावा म्हणून इंजिन चालू ठेवलं परंतु तरीही मी त्याला परत तसं सांगितल्यावर त्यानं मला 'मी स्त्रियांच्या आज्ञेचं पालन करीत नाही' असं ठणकावून सांगितलं. हा साराच प्रकार विचित्र आणि अपमानास्पद होता की मला काहीच सुचेना. मोटारीचं इंजिन तर आग ओकेल इतकं तापलं होतं. मग मी त्याच्या अंगावर बेभान होऊन ओरडले. 'जेव्हा शेख येस्लाम येथे नसतात, तेव्हा मी प्रमुख असते. समजलं?' आमची ओरडाओरडी बाक्रच्या कानावर पडल्यावर समोरच्या स्वतःच्या घरातून तो आमच्या घराकडे धावला. त्यानं त्या ड्रायव्हरला सांगितलं. मग त्या ड्रायव्हरनं निमूटपणे इंजिन बंद केलं, हे वेगळं सांगायलाच नको.

दिवसामागून दिवस जात होते. आम्ही टेनिसचं कोर्ट तयार करून घेतलं होतं. मी प्रत्येकाच्या मापाचे बूट आणि चांगल्या डझनभर टेनिस रॅकेट्स मागवल्या होत्या. कारण लॉसएंजेलिसला असताना येस्लामही हा खेळ शिकला होता. मग दर गुरुवारच्या रात्री आम्ही लोकांना 'टेनिस पार्टीज'ला बोलवायला लागलो. नेहमीच मोकळं आयुष्य जगता यावं यासाठीचा हा आणखीन एक प्रयत्न होता. त्या वेळी मी आपली 'नॉर्मल' कपडे घालायची. शिवाय त्या वेळी 'बार्बेक्यू' आणि 'बिअर' असायची. त्या देशात बिअरला बंदी असल्यानं ती काळ्या बाजारातून मिळवणंही एक दिव्यच असायचं; परंतु देशाच्या वकिलातील अधिकारी राजकीय अधिकार वापरून दारू आणायचे आणि त्यांचे ड्रायव्हर्स गुप्तपणे मद्याचा व्यापार करायचे. वरिष्ठ मंडळींचे आशीर्वाद असायचे! मग काय सारं सुरळीतपणे चालू असायचं. आमचा अब्दाऊ ड्रायव्हरही आफ्रिकन वकिलातीमधून त्या अधिकाऱ्यांच्या ड्रायव्हर्सकडून मद्य मिळवत असे. त्यामुळे बार्बेक्यू आणि मद्य असा आमचा अमेरिकन प्रकार सौदी अरेबियात सुरू होता. आम्ही अगदी सुरक्षित होतो. धार्मिक

रखवालदारही राजपुत्र किंवा बिन लादेनच्या घराची झडती घेण्याइतके धाडसी *(किंवा स्वच्छ)* नव्हते.

घरी पुरुषमंडळींना निमंत्रित करणारी आणि त्यांचं स्वागत करणारी मी एकटीच स्त्री होते. हैफ़ा म्हणायचीसुद्धा, 'खरंच, तू नशिबवान आहेस. येस्लाम निदान घरी येतो. तुझ्याबरोबर बोलतो, तुझ्याबरोबर वेळ घालवतो आणि तुला जे हवं तसं आयुष्य जगायला परवानगी देतो.' असं म्हणणारी हैफ़ा माझ्या सुखाचा हेवा करीत नव्हती. उलट ती मला येस्लामला, त्याच्यातील काही खास गोष्टी समजावून घ्यायला मदतच करीत होती. मी सौदी आयुष्याशी जुळवून घेऊन आनंदी असावं, असाच तिचा प्रयत्न असायचा.

मला वाटतं या गुरुवारच्या रात्रीच्या एकत्र येण्यानं माझं मन थाऱ्यावर होतं. त्या वेळी वकिलातीतील लोक, पाश्चिमात्त्य देशातील विविध व्यवसायातील लोक आणि सामाजिक वेगळेपणानं मागे राहिलेल्या सौदी अरेबियाला प्रग़तीच्या, भरभराटीच्या दिशेनं नेण्याचा प्रयत्न करणारे अरब व्यावसायिकही असायचे. काही केवळ व्यवसायाच्या कामानिमित्त परदेशाहून काही काळासाठी आलेले व्यावसायिक तर या संमेलनावर बेहद्द खूष होते. सौदी अरेबियात एकूण काम करणं त्यांना फार अवघड वाटायचं. एखाद्या राजपुत्राची किंवा स्थानिक उर्मट व्यावसायिकांची त्यांना त्यांच्या हॉटेलातून प्रतीक्षा करायला लागायची. अनेक बंधनांनी ते कंटाळून जायचे. त्यामुळे असे व्यावसायिक गुरुवारची उत्सुकतेने वाट बघत असायचे.

बाहेरच्या देशातून आलेले लोक काहीतरी करमणुकीसाठी, या तोचतोचपणातून बाहेर पडण्यासाठी अगदी कमालीचे बेचैन झालेले असायचे. मग तेच चोरून त्याच्या बाथटबमधून दारू तयार करायचे. एकदा सौदीतील 'सेफवे' या सुपरमार्केटच्या बाहेर जेथे चॉकोलेटचं प्रदर्शन असावं, अशी विक्री होत होती, तेथे मला बाहेरच्या देशातील या लोकांची झुंबड उडालेली दिसली. सारेजण उत्साहानं डझनावारी बॉक्सेस ट्रॉलीत टाकून मोठ्या खुषीत होते. थोड्या उत्सुकतेने मी त्यात नाक खुपसलं तेव्हा ती मादकपदार्थ मिसळलेली चॉकोलेटस् असल्याचं मला कळलं. मला ते सारं बघून हसूच फुटलं.

आमच्या गुरुवारच्या संमेलनाला पंचवीस ते सत्तरपर्यंत लोक जमायचे. साऱ्यांना ते मुक्तद्वार वाटायचं. त्यात जॉन वेस्ट हा अमेरिकेचा वकील आणि त्याची बायको लुईस हे नेहमी असणाऱ्यांतले होते. त्यांनी त्या वेळीच नाही तर अगदी आजवर मला नेहमीच साथ दिलेली आहे. त्यांची शेल्ट्न नावाची मुलगी साधारणत: वीस वर्षांची होती. अशा बंदिस्त, धाकाच्या, बंधनाच्या देशात त्या तरुण अमेरिकन मुलीचा जीव कसा गुदमरत असेल, याची मला पूर्ण कल्पना होती.

या साऱ्याच्या विरोधात आमच्या घरचं वातावरण खूपच मोकळं होतं. अमेरिकेत

काही सामाजिक घटनांत आम्ही आनंद घ्यायचो, तोच इथेही घ्यायला लागलो होतो. मुलांसाठी व्हीडिओ असलेली टीव्हीची करमणुकीची स्वतंत्र खोली आम्ही, तयार केली होती. आमच्याकडे येणारे त्यांच्या मित्रांनाही आमच्याकडे आणायचे. या अशा आमच्याकडच्या मुक्त संध्याकाळचे दिवस या परदेशीयांना जेद्दातले दिवस घालविण्यासाठी मोठा विरंगुळा होता. बेल्जिअन वकिलाची पत्नी प्रथमच अशा एका गुरुवारी आमच्याकडे आली, तेव्हा तिनं लांबलचक, पायघोळ असा अतिशय सुंदर आणि श्रीमंती वेष परिधान केला होता. आमच्याकडे आल्यावर मला कॅप्री पॅन्टमध्ये आणि भोवतालच्या पुरुषांना हाफपँटस्‌मध्ये बघून तर ती दचकलीच. 'अरे बाप रे, खरोखरच हा सारा अनौपचारिक घरगुती मामला आहे तर!' ती चटकन म्हणाली. त्यानंतर या देशात कोणीही 'साधा, अनौपचारिक, रोजच्या वापरातला यासाठी कॅज्युअल असा शब्द वापरला की मला सारेच वेगळ्या घरगुती पोशाखात दिसायला लागतात.

यात टेनिस केवळ निमित्तमात्र होतं. त्यामुळं वातावरण हसतंखेळतं व्हायचं एवढं मात्र खरं! बहुतेक वेळा आम्ही गप्पा मारत बसायचो. येणारी माणसं काही तरी नवी बातमी आणायचे. मग आम्ही राजकारण, पुस्तकं यांवर बोलायचो. माझ्या लायब्ररीकडे सारेजण मत्सराने बघायचे. पुढे पुढे तर माझी ही 'खाजगी लायब्ररी'— 'सार्वजनिक ग्रंथालय'च बनली. काही वेळा काही मोठाली व्यावसायिक मंडळी त्यांना मिळू पाहणाऱ्या कंत्राटाविषयी वाटाघाटी चालू असायच्या, त्याबद्दल आणि या देशात वाढती संधी असल्याचे बोलायचे.

सौदीमध्ये असे लोक होते जे आधुनिक, नवा सौदी अरेबिया उभा करीत होते. त्यांच्याबरोबर बोलणं, त्यांचं ऐकणं, त्यांना ऐकवणं म्हणजे उलटसुलट चर्चा हेच माझं आयुष्य बनून गेलं. हे सारं चक्रावणारं आणि आव्हानात्मक होतं. शिवाय, हे सामाजिक संबंध येस्लामच्या व्यवसायासाठी अनुकूलच होते. हे मोठाल्या कंपन्यांचे संचालक आमच्या घरी वरचेवर यायचे आणि त्यामुळं येस्लामसाठी नवनवी दालनं उघडली जात होती. त्याला इतर सौदींपेक्षा वेगळा घडविण्यात माझा मोठा वाटा होता. येस्लामकडे निमंत्रित म्हणून जाणं याला एक वेगळीच प्रतिष्ठा प्राप्त झाली होती. एक प्रभावशाली व्यक्ती म्हणून तो जाणवू लागला होता. शिवाय त्याला बिन लादेन कुटुंबाची पार्श्वभूमी होतीच. बिन लादेन कुटुंबात मान आणि मोठेपणा यानुसार भावांना मान, किंमत होती. त्यातही येस्लामचं स्थान आता वेगळं आणि महत्त्वाचं व्हायला लागलं होतं.

या 'टेनिस मेळाव्यां'ना येस्लाम काही वेळा सौदी पुरुषांना निमंत्रित करायचा. तेव्हा त्यांच्याबरोबर त्यांच्या बायका कधीच यायच्या नाहीत. भोवताली सौदी पुरुष असल्यानं नेहमीच वातावरण ठेवणं आव्हान असायचं; पण मी ते स्वीकारलं होतं.

मला वाटायचं की भोवताली इतर पुरुष असताना मी येस्लामबरोबर मोकळेपणानं बोलले तर त्यांना ते अंगवळणी पडेल. कुणी सांगावं कदाचित अशा मोकळेपणात बायकोबरोबरची नाती किती आनंददायी असतात हे जाणवून त्यांच्याही संसारात वेगळेपण येईल. अशा प्रकारे मी सौदी समाज बदलण्याचा प्रयत्न करीत होते, असं मला वाटायचं; परंतु अशा प्रकारे इतकं अनौपचारिक बनणं त्यांना जमायचं नाही. येस्लामचे भाऊ काही वेळा यायचे; पण फार काळ त्या वातावरणात तग धरायचे नाहीत.

१९७८ मधल्या एका अशाच गुरुवारी राजकीय क्षेत्रातले लोक आमच्याकडे जमले होते. त्या संध्याकाळी अगदी अलिकडची अशी बातमी साऱ्या जेद्दात एखाद्या वणव्यासारखी पसरत होती. कोणातरी राजाची प्रिन्सेस मिशाल नावाच्या चुलत नातीला मोटारी पार्क करतात तेथे अतिशय थंडपणे ठार केलेलं होतं. तिचा गुन्हा असा होता की ती नुकतीच वयात आलेली छोटीशी तरुणी होती आणि तिच्यापेक्षा वयानं बऱ्याच मोठ्या माणसाबरोबर तिचं लग्न ठरविण्यात आलेलं होतं. अर्थातच तिला हे मान्य नव्हतं म्हणून तिनं दुसरा पासपोर्ट वापरून आपल्या प्रियकराबरोबर पलायन केलं होतं; परंतु तिचं पलायन अयशस्वी होऊन तिला एअरपोर्टवर ताब्यात घेण्यात आलं होतं. मग राजा खालिदचे भाऊ यांनी त्यांच्या नातीनं घराण्याच्या नावाला काळोखी फासली म्हणून या कोवळ्या मिशालला ठार करण्याची आज्ञा फर्मावली. त्या वेळी राजा खालिदनं भावाची समजूत काढण्याचा प्रयत्न केला; परंतु प्रिन्स महंमद *(राजा खालिदचे बंधू)* यांनी आपण घराण्याचे पुरुषमंडळींतील एक वारसदार आहोत असे सांगून त्यांची शिक्षा अमलात आणायला लावली. कोणताही खटला, चौकशी असा प्रकार न होता, या कोवळ्या मुलीला सहा गोळ्या घालून ठार करण्यात आलं. त्याच वेळी एक ब्रिटिश तेथून जात होता आणि त्यानं त्या घटनेची छायाचित्रं घेतली. आता ब्रिटिश सरकार त्यावर एक डॉक्युमेंटरी काढणार, हे कळल्यावर सौदी सरकार भयंकर संतापलं आहे.

नवरा, वडील किंवा मुलगा यांच्या संमतीशिवाय कोणतीही सौदी स्त्री सौदी अरेबिया देशाबाहेरच काय परंतु त्या शहराच्या हद्दी ओलांडू शकत नाही. त्या देशात स्त्री ही कधीच कायदेशीररित्या प्रौढ नसते; परंतु तेथेही स्त्रियांच्या भूमिगत अशा पासपोर्ट किंवा परवानगी मिळविणाऱ्या पळवाटा आहेतच. त्याचं महत्त्वाचं कारण म्हणजे कोणताही कस्टमचा अधिकारी कोणत्याही स्त्रीला बुरखा बाजूला करायला सांगू शकत नाही. त्यामुळं दुसऱ्याच्या पासपोर्टवर बाहेर पडण्याची पळवाट असते; परंतु त्यात धोका असतो.

मिशालच्या त्या घटनेमुळं मी भीतीनं अगदी गारठून गेले. आणि बराच काळ मी त्या घटनेचा विचार करीत होते. केवळ प्रेमात पडण्याला गुन्हा समजून आपल्या

नातीला एखादा आजोबा ठार करण्याची आज्ञा देतो आणि त्याला कोणीही थोपवू शकत नाही! या घटनेत कोणताही इस्लामी धर्माचा प्रश्नच नव्हता; परंतु धर्मापेक्षाही ही घटना त्यापेक्षा अधिक खोल, गंभीर होती. इस्लामिक कोर्टात कोणतीही सुनावणी नाही किंवा कोणा इमामानंही त्याविषयी कोणतं फर्मान काढलं नाही. कारण अगदी आजही सौदी अरेबियाच्या चालीरीतीरिवाज याबाबत अगदी रानटी अशा बेडोईन संस्कृतीचा पगडा आहे.

ही एक जमात होती, भटकी जमात आणि त्यांचं बिऱ्हाड त्यांच्या पाठीवर असायचं. स्त्रिया आणि उंट ही या लोकांची एकप्रकारची मालमत्ता असायची. या वाळवंटी प्रदेशात क्रौर्याला एक वेगळीच किंमत दिली जाते. या संस्कृतीत स्त्रीवरील पुरेपूर ताबा फार महत्त्वाचा मानला जातो. प्रेम किंवा इच्छा या बाबतीतही स्त्रीला कोणतंच स्वातंत्र्य नसतं. तिच्या भावनांची एवढीही कदर केली जात नाही. आपल्या कुटुंबाबरोबर इमान न ठेवणारी, आज्ञापालन न करणारी स्त्री त्याज्य ठरते.

या कोवळ्या मुलीला ठार केल्याची घटना ऐकल्यापासून माझ्या डोळ्यांपुढे माझ्या निष्पाप मुली होत्या. उद्या वफ़ा किंवा नाज़ियाबाबतही हे होऊ शकणार होतं. त्यांच्या चुलत्यांपैकी एका चुलत्यात आपल्या पुतणीला ठार करण्याची आज्ञा देण्याचं मानसिक सामर्थ्य नक्कीच होतं आणि त्या वेळी मी नुसती अगतिक होऊन बसले असते. या घटनेमुळे मला आलेला संताप किंवा मनात निर्माण झालेलं भय व्यक्त करण्यासाठी माझ्याजवळ शब्दच नाहीत. आम्ही सारे ताहोफला गेलो, त्या वेळी मला येथील दुष्टपणाची पहिली कल्पना आली होती. मिशालच्या मृत्यूची घटना माझ्या डोळ्यात अंजन घालणारी दुसरी घटना मानावी लागेल.

मी वफ़ा आणि नाज़ियाचा वाढदिवस मे महिन्यात एकत्रित साजरा करण्याचं ठरवलं. या क्षुल्लक घटनेत धार्मिक विचारांचं एवढं मोठं वादळ होईल, याची मला कल्पनाही नव्हती. मला काहीच कल्पना नसल्यानं मी आपली जावा-नणंदा यांच्या मुलामुलींना निमंत्रित करण्यासाठी फोन केले, तर माझी जाऊ रफ़ा तर या विचारानं दचकलीच.

'आम्ही आमच्या प्राफेट महंमदाचाही वाढदिवस साजरा करीत नाही. वाढदिवस ही ख्रिश्चनांची प्रथा आहे. नाताळ वाढदिवसच असतो ना?'

मी गोंधळून गेले आणि तिला विचारलं, 'तू काय बोलतीएस? ही काही कोणती मूर्तीपूजा वगैरे काही नाही. मला माझ्या मुलींना तुमच्या जन्मानं मी आनंदी झाले एवढंच दाखवायचं आहे. तुमच्या जन्मानं मी आनंदी आहे, एवढंच मी फक्त सांगते आहे. त्यात ख्रिश्चन आणि धर्म यांचा काय संबंध?' परंतु मी माझे विचार तिला पटवून देऊ शकले नाही. रफ़ा आणि इतरजणींसाठीही ती धार्मिक बाब होती आणि त्या बाबतीत त्यांची भूमिका अतिशय ताठर होती. सौदी अरेबिया, आणि बिन

घराण्यात वाढदिवस साजरा करणं मान्य नव्हतं; कारण त्या 'हराम' मानतात.

घटना किरकोळ असूनही मी खूप संतापले. रफा आणि इतरजणींच्या मते त्यांचंच बरोबर होतं. त्यांच्या मते पाश्चिमात्त्याचा ऱ्हासाचा काळ अगदी जवळ येऊन ठेपला होता; परंतु त्यामुळे तर मला मुलींचा वाढदिवस आणखीनच महत्त्वाचा वाटला. बिन लादेन कुटुंबाला खूष करण्यासाठी मला माझ्या संस्कृतीचा सर्वस्वी त्यागही करायचा नव्हता. शिवाय, माझ्या इवल्याशा मुलींनां इतक्या साध्या आनंदापासून वंचितही करायचं नव्हतं. महत्त्वाचं म्हणजे येस्लामनं मला वाढदिवसासाठी मान्यता दिली. रुढीविरुद्ध उभं ठाकण्याची आमची काही ही पहिलीच वेळ नव्हती.

याप्रसंगी कापडांच्या काही आकृत्या, टाचण्या, पिनांच्या साहय्यानं सजावट करण्याचा मी बेत केला. ते करून मला माझ्या मुलींच्या मनावर प्रत्येक गोष्ट बाजारातून विकत आणण्याची आवश्यकता नसते, हेही ठसवायचं होतं. त्यासाठी मी खूप कष्ट घेतले. उत्कंठेपोटी किंवा कशाने का होईना या साऱ्याजणी आपल्या पोराबाळांना घेऊन आल्या. साऱ्या मुलांनी खूप आनंद लुटला. परिकथेतील एखादी घटना असावी असा तो दिवस वाटला मला.

पण दर वर्षी या मुलाबाळांच्या आयांना त्यांच्या मुलांना वाढदिवसाला पाठविण्यासाठी मन वळवणं कठीण जाऊ लागलं. हैफ़ाशी माझी गट्टी असूनही मला खूप एकटं एकटं वाटलं. स्त्रियांना कवडीची किंमत नसणाऱ्या समाजात मी वावरत होते. मला अपेक्षित आणि हवासा वाटणारा बदल त्यांना नको होता. गैर गोष्टींना विरोध करण्याची इच्छा किंवा धैर्य नसलेल्या स्त्रियांच्या सहवासात मी अगदी निराश झाले. त्यांच्यातील अनेकजणी बुद्धिमान आणि उत्साही असणाऱ्या होत्या; पण या दोन्हींचा उपयोग त्या फक्त धर्मासाठी करीत होत्या. त्या त्यांच्या श्रद्धांसाठी जगत होत्या. त्यांचं सारं व्यक्तिमत्व अजिबात नष्ट झालेलं होतं.

मी माझ्या घरात मालकीण होते; परंतु असे अनेक प्रसंग होते की मी माझ्याच घरात मालकीण असूनही रुढी आणि परंपरांची कैदी बनत होते. संध्याकाळच्या प्रार्थनेनंतर आमच्या संगमरवरी गच्चीत उभी राहून घरामागे नारिंगी रंगाचा सूर्य बुडत असताना आकाशातून एकमेकांना हाका मारणाऱ्या पक्ष्यांना बघत होते, ऐकत होते. मैलोन्‌मैल काहीही दिसणार नाही अशा वाळंवटातील काळ्या आकाशात ते घिरट्या मारत असत. ते खूप सुंदर दिसायचं; पण त्यात तोचतोचपणा होता, कोणतीही नवनिर्मिती नव्हती. अंधार आणि रितेपण. बस्स, बाकी काही नाही. असे महिन्यांमागून महिने जात होते आणि हे दृश्य माझं मन जड आणि उदास करीत होतं. मी गच्चीवर आणि माझ्यामागे घरात माझ्या मुली असायच्या, तरीसुद्धा मला माझं आयुष्य त्या वाळवंटासारखं रितं आणि अगदी ओसाड, उजाड वाटायचं.

◆

११

बिन लादेन : सारे भाऊ

येस्लाम हा शेख महंमद यांचा दहा नंबरचा मुलगा होता; परंतु कुटुंबाच्या व्यवसायात मात्र त्याला मिळालेलं स्थान त्यानुसार नव्हतं. जरा खालचं होतं. आम्ही सौदी अरेबियात गेलो त्या पहिल्या वर्षात असं चित्र होतं; परंतु मला एका गोष्टीनं बरं वाटलं, कारण इतरांना त्याची हुषारी वाया जात आहे हे लक्षात आलं. इतर भावांच्या तुलनेत येस्लाम अधिक शिकलेला आणि जास्त बुद्धिमान होता. कुटुंबाचा व्यवसाय मात्र दिसत होता तितका खरा चांगला चाललेला नव्हता. म्हणूनच की काय कुणास ठाऊक; पण आता त्यांना येस्लामच्या कुशलतेची गरज भासायला लागली होती.

शेख महंमद यांचं अपघाती निधन झालं त्या वेळी व्यवसायाच्या दृष्टीनं या कुटुंबाची परिस्थिती विचित्र होती. त्यांच्या एवढ्या मुलांतील फक्त दोन मुलं काय ती एकवीस वर्षांची होती; बाकी सारी धंद्यापाण्याच्या आणि कायद्याच्या दृष्टीनं लहान होती. या अपरिपक्व आणि लहान मुलांना न्याय मिळायला हवा होता. म्हणून राजा फैजल यांनी आठ विश्वस्तांच्या हाती या कुटुंबाच्या व्यवसायाची सूत्रं दिलेली होती. आम्ही सौदी अरेबियात गेलो त्या वेळी ही स्थिती होती. सौदी अरेबियात ज्या काही नावारूपाला आलेल्या कंपन्या होत्या. त्यांपैकी या कुटुंबाची पण एक होती. त्यामुळे तिची देखभाल होणं गरजेचंच होतं. त्याखेरीज सर्वांत महत्त्वाचं म्हणजे शेख महंमद यांचे राजघराण्याचे खूप जुने संबंध होते. त्यांनी राजा फैजल यांचे वडील अब्देल अझीझ आणि भाऊ राजा सौद यांचे राजवाडे, महाल बांधण्यात आणि याखेरीज इतर अनेक बाबतीत त्यांची मनापासून सेवा केलेली होती.

सारे आठही विश्वस्त वयस्कर, सुस्वभावी परंतु कोणताही धोका किंवा काही

नवे करण्याच्या विरोधी, पुराणमतवादी होते. त्यामुळे 'जैसे थे' अशा बिनलादेनच्या व्यवसायाच्या तुलनेत काही सामर्थ्यशाली राजपुत्रांच्या आर्थिक पाठबळावर इतरांचे व्यवसाय भरभराटीला येत होते आणि चांगलेच प्रगतीपथावर होते. चांगले संबंध सौदी अरेबियात कोणत्याही व्यवसायात पाया मानला जायचा. बिन लादेनच्या व्यवसायाच्या मानानं त्यांच्या स्पर्धकांचा व्यावसायिक पाया या संबंधामुळे चांगलाच भक्कम होता. बिन लादेनचे स्पर्धक सामर्थ्यवान आणि मुसंडी मारणारे होते. मग काय, ते हातोहात वेगवेगळी कंत्राटं हस्तगत करीत होते.

भरीलाभर म्हणजे शेख महंमदांचा सर्वांत थोरला मुलगा सालेम आणि त्याच्या दुसऱ्या आईचा दुसऱ्या क्रमांकाचा मुलगा अली यांच्यात तणाव निर्माण झालेले होते. या अलीची आणि माझी लेबाननला भेट झाली होती. शेख महंमद यांनी शिक्षणास सालेमला परदेशी पाठवले तेव्हा अलीला स्वत:बरोबर सौदी अरेबियाला ठेवून घेतले होते. शेख महंमदांचे निधन झाले त्या वेळी हे दोघे कायदेशीररित्या वयात आलेले होते. त्या वेळी रिवाजानुसारचा अधिकार म्हणून सालेमने कुटुंब आणि व्यवसाय या दृष्टिकोनातून पहिले स्थान स्वीकारण्याचे ठरवले होते. वडिलांना अखेरपर्यंतचं सहाय्य करणाऱ्या अलीला आपल्याला ते स्थान मिळावे, असं वाटत होते.

परिणामी, काही वर्षे अली सालेमचे निर्णय फिरवत होता. साहजिकच, या गोष्टींचा त्यांच्या व्यवसायावर प्रतिकूल परिणाम होत होता. अखेरीला अलीने बिन लादेन कुटुंबाचा व्यवसाय आणि देशही सोडायचा निर्णय घेतला आणि त्यासाठी राजा फैजलला विनंतीअर्जही केला. खानदानी प्रथेप्रमाणे थोरल्या मुलाचा प्राप्त होणारा अधिकार राजा फैजलसुद्धा डावलू शकले नाही. शेख महंमदांचा कारभार आपल्या हाती असावा ह्या अलीच्या मागणीत तथ्य असूनही त्यांना अलीला व्यवसायातून बाहेर पडण्याची परवानगी द्यावी लागली. वडीलमुलाचा हा अधिकार हा त्यांच्या राजघराण्याचाही रिवाज होताच. मग शेख महंमदांच्या व्यवसायाच्या आर्थिक बाबींचा अभ्यास करून अलीला त्याच्या वाटणीचा भागांश देऊन या प्रकरणावर पडदा टाकण्यात आला. मग अली लेबाननला निघून गेला आणि इकडे सारे व्यवहार सालेम अणि त्याचा धाकटा भाऊ बाक्र यांनी ताब्यात घेतले.

त्या वेळी अजूनही मक्का आणि मदिनाच्या नूतनीकरणाचे आर्थिक लाभ मिळवून देणारे आणि अभिमानाचे कंत्राट बिन लादेनच्या कंपनीकडेच होते; परंतु त्यातील जोश कमी झाला होता — वेगळीच दिशा दर्शवीत होता. येस्लामची बढतीची कमान उंचावत होती. त्यानं सिटीबँकेची दोन माणसं हाताशी धरून जेद्दामधील मूळ ऑफिसचं नूतनीकरण सुरू केलं. एकूण कारभारपद्धतीतही फेरफार सुरू केले. त्यानं वेगवेगळी खाती निर्माण केली, औपचारिक कामाचा अहवाल

देण्याची पद्धत केली. याखेरीज महत्त्वाचा बदल म्हणजे निर्णयाचीसुद्धा कार्यपद्धती सुरू केली. त्यांच्या व्यवसायांत संगणकाचा प्रवेशही त्यानंच करून दिला. हळूहळू व्यवसायाचे आर्थिक व्यवहार, कर्जाबाबतची बोलणी आणि परदेशातील प्रमुख असा पैसा गुंतवणाऱ्यांचा जो जथा होता, त्यांच्याबरोबर वाटाघाटी करायला सुरुवात केली. त्यानं जनरल मोटर्स आणि लोसिंजरसारख्या स्विस कंपन्यांच्या मदतीने नवीन नवीन धाडसात सहभागी व्हायला प्रारंभ केला. त्याची गरुडझेप जाणवेल अशीच होती.

शेख महंमद यांच्या 'बीन लादेन व्यवसायावर' त्यांचा वारसा सांगणाऱ्या सर्वांचाच हक्क होता. परंतु त्या साऱ्या व्यवसायाच्या संपत्तीच्या संदर्भात दिल्या गेलेल्या हक्काची वाटणी, करार फारच गुंतागुंतीचा होता. शेख महंमदांच्या ज्या चार स्त्रिया कायदेशीर त्यांच्या पत्नी होत्या त्या चौघींना मिळून संपत्तीचा एक अष्टमांश एवढा हिस्सा करारानुसार देण्यात आलेला. होता. उरलेला सात अष्टमांश हिस्सा त्यांच्या एकूण असलेल्या ५४ अपत्यात वाटण्यात यावा असा करार होता. परत त्यातही प्रत्येक मुलाला एक पूर्ण हिस्सा तर मुलींना मुलाच्या हिश्श्याच्या निम्मा हिस्सा दिला गेला होता.

सौदी अरेबियात 'अर्धा भाऊ' असला प्रकार नाही. त्यामुळे सालेम आणि बाक्र एकाच आईची मुलं होती. तरीसुद्धा समान आई, समान वय, एकच शाळा यामुळे निर्माण होणारा जिव्हाळा आणि गटबाजी होती. सालेम किंवा बाक्रच्या बाबतीत होतं तसं म्हणजे या तिन्ही गोष्टींचा संगम असला तर भावबंध अधिक गडद असायचे. त्यामुळे येस्लामला हितसंबंधी होते ते त्याच्याहून सारेच छोटे होते. इतर तरुण वयातील तरुणांचे जे होते तेच येस्लामचे होत होते. थोरल्या भावाच्या कारभारांनी तो दुखावत होता, कंटाळला होता.

एका संध्याकाळी सारी कामं संपल्यावर येस्लाम मला त्याचं ऑफिस दाखवण्यासाठी घेऊन गेला. अर्थात मी 'अबाया'तच असण्याची खबरदारी घेतलेली होती. ती इमारत आमच्या 'किलोमीटर सात'च्या नजिकच होती. ती कशासारखी... नाही कशासारखीच दिसत नव्हती. मला त्यात महत्त्वाच्या पाश्चिमात्त्य कार्पोरेशनसारख्या सगळीकडून काचा किंवा वेगळंच सामर्थ्य यांच्याशी साम्य दाखवणारं काही वाटलं नाही. युरोपमधील शाळांमध्ये जसे असतात तसे लांबलचक व्हरांडे दिसले. मोकळ्या सजवलेल्या खोल्या. बस्स्! कोणीतरी तिथं झाडू मारत होता. नुसता झाडू... व्हॅक्यूम क्लिनर वगैरे काही नाही. मग मी चटकन येस्लामच्या खोलीत शिरले. त्याच्या खोलीत एक साधं लाकडी टेबल, गालीचा वगैरे काही नाही आणि भिंतीवर तीन अगदी मामुली स्वरूपाच्या फ्रेममध्ये राजा अब्देल अझीझ, राजा फैजल आणि राजा खलेद यांच्या तसबिरी दिसल्या. मध्यपूर्वेतील

एका अतिशय ख्यातनाम कंपनीचं प्रमुख ऑफिस असावं असं काही म्हणजे काहीही आढळलं नाही.

एव्हाना इतर भावांना येस्लामचं कौशल्य नितांत गरजेचं असल्याचं समजून चुकलं होतं. जेद्दात व्यावसायिक कार्यालयं होती, अशा ठिकाणी आता येस्लामची जागा होती *(स्थान होतं.)*. प्रत्येक बाबतीत त्याच्याबरोबर सल्लामसलत होत होती. त्याला आर्थिक व्यवहार आणि पाश्चिमात्त्य व्यवहार माहितीचे होते; परंतु येस्लामची भरारी त्याच्या वडीलभावांना खुपत होती. त्याच्या कीर्तीपुढे त्यांचा धंदापाणी दुय्यम ठरत होते. त्याच्या विस्ताराची सावली त्यांच्यावर होती. स्वत:चं स्थान टिकविण्यासाठी येस्लामला सामर्थ्यशाली मदत करणारे, हात देणारे हवे होते. त्याचा हसन हा भाऊ कर्तबगार होता. येस्लाम दहाव्या स्थानावर होता तर हसन मोठा असल्याने पाचव्या स्थानावर होता; परंतु तो त्याच्या आईचा एकुलता एकच मुलगा असल्यानं तोही एकाकीच होता. त्याच्या साथीला कोणीच नव्हतं. मग तो येस्लामचा साथीदार बनला. ही अशा तऱ्हेची हातमिळवणी ज्याविषयी चर्चा, बोलणं होत नसे अशा अंतर्गत विरोध आणि व्यक्तिगत स्वरूपाच्या विषयामुळे अस्थिर स्वरूपाची असे. थोडक्यात म्हणजे उमरला एखादी जमीन खरेदी करायची असेल तर तो तात्पुरता येस्लामच्या तळावर येई — असंच काहीसं होतं. अंतर्गत राजकारणातून असे बदल वरचेवर व्हायचे; परंतु या कुटुंबाला एक आगळंवेगळं खानदान होतं, त्यामुळे या गोष्टी कधीच उघड होत नसत.

हे असं ताणतणावाचं आणि गुप्ततेचं वातावरण सहसा घुसमटून टाकणारं असायचं आणि येस्लामच्या मनावर त्याचं ओझं यायला सुरुवात झालेली होती. तो आता आधारासाठी आणि धीरासाठी जास्त जास्त माझ्याकडे बघत होता. त्यामुळं भावांमुळं त्याच्यावर येणाऱ्या दबावात तो तग धरू शकेल, असं त्याला वाटत होतं. त्याला भरभक्कम आधाराची गरज होती. मी त्याची शक्ती बनले होते. मी त्याची योजना आखण्यातली सल्लागार बनले होते. वरवर भासणाऱ्या देखाव्यामागे ज्या रोजच्या रोज कानाशी लागून कुजबूज होत असे, त्याची माझ्याकडे खूप माहिती असे. त्या साऱ्याचं पृथ:करण करून त्याचा अर्थ लावायला मीच मदत करत होते. मलाही मनाला, विचाराला खाद्य मिळाल्यानं या साऱ्याचं मी अगदी खुषीनं स्वागत केलं होतं. त्यातून आमच्या कुटुंबाच्या भवितव्यासाठी काही करता येणार होतं.

एव्हाना येस्लाम व्यवसायाचा प्रमुख आर्थिक अधिकारी म्हणून वावरत होता. त्यामुळे आता येस्लामचे छोटे भाऊ संध्याकाळचे आमच्या गच्चीवर कॉफीसाठी, जेवणासाठी किंवा गप्पागोष्टी करण्यासाठी वरचेवर येऊ लागले होते. मी त्यांच्यासमवेत बसत असे, खात असे, त्यांच्या चर्चा ऐकत असे. येस्लाम मला तेथून घालवीत नव्हता. त्यामुळे माझं नुसतं बसणं त्याच्या भावांनीही स्वीकारलं होतं. कदाचित

मला समजण्याइतके अरेबिक भाषेचं ज्ञान होतं, याची त्यांना जाणीव नसावी. म्हणूनही मी त्यांच्याबरोबर असणं मान्य असावं. मात्र त्या वेळी मी माझा चेहरा उघडा ठेवत असल्यामुळे त्यांच्यातील सर्वांत धार्मिक असलेला भाऊ ओसामा अशा बैठकींना क्वचितच हजेरी लावीत असे. अर्थात ओसामाप्रमाणेच इतरही काही भाऊ तसेच होते. ते ज्या वेळी यायचे त्या वेळी मात्र मला आतल्या खोलीत जावं लागायचं.

पुढे पुढे मीच माझी सल्लागार झाले. असे सारे जमले असताना मी काही बोलले तर भाऊ एकदम शांत व्हायचे. अशा वेळी येस्लाम चहाच्या ग्लासमधून माझ्याकडे टक लावून बघत असे. मग मला त्याचा अर्थ उमगला. मी न बोलता नुसती बसून राहायचे आणि सारं त्यांच्या बोलण्यातून समजावून घेण्याचा प्रयत्न करायचे. बऱ्याच गोष्टी स्वच्छ किंवा उघड बोलल्या जात नसत; परंतु त्याचा गर्भितार्थ समजला की नाही हे जाणून घेण्यासाठी नंतर रात्री येस्लामबरोबर बोलून मला काय समजलं ते सांगत असे.

आमच्या गच्चीवर चहाचे घुटके घेता घेता हा भावांचा घोळका त्यांच्या व्यवसायाविषयी चर्चा करायचे. कोणते निर्णय घेण्याची त्यांची योजना आहे. त्याविषयी सांगायचे. शिवाय सालेम आणि बाक्रच्या निर्णयांना शह-काटशह कसा द्यायचा, हेही ठरवायचे. राज्यावर राज्य करणाऱ्या अल् सौदच्या कुटुंबातील राजपुत्रांबरोबर त्यांचे काही संबंध येत नसल्याने त्यांच्यातले बरेचसे नाराज होते. अशा प्रेमळ, मदत करणाऱ्या आणि सामर्थ्यशाली राजपुत्रांबरोबर मैत्रीचे संबंध निर्माण होण्यासाठी खूप काळ, त्यांच्या बाजूनं प्रसंगात उभं राहणं, पैसा इत्यादी लागत असे. त्यांच्याबरोबर प्रवास करणं, रोज संध्याकाळी त्यांच्यासमवेत राहून त्यांना खूष करणं, अशा अनेक गोष्टींची गरज असे. काही राजपुत्र तर तुम्हाला मिळवून दिलेल्या कंत्राटापोटी अधिकार म्हणून काही हिस्सा घेत असत. ह्यातून फायद्यात तोटा सहन करावा लागायचा, हे जरी खरं होतं तरी त्याचबरोबर यश, प्रभाव आणि प्रतिष्ठेचा तो मार्ग होता, हे नाकारता येण्यासारखं नव्हतं.

मला येस्लामनं दहाव्या स्थानावर राहावं हे मान्य नव्हतं. तो इतका कुशाग्र बुद्धीचा होता, त्यापेक्षासुद्धा मोठा असून साऱ्या यंत्रातील एक छोटंसं चक्र असावं हे मला नको होतं. मला तो अतिशय हुषार, कुशल आणि परिणाम घडवून आणणारा होता, कर्तबगार होता हे माहीत होतं. त्याला मिळत होतं त्यापेक्षा तो अधिक लायकीचा होता. इतरांसारखं नुसतं बिन लादेन असण्यापेक्षा त्यानं स्वतः कोणीतरी व्हायचं, तर येस्लामला अल् सौदच्या कुटुंबाबरोबर संबंध गरजेचे होते. सालेम आणि बाक्रनं राजपुत्राबरोबरच्या संबंधाची छान काळजी घेतली होती; परंतु हा दरवाजा वेगळाच होता. दालनात आत शिरण्यासाठी हा दरवाजा नुसता ठोठावून

उघडणारा असा खासच नव्हता.

आमचं सामाजिक जीवन विस्तारत होतं. गुरुवारच्या रात्रीच्या मेजवान्यांचे आभार मानले पाहिजे. या मेजवान्यांना आम्हाला खूप लोक भेटत होते. माझी मैत्रीण उला सोबागचा नवरा इस्सा हा मृदूभाषी गृहस्थ अमेरिकन वकिलातीत सल्लागार आणि दुभाषा — भाषांतर करणारा — होता. हा गोरापान गोरा इसम राजाच्या इतर भावांप्रमाणेच माजिद या राजपुत्राबरोबर प्रवासात अनेक वेळा साथ देत असे. अल् सौदच्या इतर राजपुत्रांप्रमाणेच माजिदही आपल्या राजवाड्यातील भव्य महालात अनेक लोकांना रोज संध्याकाळी भेटत असे. खरं म्हणजे संध्याकाळच्या प्रार्थनेनंतरचा तो राजपुत्र माजिदच्या पाठीराख्यांचा, त्याच्याभोवती घोटाळणाऱ्यांचा खाजगी दरबारच असायचा. ज्यांच्याबरोबर त्याची फारशी ओळख नसायची, त्यांचं माजिद स्वागत वगैरे करायचा आणि नंतर अशी मंडळी कुठेतरी अंतरावरच्या दूरवरच्या आसनावर जाऊन बसत असे. मात्र जे आतल्या वर्तुळातले, नेहमीचे येणारे, भेटणारे असत, ते राजपुत्राच्या जवळच्या आसनावर स्थानापन्न होत. त्या राजपुत्राबरोबरचे जवळकीचे संबंध दाखविण्याचं ते एक चिन्ह होतं, एक लक्षण होतं.

ज्यांचे असे जवळचे संबंध राजघराण्याशी जुळलेले असायचे ते वरचेवर या मंडळींच्या अशा बैठकींना हजर राहत असत. येस्लामचा सर्वांत थोरला भाऊ सालेम ह्यांपैकीच एक होता. त्याला उचलून धरणारे, मदत करणारे असे अनेक राजघराण्यातील लोक होते. म्हणजे सलमान हा राजपुत्र, रियाधचा गव्हर्नर असे. आणि सालेम जवळजवळ दररोज रात्री वेगवेगळ्या 'मजलीस'ना भेट देऊन आपले संबंध टिकवून होता. एके दिवशी इस्सा येस्लामला माजिद या राजपुत्राकडे त्याचा परिचय करून देण्यासाठी घेऊन गेला. त्या वेळी फार काही घडलं नाही. चहा, आणि थोड्याफार औपचारिक गप्पा इतकंच, बस्स! सौदी अरेबियात एकूण साऱ्या गोष्टी खूप संथ होत असतात. अगदी कासवाच्या गतीनं. इतक्या संथ की बाहेरच्या व्यक्तीच्या नजरेला काही बदल जाणवतसुद्धा नाही. नंतर लवकरच घडी बसून गेली. नंतर तो माजिद राजपुत्राच्या आतल्या वर्तुळातला बनला. मग या चंचूप्रवेशानंतर इतर राजपुत्रांशी तसे संबंध निर्माण व्हायला वेळ लागला नाही. आता माजिदच्या *(म्हणजे त्या सामर्थ्याच्या)* जवळ बसणाऱ्यांतला एक येस्लामपण होता. हळूहळू माजिदबरोबर जे घनिष्ट संबंधित होते त्यांच्याशीही येस्लामच्या गप्पागोष्टी सुरू झाल्या. नवखेपणा संपला होता; त्या वर्तुळात तो रुळला होता. तेथे घडणाऱ्या साऱ्याच गोष्टी, हालचाली वरवर साध्या होत्या, नाजूकही होत्या; परंतु त्याचा येस्लामवर म्हणजे त्याच्या व्यक्तिमत्वावर फार छान परिणाम दिसू लागला.

नंतर कधीतरी एकदा निवृत्त झाल्यावर इस्सा आम्हाला भेटायला म्हणून आला. आता राजपुत्राबरोबरचे त्याचे स्थान संपले होते; परंतु काही कारभाराबाबत

त्याला येस्लामची मदत हवी होती. आता इस्साने येस्लामला त्याच्याबरोबर त्याचा माणूस म्हणून न्यावे अशी विनंती केली. येस्लामने होकार भरला; पण तो राजपुत्राला भेटायला जात असे त्या वेळी या म्हाताऱ्याला टाळू लागला. असं काही वेळा झाल्यावर मी येस्लामला कोंडीत पकडण्यासाठी सरळ सरळ सवाल केला — 'तुला गरज होती तेव्हा इस्साने तुला मदत केली आणि आता तू मात्र...' मला तिथल्या तिथं तटकन तोडून येस्लाम म्हणाला, 'मला मदतबिदत कोणी केलेली नाही. मी बिन लादेन आहे... समजलं!' यावर मी तरी काय बोलणार!

परंतु हे सारं खूपच नंतरचं. त्यापूर्वी येस्लाम जेव्हा बिन लादेन व्यवसायात आपलं स्थान बळकट करीत होता, त्या वेळी आमच्या गच्चीवर सारे भेटल्यावर होणाऱ्या चर्चांना धार यायला लागली, नूर बदलत होता. आता व्यवसायात येस्लाम वेगळा होता, फार परिणामकारकपणे साऱ्या गोष्टी करत होता. बिन लादेन व्यवसायाला मोठमोठाली कंत्राटं मिळत होती; परंतु येस्लामची ही झेप, ही दणकेबाज मुसंडी, ही प्रगती, त्याचं मोठं होणं, सालेम आणि बाक्रला सतत खुपत होतं, त्यांचं दुःख ठसठसत होतं. एका सकाळी एका नावाजलेल्या बँकेत नवीन इमारतीच्या प्रकल्पासाठी कर्जाच्या संबंधात बाक्र चर्चेला गेला. त्या चर्चेच्या वेळी त्या बँकेच्या अधिकाऱ्यानं एक बावळट सवाल बाक्रला केला, 'ह्या साऱ्याची शेख येस्लामला कल्पना आहे ना?' त्यानं बाक्रला फार कमीपणा वाटला. त्याला चपराक बसली होती.

मग येस्लाम जे निर्णय घेईल ते फिरवण्याला सालेमने आणि बाक्रने सुरुवात केली. शह-काटशह यांचं शीतयुद्धच सुरू झालं. त्याच्या प्रकल्पांना ते प्रश्न करू लागले. येस्लामच्या मर्जीतील, विश्वासाच्या लोकांवर ते टीका करू लागले, त्यांची किंमत, मोल, महत्त्व कमी करण्याचे, त्यांचा पाणउतारा करण्याचे प्रयत्न सुरू झाले. अगदी शेवटच्या क्षणाला साऱ्या चर्चेनंतर तयार केलेले करार ते नाकारू लागले आणि येस्लामला शरमायला होईल, अशी परिस्थिती निर्माण करू लागले. येस्लामला मग त्या लोकांना तोंड दाखवायलादेखील लाज वाटू लागली. नंतर त्यांचा हसन हा भाऊ वास्तविक व्यवसायाचा जाणकार होता; परंतु लंडनच्या कॅसिनोत स्वारीनं वाटेल तसा पैसा उडवला आणि भरीला कर्जबाजारी झाला. मग काय सौदीला त्याचा मदतीसाठी फोन आला. सालेमनं तत्परता दाखवून त्याचं कर्ज वगैरे फेडलं, त्याची सुटका केली; परंतु नंतर लंडनहून तो सौदी अरेबियाला आला तेव्हा येस्लामला तो सालेमपासून दुरावलेला जाणवला. हसननं आपलं निशाण फिरवलं. तो येस्लामचा साथीदार बनला. येस्लाम हसनवरचं संकट म्हणजे इष्टापत्तीच वाटली.

जेद्दा शहराच्या व्यावसायिक भागात येस्लामनं एक मोठीच्या मोठी अतिशय भव्य इमारत बांधण्याचा प्रकल्प हाती घेतला. ही नजरेत भरणारी गगनचुंबी इमारत

जेद्दातील सर्वांत टोलेजंग अशी ठरणार होती. काही कोटी डॉलर्सचा हा प्रकल्प होता. त्या काळात आम्ही पॅरिसला वरचेवर खेपा मारत होतो. येस्लामनं कर्जवगैरेंविषयी सर्व बोलणी केली आणि करारपत्रावर सहीही त्यानंच केली. त्या योजनेचा येस्लाम सर्वेसर्वा होता. जॉर्ज व्ही (५) या झगमगीत हॉटेलात आम्ही अनेक आठवडे राहिलो. मला अजून आठवतं पलंगावर पसरलेल्या पायांची आढी घालून अगदी उशिरापर्यंत त्या करारपत्रांचं आम्ही वाचन करीत असू.

बिन लादेन या कुटुंबाच्या व्यवसायाला कंत्राटांचा तोटा होता असं नाही; परंतु हे येस्लामनं सही केलेलं कंत्राट म्हणजे आर्थिकदृष्ट्या परीस हाती लागला होता. सबंध प्रकल्पाला फ्रेंच बँकेने कर्ज दिलेलं होतं आणि फ्रेंच सरकारनं या कर्जासाठी बिन लादेन व्यवसायाच्यावतीनं ग्वाही दिली होती. या सौदीतील कंपनीनं फक्त जमीन दिली होती. तेवढंच भांडवल घातलेलं होतं. इमारत तयार झाल्यावर जेव्हा सौदीया या विमानकंपनीला ती भाड्यानं दिली, त्या वेळी फ्रेंच बँकेने त्याच्या खर्ची घातलेल्या भांडवलाची वसुली केली. नंतर कालांतरानं बिन लादेन कुटुंबाच्या व्यवसायानं जमिनीपोटी फुकटात पडलेल्या या 'बिन लादेन प्लाझा'नं या कुटुंबाला अमाप पैसा मिळवून दिला.

दुसऱ्या एखाद्या देशात जर फ्रेंचांना असं काही करायचं असतं तर फक्त जमीन विकत घ्यावी लागली असती; परंतु नंतर जमीन, इमारत आणि त्याद्वारे होणाऱ्या उत्पन्नाचे आणि एकूण मालमत्तेचे ते कायमस्वरूपी धनी झाले असते; परंतु सौदी अरेबियाच्या कायद्यानुसार या देशात कोणत्याही परदेशी इसमाला स्वत: मालमत्ता निर्माण करता येत नाही, इतकेच काय पण साधा कोणताही व्यवसाय करायचा असेल तर त्यांना त्या देशातील नागरिकच भागीदार म्हणून घ्यावा लागतो. त्याला ते 'अरबाब' म्हणतात; परंतु या कायद्याने फ्रेंचांना काही करता आले नाही. शिवाय परमेश्वरावर श्रद्धा नसलेल्यांकडून ही पवित्र भूमी त्यांना मलिन करायची नव्हती.

येस्लामनं इतका मोठा प्रकल्प अतिशय यशस्वीरित्या हाताळला आणि फार मोठं यश प्राप्त केलं. या गोष्टीचा मला फार फार अभिमान वाटला; परंतु सौदी वर्तमानपत्रानं याचं सारं श्रेय बाक्रला दिलं. केवळ त्याला समाधानी करण्यासाठी दिलं. ही गोष्ट येस्लामला सारखी कुरतडत होती; परंतु अशा संघर्षाच्या वेळी तो नेहमीच माघार घेत असे. सालेम किंवा बाक्र जे काही करीत होते त्याविषयी त्यानं कधी तंटा केला नाही. अर्थात या वेळी मात्र त्याचं त्यांच्याविषयी व्यक्तिगत मत अधिकच कलुषित झालं, तीव्र बनलं. भावांच्या या अशा युक्त्याप्रयुक्त्यांविषयी त्यानं माझ्याजवळ तक्रारवजा बोलूनही दाखवलं. तो खूप दुखावला होता; परंतु स्वत:ची बाजू मांडण्यासाठी त्यानं आव्हानात्मक भूमिका अजिबात घेतली नाही.

वादावादी, भांडणं ही सौदींची रीत नाही. वरवर, सारं सारं शांत शांत असतं.

विशेषत: खानदानासंबंधात तर याची विशेष काळजी घेतली जाते. मोह किंवा हाव असतेच असते. सामर्थ्य, सन्मान यासाठी सर्वसामान्य कुटुंबातच नाहीत, तर राजघराण्यातही झगडे, तंटेबखेडे असतात. या वरवरच्या शांततेखाली रोजचं, नेहमीचं सत्य जर कोणतं असेल तर भावाविरुद्ध भाऊ. तो सर्वच मानवजातीचा स्वभाव आहे. त्याला सौदी अरेबिया कसा अपवाद असणार? प्रत्येकजण आपली महत्त्वाकांक्षा आणि व्यक्तिमत्व यांना पुढे रेटीत असतो; परंतु सामाजिक विचारसरणी आणि वाहिबी धर्ममूल्य यांच्या हाडीमांसी अगदी खोलवर रुजली आहेत. त्यामुळे हे सौदी घराण्याचे सभासद संकटकाळी आपल्या भावांच्या पाठीशी मागचे सारे विसरून उभे राहतात. धार्मिक मूल्यांच्या तुलनेत व्यक्तिगत महत्त्व किंवा भवितव्य याला कवडीची किंमत नाही. पूर्वजांकडून आलेल्या परंपरांबाबत कधीच तडजोड नसते.

◆

१२

१९७९ - प्रकाशाकडून अंधाराकडे

१९७९च्या नवीन वर्षाच्या अगदी पहिल्या दिवशी सौदी अरेबियात घडून येणारे बदल मला जाणवले. माझ्या गेल्या तीन वर्षांच्या वास्तव्यात मध्ययुगीन जुन्या जेद्दातील वालुकामय रस्त्यावर नवी, चकाकणारी नगरी निर्माण होऊ लागली होती. आधुनिक सोयी उपलब्ध होत होत्या. आता दर दोनतीन दिवसांनी बिन लादेन ट्रकला आमच्या टाकीत पाणी आणून भरावं लागत नव्हतं. माझ्या लेकी आनंदात होत्या. हैफामुळे मी सुखात आणि मजेत होते. येस्लामचा माझ्यावर जीव होता. त्याला अधिकाधिक संधी मिळत होती. तो अधिक समर्थ बनत चालला होता. काही तरुण स्त्रिया आता मॉल्समध्ये फिरताना चेहरे उघडे ठेवण्याचा धोका पत्करत होत्या. माझ्या मनातील आशा पल्लवित झाल्या होत्या.

परंतु मध्यपूर्व किती वेगानं आणि किती पावलं मागे जाईल, याचा मला कसा अंदाज येणार होता? येणाऱ्या काही महिन्यांत इराणच्या शहाविरुद्ध बंडाळी करणारा त्या भागात एक धक्का देणारी लाट निर्माण करून पुराणमतवादींविरुद्ध युद्ध देऊन मध्यपूर्व देशाला आधुनिकतेनं वेग घेतलेल्या नव्या युगात नेण्याचा प्रयत्न करणार होता. 'इस्लाम' एक वेगळंच वळण घेणार होता आणि जगाकडे बघण्याचा संपूर्ण दृष्टिकोनच बदलणार होता. आता पूर्वीसारखं कोणतंच आणि काहीच तसंच राहणार नव्हतं.

इराणमध्ये जो भडका उडाला होता त्याच्या बातम्या आता सौदी अरेबियातील अगदी छोट्या वर्तमानपत्रातूनसुद्धा येत होत्या. जानेवारीत शहा रझा पहलावीला इराणमधून पळवून लावलं होतं. पाश्चिमात्त्यांच्या प्रभावाखाली असलेले स्वांतत्र्यप्रिय आणि कट्टर धर्माभिमानी यांचा विचित्र असा एकत्रित आलेला समूह लोकराज्याची मागणी करीत होता. फेब्रुवारीत फ्रान्समधील वनवास संपवून आयुतौल्ला खोमेनी

तेहरानला आला. त्या वेळी त्याच्याविषयी प्रेम असलेल्या लाखो लाखो लोकांनी, अनुयायांनी त्याचं स्वागत केलं. मग खोमेनीच्या लोकांनी पाश्चिमात्त्य विचारांचा झेंडा हाती घेतलेल्यांवर हल्ले करण्यास सुरुवात केली. ज्या स्त्रिया आपले बुरखे बाजूला सारून समाजात वावरत होत्या, त्यांना परत बुरखे धारण करायची सक्ती केली. 'इस्लाम'मध्ये सुधारणा घडवून आणण्यासाठी सारे व्यवसाय राबवले जाऊ लागले होते. एकाएकी निर्माण झालेल्या दहशतवाद, भय यांच्या वादळाची सर्वांनाच जाणीव झाली. सारा गोठवून टाकणारा तो प्रकार होता.

आमच्याकडे गुरुवारी संध्याकाळी सारेजण जमत असतात. आता गुरुवारी जमणाऱ्या या राजकारणी आणि परदेशी लोकांना या वादळाखेरीज दुसरा कोणताच विषय चर्चेसाठी नव्हता. साऱ्याच बातम्या उदास आणि निराश करणाऱ्या होत्या. मी नशिबवान होते. माझ्या युरोपमधील बहिणी मला तिकडून डिएचएल्ने नियमितपणे मासिकं आणि वर्तमानपत्र पाठवीत होत्या. माझ्या आईच्या देशात म्हणजे इराणमध्ये जे काही घडत होतं, त्याविषयीच्या बातम्यांनी मी थरारले होते. चेहरा नटविणाऱ्या स्त्रियांच्या चेहऱ्यावर ॲसिड फेकून त्यांना विद्रूप केले जात होते. हजारो माणसांना कैद केले होते, हजारोंनी मारले गेले होते. माझा आईचा देश मध्ययुगीन, बुरसटलेला बनत होता. खोमेनीने सौदी अरेबियातील 'राजा' या किताबाला हरकत घेतली होती. सौदी अरेबियातील राजवटीवर त्यानं टीकास्त्र सोडलं होतं. 'इस्लाम'मध्ये राजा नसतोच, असे जाहीर करून त्यानं येथील राजवटीला उघड उघड आवाहन दिलं होतं.

या बंडाळीचं जे भूत किंवा एक अनामिक दहशतवादी भीती निर्माण झाली होती त्याच्या एका विचित्र दडपणाखाली येस्लाम आणि त्याचे भाऊ वावरत आहेत, हे मला स्पष्ट जाणवत होतं. जर इराणमधील राजवट उलथली गेली किंवा मुक्त इराणी स्त्रियांना पुन्हा बुरख्यात झाकणं आणि धार्मिक रखवालदारांनी त्याच्यावर भयानक हल्ले किंवा मारपीट सुरू केली, तर मग सौदी अरेबियात काय होणार? इराणमधील माहीत असलेल्या लोकांविषयी मला काळजी वाटायला लागली. माझ्या आईच्या चेहऱ्यावर सतत चिंता जाणवायची; परंतु युरोपमध्ये ती सुरक्षित होती. तिच्या कुटुंबातील लोकही देशाबाहेरच होते. त्यातील बरेचसे विशेषकरून अमेरिकेत स्थायिक होत होते. तरीसुद्धा तिचा मित्रमैत्रिणींचा मोठा परिवार आणि इतर परिचित इराणमध्येच होते. त्यांच्याविषयी कोणत्याही प्रकारची माहिती मिळवणे जवळजवळ अशक्यच होते. त्यामुळे त्यांच्याविषयी तिच्या मनात नाही नाही ते विचार यायचे आणि ती उदास व्हायची.

ही अशा प्रकारची खळबळ असल्यानं समजा, उद्या सौदी अरेबियातसुद्धा काही क्रांतीबिंती झाली तरी मी तेथून सुखरूप बाहेर पडू शकेन, असं मला खूप आत

खोलवर वाटत होतं. परदेशी आणि बिन लादेन म्हणूनही बाहेर पडण्यात मला अग्रक्रम नक्कीच मिळाला असता. श्रीमंती ड्रेसेस किंवा पाचूंनी, हिऱ्यामाणकांनी मढविलेल्या इयररिंग्जपेक्षा माझं बिन लादेनपण मला अधिक मोलाचं होतं. या घराण्याला समाजात जे सामर्थ्यशाली स्थान लाभलं होतं; ज्यामुळे केव्हाही तुरुंगातून किंवा देशातून बाहेर जातानासुद्धा धार्मिक रखवालदारांची आमची झडती घेण्याची प्राज्ञा नव्हती. बिन लादेन संस्थेची अनेक व्यापारी विमानं होती. त्यामुळे बिन लादेन कुटुंबाला कधी विमानात जागा हवी असेल तर ती कधीही मिळू शकत होती. बिन लादेन कुटुंब म्हणजे नुसतं व्यापारी आणि श्रीमंत कुटुंब होतं असं नाही. या खानदानाला मक्केचं आणि मक्केमध्ये काम करण्याचा परवाना असल्यानं इतर कुटुंबांपेक्षा या कुटुंबाचं स्थान निःसंशयपणे अधिक उंचीचं होतं. विमान अगदी पूर्ण भरलेलं असलं तरी बिन लादेन मंडळींना प्रवासाचं तिकीट मिळू शकत असे; असं अनेक वेळा मी अनुभवलं होतं. त्यामुळे विशिष्ट संकटांच्या, धोक्याच्या परिस्थितीतही देशाबाहेर पडणं याची आम्हाला कोणतीच अडचण नव्हती.

मी साऱ्या प्रकारानं थोडी गांगरले होते; पण भीतीची भावना वगैरे नव्हती. खरंतर त्या देशाचा कारभार चालविणारे सौदी राजपुत्रच माझ्यापेक्षा अधिक घाबरले होते. त्यांचं बरोबरच होतं; कारण ते सारंच गमावणार होते. खोमेनीची बंडाळी म्हणजे त्यांच्यावर, त्यांच्या अधिकारावर उघड उघड हल्ला होता. सारं चित्रच पालटलं होतं. पुढच्या म्हणजे भविष्यात मिळू शकणाऱ्या स्वातंत्र्याची जी छोटी छोटी चिन्हं दिसत होती, ज्यामुळे मी भविष्यातील स्वातंत्र्याविषयी निर्धास्त झाले होते, ती सारीच्या सारी चिन्हं एकामागून एक कोसळून पडायला लागली. कारण ही सारी राजघराण्यातील मंडळीच विलक्षण धास्तावली होती. मग या कट्टर किंवा धर्माच्या संदर्भात अतिरेक करणाऱ्यांना खूष करण्यासाठी त्यांनी प्रयत्न सुरू केले. सारी सारी स्वप्नं विरून गेली.

हे सारं घडण्यापूर्वी सुधारणांना वेग यायला लागला होता; परंतु त्याहीपेक्षा अधिक वेगानं धार्मिक भावनेने टोकाच्या भूमिका घ्यायला सुरुवात झाली होती. गैर पोशाखाबाबतचे धोके स्पष्ट करणाऱ्या सूचना बाजारातून इकडेतिकडे सर्वत्र चिकटवल्या होत्या. सामाजिक मूल्यांकडे अधिक जागरूकतेने बघण्याच्या सूचना मशिदीमधून प्रार्थनेच्या वेळी मिळत होत्या. परत पूर्वीप्रमाणे अधिकाधिक स्त्रिया परत बुरखा पांघरायला लागल्या होत्या. अंगाची लाही लाही करणारा उष्मा असूनही अबायाच्या आतून अधिक झाकण्यासाठी मोठाले पायमोजे या स्त्रिया चढवायला लागल्या. त्यामुळे आता त्या चालत असताना त्यांची पावलं किंवा घोटे दिसायचा धोका नव्हता. अनेकजणी म्हणजे ओसामाची पत्नी नाजवा तसेच रफ़ा आणि शेखा अशा जावांनी तर हातमोजेही घालायला सुरुवात केली. आमच्या सभ्यतेचं संरक्षण

करण्यासाठी सौदी मुतावा म्हणजे पोलीस इराणप्रमाणे दंडुके घेऊन आणि प्रसंगी त्याचा प्रसाद भररस्त्यात देऊन आपल्या धर्माला सांभाळत होते.

मला आठवतं एके दिवशी दुपारी मी सुपरमार्केटमध्ये गेले होते. त्या वेळी एक गरोदर स्त्री चक्कर येऊन पडली. त्या वेळी साहजिकच तिच्याकडे तिचा नवरा धावला. त्या वेळी तेथील मुतावानं त्याला थांबवलं आणि ओरडून सांगितलं की ती सार्वजनिक जागा असल्यानं त्यानं त्याच्या बायकोला आपल्याजवळ घेता कामा नये. आम्ही दुकानात खरेदी करीत असताना जर प्रार्थनेची घंटा झाली तर तेथील दुकानदार आम्हाला बाहेर काढून दुकानाची शटर्स मुतावाच्या भीतीने बंद करीत असत. मग आम्ही रस्त्यावर असताना एखादा मुतावा आमचे हात किंवा चालताना पायाचे घोटे उघडे पडले असतील तर अंगावर धावून यायचा आणि, 'ए बायांनो, तुमचं काय चाललंय?' असं विचारायचा. मला तर तो का ओरडतोय ते कळायचंच नाही. मग आमचा ड्रायव्हर अब्दाऊ मदतीला धावून यायचा आणि त्या मुताव्याला 'बिन लादेन' एवढाच परवलीचा शब्द सांगायचा. मग मात्र मुतावा ओशाळायचा, माघार घ्यायचा. अगदी आजसुद्धा बिन लादेन खानदानातील स्त्रीच्या धार्मिक भावनेविषयी, तिच्या श्रद्धेविषयी, प्रामाणिकपणाविषयी प्रश्न केला जात नाही. ते असलं तरी मला मात्र एकूण भीती वाटायला लागली.

त्या वेळी हा मुतावा म्हणजे मोठा धाक होता. ते खुशाल घरात घुसायचे आणि इलेक्ट्रॉनिकच्या वस्तूंची तोडमोड करायचे. घरात मद्य वगैरे सापडलं तर लगेच तेथील पुरुषाला कैद करून तुरुंगात डांबायचे आणि तिथे त्याला यथेच्छ मारझोड करायचे. दारूबंदीप्रमाणेच मुलासाठीच्या बाहुल्यांवरही बंदी होती. कारण त्या कोणत्या तरी मूर्तीचं किंवा देवाचं प्रतीक असू शकतं, असं त्यांचं एक तर्कशास्त्र असायचं. मग एकदम काही आकार किंवा चेहरा नसलेल्या बाहुल्या विकायला आल्या. त्या म्हणजे प्राफेटची जी छोटी स्त्री होती — आयेशा तिची असायची तशी बाहुली. ती सतराव्या शतकातली होती आणि तशी आकारहीन चेहरा नसलेली बाहुली १९७९मध्ये विक्रीला होती.

बिन लादेन कुटुंबातील स्त्रियांत अशा गोष्टींवर चर्चा वगैरे कधीच होत नसे. एक तर त्या स्वत:च इतक्या धार्मिक होत्या की त्या कधीच नियमांचं उल्लंघन करायच्या नाहीत. शिवाय मुतावा जे काही करत होता तो त्याच्या सन्माननीय आणि योग्य अशा कर्तव्याचाच एक भाग होता. त्यामुळे त्यांचा काही या लोकांवर, त्यांच्या वागण्यावर, मारझोडीवर अजिबात राग नव्हता. त्यांच्या मते धर्मात 'खूप कडक धर्म' असा प्रकारच नसतो. धर्म असतो आणि तो तसाच असतो; परंतु परदेशी लोकांना मात्र हे मुतावा अतिशय कडक आणि अनिर्बंधपणे वागत असल्याचे जाणवत होते.

एकदा मात्र अगदी जाणूनबुजून मी या विषयवार रफ़ाबरोबर चर्चा केली. आमचं असंच चेहऱ्यावरील बुरख्यावर बोलणं चाललं होतं आणि मी त्या पद्धतीविषयी नापसंती व्यक्त केली. माझ्या मते तो गरजेचा नव्हता आणि अपमानास्पद होता. तो सौदी पुरुषांना अपमानास्पद असा होता. एखाद्या स्त्रीचा नुसता चेहरा बघितल्यावर एखादं पाप करावं वाटेल .इतके का ते मनानं कमकुवत होते? नुसता चेहरा त्यांच्यावर एवढं मोठं पाप करायला लावत होता. रफ़ा तर माझ्याकडं मी काही प्राचीन ग्रीक वगैरे बोलत आहे, असं बघतच राहिली. तिला काही बोधच होईना. परंतु तिच्या डोळ्यात मात्र 'बिचारी अज्ञानी परदेशी' असा भाव होता. माझे विचार मी तिच्यापर्यंत पोचवूच शकले नाही.

या देशातील ही तरुण पिढीच माझ्या मनात भय निर्माण करायची. त्यांनी देशाचं नेतृत्व करावं आणि देशाला पुढं न्यावं, हे अपेक्षित होतं. मी त्यांना प्रत्येक आठवड्याला बघत होते, वाचीत होते आणि ते तर उलट्या दिशेला, माघारी मार्गाला झपाट्यानं लागले होते. मी त्यांचे हातमोजे आणि पायमोजे बघत होते. त्यांचे संतापलेले चेहरे बघत होते आणि अधिकाधिक बंधनांची मागणीही ऐकत होते. त्यांना परत जुन्या जगाकडे, अधोगतीच्या दिशेनं जायचं होतं यावर कोण विश्वास ठेवेल; परंतु ह्या विश्वास बसू न शकणाऱ्या गोष्टी इराणमध्ये घडत होत्या.

मी सापळ्यात सापडले होते. ज्या साऱ्या नव्या बदलांचं मी स्वागत केलं होतं, ते क्षणिक ठरलं होतं. प्रत्येक नवीन गोष्ट क्षणकाळ टिकत होती. दोन वर्षांपूर्वी सौदींनी नव्या जगाकडे झेप घेतली होती आणि आता... आता ते परत त्यांची मूल्यं आणि त्यांच्या परंपरांकडे परतत होते.

त्या उन्हाळ्यात आम्ही अमेरिकेला गेलो. एका अर्थानं येस्लामच्या व्यवसायासाठी आम्ही तिकडे गेलो, हे खरं असलं तरीही मी अमेरिकेला जाण्यासाठी उत्सुक होते. मी फार थकून गेले होते. मला धीर देणाऱ्या मेरी मार्थाच्या कुशीत विसावा घ्यायचा होता. इतक्या महिन्यांनी भेटल्यावर तीही खूप सुखावली होती. परत अमेरिकेत आल्यानं मलाही मोकळं मोकळं वाटत होतं; परंतु येस्लामच्या एका मीटिंगसाठी आम्ही सेंट लुईला जाण्याचं ठरवलं. त्याच्या दोन दिवस अगोदर एकाएकी मेरी मार्थाचा फोन आला. ती फोनवरही रडतच होती. ॲरिझॉन आणि कॅलिफोर्नियाच्या दरम्यान स्वत:च्या विमानातून जाणारा तिचा भाऊ नाहीसा झाला होता. त्याचा कुठे पत्ताच लागत नव्हता. शोध अगदी जोरात चालू होता. या कारणानं आईवडिलांबरोबर असावं म्हणून ॲरिझॉनला जायचं ठरवलं होतं.

अशा प्रसंगी मेरीला तसंच टाकून जाणं मला योग्य वाटलं नाही आणि आम्ही तिच्यासोबत असावं असा मी आग्रह धरला. मी आणि मेरी मार्था दोघीजणी ॲरिझॉनला पोचलो. दरम्यानच्या काळात येस्लामनं पुढाकार घेऊन दोन विमानं मेरी

मार्थाच्या भावाच्या शोधासाठी ठरवली. त्यांपैकी एकातून तो स्वत: मेरी मार्थाचा भाऊ जिमी याचा शोध घेत होता. सतत पाच दिवस ही दोन विमानं सकाळपासून अंधार पडेपर्यंत जिमीचा शोध घेत होती. अखेर पाचव्या दिवशी जिमीचं विमान कोसळलं होतं, त्याचा शोध लागला. येस्लामच्या चेहऱ्यावर भयंकर ताण जाणवत होता. त्याचा चेहरा अगदी उतरला होता. तो काही बोलायलाच तयार नव्हता. मला त्या वेळी आठवलं की येस्लामचे वडील असेच विमान अपघातातच निधन पावले होते. त्या वेळी येस्लाम केवळ सतरा वर्षांचा होता.

मेरी मार्था आणि तिच्या कुटुंबाविषयी मला फार वाईट वाटलं. त्यांचं दु:ख फार मोठं होतं; परंतु तरीही येस्लामच्या व्यवसायासाठी आम्हाला शेवटी परतावंच लागलं. आम्ही मूक मनानं आणि जड अंत:करणानं सौदी अरेबियाला परतलो. तो उन्हाळा कधीच विसरता येण्यासारखा नाही.

इराणमधल्या राजकीय ज्वालामुखीच्या भडक्यानं सारा सौदी अरेबिया थरारला होता. या साऱ्या भडक्याची झळ मध्यपूर्व देशांना लागली होती. त्याविषयीच आमची नेहमी चर्चा चालायची. अमेरिकेचे एक राजकारणी गृहस्थ जॉन लिम्बर्ट अधुनमधून गुरुवारच्या टेनिसच्या निमित्तानं आमच्याकडं येत असत. असेच ऑक्टोबरच्या गुरुवारी त्यांनी आम्हाला ते दुसऱ्या दिवशी इराणला जात असल्याचं सांगितलं. नंतर काही दिवसांनी त्यांनी तेहरानमधील अमेरिकन वकीलातीत आसरा घेतला. नास्तिक अशा अमेरिकन लोकांवर सूड घेण्यासाठी जॉन आणि त्यांच्यासारख्याच डझनभर अमेरिकनांना दूरदर्शनच्या कॅमेरासमोरून परेडमध्ये भाग घ्यावा लागला. बावन्न ताब्यात घेतलेल्या आणि चारशे चव्वेचाळीस दिवस बंदिवासात असलेल्या बंदिवानात जॉनपण एक होते. त्याच्या परवनाई पत्नीचं सांत्वन करण्याचा प्रयत्न लुईस वेस्ट नावाचे गृहस्थ करीत होते. त्या साऱ्या प्रकारानं आम्ही तर हादरूनच गेलो होतो.

नंतर एका नोव्हेंबरच्या सकाळी येस्लाम कामावरून घरी आला तो अगदी त्रासलेला आणि काळवंडलेल्या चेहऱ्यानंच. त्यानं सांगितलं, 'मक्का घेतलं गेलं.' शेकडो इस्लामिक अतिरेक्यांनी ग्रँड मशिदीला वेढा घातला आणि इस्लामी धर्मीयांचं अतिशय पवित्र स्थान ताब्यात घेतलं. लाऊडस्पीकरवरून त्यांचा नेता सौदी लोकांचं लाच खाणं आणि अनैतिक वागण्यावर अश्लाघ्य अशा घोषणा देत होता; परंतु त्यातल्या त्यात त्याचा रोख मक्केचा गव्हर्नर राजपुत्र नायफ याच्यावर होता. या अतिरेक्यांच्या फौजेनं ज्या ट्रॅक्सची कधीच तपासणी होत नसे त्या बिन लादेन व्यवसायाच्या ट्रक्सचा वापर करून येथे प्रवेश घेतला होता.

ही बातमी कळणारे आम्हीच पहिले असू. कारण मक्केच्या कचेरीत तेथील सारी देखभाल करण्यासाठी कायमस्वरूपाची मंडळी असायचीच. या पवित्र मशिदीला

घेराव घातला गेला तेव्हा या अतिरेकी क्रांतिकारकांविषयी बिन लादेनच्या प्रमुख कचेरीला ताबडतोब कळविण्यात आलं. ही कचेरी जेद्दाला होती. त्यानंतर बिन लादेनच्या या कचेरीतून लगोलग राजा खलिदला फोन करून इस्लामच्या या पवित्र स्थानावर क्रांतिकारांनी हल्ला केल्याचं कळवलं गेलं. राजाचा अगदी पहिला संदेश फोन तोडण्याचा होता. त्यामुळं या घटनेमुळे काळजीत पडेल अशी माझी आई होती. तिला फोन करण्याचा मी खूप प्रयत्न केला; पण काही उपयोग झाला नाही. अनेक दिवसांपर्यंत या हल्ल्याची बातमी देण्याचं धाडस अगदी वर्तमानपत्रांनीही केलं नाही. तरीही ही बातमी लपून राहू शकली नाही. सगळीकडे गोंधळ माजला, घबराट निर्माण झाली. सारे हवाई अड्डे ठप्प होऊन बसले.

मग क्षणात घरात गर्दी होत होती, तर थोड्याच वेळात घर रिकामं होत होतं. घाईगडबडीनं भावंडांचं आतबाहेर येणंजाणं चालू होतं. प्रत्येक वेळी काही तरी नवी बातमी घेऊन प्रत्येकजण येत होता. वाऱ्यानं एखादं दरवाजाचं दार उघडावं आणि धाडकन लागावं तसं येस्लामचं सुरू होतं. तो भयंकर वावटळीत सापडला होता. तसंच त्याचं घरी, घरून ऑफिस असं चाललं होतं. या ग्रॅण्ड मशिदीचा एकच एक असा नकाशा फक्त बिन लादेन यांच्याकडे होता. सालेम रात्रंदिवस राजपुत्राबरोबर बसून होता. अनेक दिवस या लोकांचे या अतिरेकी लोकांबरोबर वाटाघाटीचे प्रयत्न सुरू होते; परंतु ते असफल झाले. मग त्यांनी या मशिदीत असलेल्या या अतिरेक्यांवर हल्ला करण्यासाठी सैन्याचा वापर करायचा निर्णय घेतला; परंतु त्यांचे याबाबतचे प्रयत्नही फसले.

मग एके दिवशी येस्लामनं मला त्याचा भाऊ महरूझ याला मक्का आणि जेद्दाच्या दरम्यान ड्रायव्हिंग करताना अटक केल्याचे सांगितले. पोलिसांना त्याच्या मोटारीत पिस्तूलही सापडलं. एके काळी लेबाननमध्ये पाश्चिमात्त्य पद्धतीचं आयुष्य जगलेला महरूझ आता मात्र खरोखर धार्मिक माणूस बनला होता. तो त्याची विजार घोट्याच्या उंचीची नेसून आपल्या साधेपणाचं प्रदर्शन करायचा.

या संकटावर मात करण्यासाठी अखेर फ्रेंच पॅरेशूटर्सची मदत घ्यावी लागली. त्यांनी त्या मशिदीत पाण्याचे लोंढे नेऊन अनेक अतिरेक्यांना मारलं. मग वर्तमानपत्र वगैरे काहीही नसलेल्या या देशात शेंडा ना बुडखा अशा काहीही बातम्या पसरायला लागल्या. म्हणजे 'या अतिरेक्यांना मदतीला आलेल्या या फ्रेंचांनी विजेच्या साहाय्याने ठार केले 'इथपासून ते या कामगिरीत फ्रेंच नव्हतेच.' इथपर्यंत वाटेल त्या वदंता पसरत होत्या.

बाकी काहीही असो, परंतु महरूझची तुरुंगातून सुटका झाली. खरोखर तर हा महरूझ या सौदीच्या विरुद्धच्या कटात सामील तर नव्हता ना? जरी त्याला कैदेतून मुक्त केलं होतं तरीही तो या कटात सामील असल्याची निश्चितच अफवा पसरली

होती. लोक तर उघडउघड साऱ्या संशयित गुन्हेगारांपैकी एकटा हाच पोलीस कस्टडीतून कसा सुटला याबद्दल बोलत होते.

नंतर डिसेंबरच्या सुरुवातीला पूर्व सौदी अरेबियातील क्वातिफ् येथे दंगल माजल्याचं आमच्या कानावर आलं. तिथे खूपच मोठी दंगल उसळली आणि बरेच लोक ठारही झाले. तिथे वाहिबी मुस्लिम नसलेल्या काही अल्पसंख्यांकाची वस्ती होती. त्यांचे वागणे, धर्म इराणी लोकांसारखं होतं. मग इराणमध्ये खोमेनीने जी बंडाळी सुरू केली होती, कदाचित त्यामुळे यांनीही उचल खाल्ली. आणि प्राफेट महंमदाच्या नातवाचा *(हुसेनचा)* उत्सव साजरा करण्यासाठी या जमातीचा नेहमीपेक्षा मोठा जमाव मिरवणुकीत सामील झाला. मुतावांनी हरकत घेतल्यावर दंगल उसळली. तो प्रकार बरेच दिवस अधुनमधून सुरू होता; परंतु त्यामुळे येस्लाम अगदी बिथरला होता. मी प्रयत्न करूनही तो शांत होत नव्हता. म्हणजे नक्कीच काहीतरी भयंकर असणार या विचारानं मीही खूप घाबरले होते.

मक्केला झालेल्या या बंडाळीतून देश जरा सावरतो आहे नाही तेवढ्यात म्हणजे केवळ तीनच आठवड्यांनी सोव्हिएत युनियननं शेजारच्या अफगाणिस्तानवर हल्ला केला. जगातल्या सगळ्या घटना सौदी अरेबियावर परिणाम करीत होत्या. अगोदरच्या बंडाळीमुळे देश हवालदिल झाला होता. त्यात परत पूर्व सौदी अरेबियातील अंतर्गत बंडाळीमुळे आणखीनच वेगळा परिणाम झाला होता. वेगळी चिंता निर्माण झाली होती आणि आता शेजारच्या देशात घोंघावत फिरणारे सोव्हिएत युनियनचे रणगाडे नजरेत येत होते. गरीब आणि खऱ्या धार्मिक अशा मुसलमानांवर अश्रद्ध अशा कम्युनिस्ट सोव्हिएत युनियनने हल्ला केला होता. सौदीमधील सारे राजपुत्र अचंबित झाले होते. त्यांची मती कुंठित झाली होती. काय करावं हेच सुचत नव्हतं. मग अखेरीला आपल्या बांधवांच्या मदतीला जाण्याचा निर्णय त्यांनी घेतला. त्यांना त्यांच्या मुस्लिम बांधवांची वाटणारी काळजी कृतीतून व्यक्त करायची होती. त्यांनी अफगाणी लोकांच्या प्रतिकाराला साहाय्य देण्यासाठी पैसा पुरवण्याचा निर्णय घेतला.

नंतर मशिदीमधून सोव्हिएत युनियनबरोबर लढा देत असलेल्या मुस्लिमांसाठी पैसे, काही वस्तू, वापरलेले कपडे देण्यासाठी सामान्य लोकांना आवाहन होत असल्याचे येस्लामने मला सांगितलं. त्याचप्रमाणे निवाऱ्यात आलेल्यांना मदत करण्याचेही आवाहन करण्यात आले. नंतर सरकारने जे कोणी आपल्या मुस्लिम बांधवांना मदत करण्यास तयार असतील त्यांना आर्थिक साहाय्य देण्याचं जाहीर केलं. अशा या मदत करणाऱ्या स्वयंसेवकात माझा दीर ओसामा बिन लादेन हा एक होता.

अफगाणमध्ये स्वयंसेवकाचं काम करण्यास मोठ्या हिरीरीने पुढे आलेला

ओसामा त्या वेळी नुकताच पदवीधर झाला होता. अशा स्वयंसेवकासाठी कोणतेही निरोपसमारंभ नव्हते. त्यामुळे इतरांप्रमाणेच ओसामाही शांतपणे या चळवळीत सहभागी झाला. त्याची कडवी मतप्रणाली, त्याचं आकर्षून घेणारं व्यक्तिमत्व असूनही त्या वेळी ओसामाला या अफगाणच्या प्रतिकाराच्या युद्धात महत्त्वाची किंवा नेतृत्वाची संधी मिळू शकली नाही. तसं असूनही त्यानं वरचेवर पाकिस्तानला वाऱ्या करून या सौदी स्वयंसेवकांना खूप मोठी मदत मिळवून दिली. त्यानं पाकिस्तानात जखमींसाठी दवाखाने आणि प्रशिक्षणाचे वर्ग सुरू करण्यात पुढाकार घेतला. नंतरचा बराच काळ त्यानं पाकिस्तानमध्ये घालवून अफगाण चळवळीत मोलाची कामगिरी केली.

नंतरच्या काळात तर ओसामा अफगाणमध्येच हिंडूफिरू लागला. त्याच्या बहिणीसुद्धा त्याच्याविषयी अगदी खालच्या आवाजात बोलत; परंतु त्यांच्या मतानुसार नंतरच्या काळात ओसामा या चळवळीत फार महत्त्वाची व्यक्ती झालेला होता. त्यानं मोठाली यंत्र परदेशातून मागवली आणि अफगाणातून बोगदे खणण्यासाठी कामगारांची व्यवस्थाही केली. जखमींसाठी हॉस्पिटल्स उभी केली आणि प्रतिकारासाठी हत्यारांचाही साठा केला. सोव्हिएत ठाण्यावर हल्ला करणाऱ्या योद्ध्यांसाठी त्याने त्यांना लपण्यासाठी आणि मारा करण्यासाठी योग्य असे खड्डे खणून दिले.

ओसामा अशा तऱ्हेने अव्याहत कष्ट करून स्वत:चं नाव करीत होता. आता तो काही कुटुंबातला पंधरावा किंवा सोळावा मुलगा राहिला नव्हता. एका अत्यंत उदात्त कार्यासाठी त्याने स्वत:ला वाहून घेतलं असल्याने त्याचं सर्वत्र कौतुक होत होतं. ओसामा आता फार मोठा योद्धा बनला होता. तो मोठा पुढारी नायक बनला होता. सौदीतील इतरांप्रमाणेच मी आणि येस्लामनेही या कार्यासाठी देणग्या दिल्या होत्या. आम्हाला गरज नसलेले सारे कपडे आणि वर वेगळा पैसा या झगड्यासाठी पाठवला होता.

इस्लामशी नातं सांगणारा कुटुंबातला एकटा ओसामाच होता असं नाही, तर माझे इतर दीरही आता इस्लामची मूल्यं जतन करण्यासाठी जबरदस्त कार्यरत झाले होते. मला त्याचं आश्चर्य वाटलं; कारण आजवर मी त्यांना निक्रीय आणि निमूटपणानं जगणारे असं समजत आले होते; पण धर्माची बाब म्हटल्यावर त्यांच्यात झालेला फरक अचंबित करणारा होता. येस्लामच्या मोठ्या बहिणींपैकी शेखा ही बहीण तर खुद्द अफगाणिस्तानला जाऊन गरजवंतांना गोळा झालेल्या वस्तू वाटत होती. तिनं समक्ष युद्ध बघितलं नाही; परंतु ती नुसतं कुराण वाचणारी साधीसुधी नाही, तर एक वीरबालाच होती. ती अगदी निश्चितपणे खूपच निर्णय घेणारी आणि कृतीशील होती. सर्वच युद्धात असतं त्याचप्रमाणं याही युद्धात स्त्रिया एक वेगळीच जबाबदारी आपल्या खांद्यावर घेत होत्या. या स्त्रियांनी आणि त्यांच्या

मुलांनी फार भोगलं. अफगाणिस्तान म्हणजे भयावह स्वप्न ठरलं. तरुण स्त्रिया आणि मुलं भीतीनं निवाऱ्यासाठीच्या छावण्यांकडे धाव घेत होते. उघड्यावर पावसात भिजत होते. करड्या आवाजाचे भयानक लोक त्यांना जनावरांप्रमाणे हाकत होते. सारे निराधार, अनाथ असल्यासारखे जगत होते. हे भयानक होतंच होतं; परंतु अजून याहून भयंकर असं पुढंच होतं. ते म्हणजे तालिबानींनी ताबा घेतला तेव्हा भोगावं लागलं.

साऱ्या इस्लामिक विश्वाला वेगळंच वळण देणारं हे १९७९ साल होतं. माझ्या बाबतीत तर मला असं वाटलं, की माझ्यावर ही घटना एक प्रखर असा प्रकाशझोत टाकीत होती. आजवर कधीही वाटली नाही इतकी या वेळी भीती वाटली. मला जाणवलं की मी एका अतिनाजूक अशा केव्हाही आणि कशानंही फुटू शकेल अशा एका बुडबुड्यात राहात होते. ह्या माझ्या नगण्य बुडबुड्याभोवती केव्हाही भयानक स्फोट होईल, दंगल माजवेल असं अतिशय वेगळी आणि परकी संस्कृती होती. माझं कसं होणार? मी अजून तिशीही गाठली नव्हती. विवाह होऊन केवळ पाच वर्षं झाली होती. असं असूनही माझ्यावर खूप मोठ्या जबाबदाऱ्या होत्या. माझ्या मनावर चिंतेचं मणमण ओझं होतं. मला माझ्या लेकींचं संरक्षण करायचं होतं. इराणमधील बातमीनं तिचं भावनिक विश्व उद्ध्वस्त झालं होतं आणि तिची प्रकृती दिवसेंदिवस खालावत होती. बिचारी अनामिक काळजीनं खंगत होती. मी तिला जेद्दाला यायचं सुचवलं तर तिनं निर्धारानं आणि कठोरपणानं नाकारलं. त्यातून मीही सौदी अरेबिया सोडू शकत नव्हते.

या दरम्यानच्या काळात येस्लाम भयंकर कातावला होता, भेदरलाही होता. रात्रीची त्याला भयानक स्वप्नं पडायची आणि मग तो दचकून जागा व्हायचा. मला सोंगट्यांचा खेळ खेळायला सांगायचा. यासाठी मला रात्रीअपरात्री उठावं लागायचं. मी त्याला धीर देण्याचा प्रयत्न करायची; पण काही उपयोग होत नव्हता. आमच्या भिंतीबाहेरचं जग काही वेळा आम्हाला भयंकर अशा धडका देत होतं, भोवताली फेर धरून अक्राळविक्राळ नाचत होतं. त्या वेळेपासून मला माझ्या नवऱ्यात होत जाणारा बदल स्वच्छ जाणवू लागला होता. तो बेचैन, अस्वस्थ असा बालीश आणि वेगळाच बनला होता.

◆

१३

येस्लाम

येस्लामचं खरोखरच काही तरी बिनसलं होतं इतकं निश्चित. शिवाय ती त्याची तात्पुरती मन:स्थिती होती असंही नव्हतं. तो नेहमी उदास असायचा आणि त्याला वेडीवाकडी स्वप्नं पडत होती. त्याला साऱ्याचं आणि विशेषत: मृत्यूचं फार भय वाटायला लागलं होतं. त्याखेरीज पोटात दुखणं, श्वासोच्छवासाचा त्रास होणं आणि भयानं अंगाला दरदरून घाम येणं, अशा शारीरिक अस्वास्थ्याच्या तक्रारी चालू होत्या ते निराळंच. त्यामुळे सदोदित कोणत्या ना कोणत्या तरी वैद्यकीय चाचण्या चालू होत्या आणि त्यातून निश्चित असं काहीच निष्पन्न होत नव्हतं.

मक्क्याच्या क्रांतीची घटना सोडली तर तसं काहीच नव्हतं. प्रथम मला वाटलं की कदाचित सौदी अरेबियातील राजकीय परिस्थिती कारण असावी. पहिली कल्पना नसतानाही १९७९ची हिंसक प्रतिक्रिया आणि नंतर सौदी अरेबिया ज्या दिशेनं जाऊ लागलं होतं आणि मी त्याबाबत आशावादी होते खरी; परंतु हा देश तर फार वेगानं त्यापासून दूर सरकत होता. आर्थिक भरभराटीनं सौदी अरेबिया बदलला होता; परंतु हे बदल फारच वरवरचे होते. या अफाट संपत्तीनं सौदी अरेबियात केवळ वेगवेगळ्या वस्तू खूप खूप आल्या; परंतु येथील लोकांच्या मनात किंवा विचारांच्या दिशेत काही बदल घडून आला नाही. नव्या इमारती, मोठाली भव्य घरे, अवाढव्य आधुनिक दुकाने आणि युरोपच्या सुट्ट्या हे सारं आलं. या साऱ्यांची अगदी रेलचेल झाली; परंतु ह्या सुधारणा स्वातंत्र्याच्या दिशेला नेणाऱ्या नव्हत्या. सौदी अरेबियाची ओढाताण चालली होती. येणारा पैसा सौदी अरेबियाला आधुनिक जगाकडे खेचत होता. त्याच वेळी नीतीमत्तेच्या बाबतीत कठोर आणि काटेकोर विचारसरणी आणि स्वत:ला विश्वास देणारी नीतीधर्म इत्यादींची तत्त्वे सौदी अरेबियाला आणखीनच मागे खेचत होती.

अशाच प्रकारची ओढाताण येस्लामच्या मनात चालू असावी. त्यामुळेच त्याच्या मनाची अवस्था गुदमरल्यासारखी झाली होती. तो सतत कोणत्यातरी वाढत्या तणावाखाली वावरत होता. बिन लादेन व्यवसायात सालेम आणि त्याचे काही इतर भाऊ मिळून येस्लामविरुद्ध कसला तरी कट करीत होते. त्या वेळी त्यांच्या विरोधात ठामपणे उभं राहण्यासाठी मी त्याला धीर देत होते, आधार देत होते. एखाद्या दुबळ्या सौदी स्त्रीनं 'मा अलेश' म्हणजे आयुष्य हे असंच असतं, असा सल्ला दिला असता; परंतु मी दुबळीही नव्हते आणि सौदीही नव्हते. त्यामुळे 'परमेश्वरानं तुला दहाव्या स्थानावर ठेवलं आहे तर तिथं राहा. पण बिचकू नकोस.' असं मी त्याला बजावीत होते. कदाचित येस्लामनं धर्म आणि परंपरा यांचा आसरा घेऊन त्याच्या तुलनेत कर्तबगारी नसलेल्या भावांच्या अधिपत्याखाली राहाणंही मान्य केलं असतं; परंतु मला ते अजिबात मान्य नव्हतं. मी तसं काही होऊ देणार नव्हते. मला माघार किंवा शरणागती अजिबात नको होती.

आयुष्यात झगडा द्यायला हवा ही माझी भावना आहे. मी स्वत: तशी आहे आणि म्हणूनच येस्लामलाही त्यानं खंबीरपणा सोडू नये असा मी धीर देत होते. मी त्याला तो अधिक कर्तबगार आणि उजवा असल्यानं भावाबरोबर झगडा घेऊन परिस्थितीत बदल घडवून आणण्यासाठी सतत प्रोत्साहन देतच होते. माझ्यासाठी, मुलींसाठी सौदी विचारांची दिशा त्यानं बदलावी, असा माझा आग्रह होता. तेथील समाज असा होता की मी स्वत: कोणताच बदल घडवून आणू शकणार नव्हते. एक स्त्री आणि शिवाय परदेशी त्यामुळं मी काहीच घडवू शकत नव्हते.

येस्लाम बुद्धिमान होता आणि सामर्थ्यशालीही होता. देशात काही महत्त्वाचा बदल घडवून आणि स्वातंत्र्याच्या दिशेने आम्हाला नेऊ शकेल, अशी त्याच्याकडून आशा अपेक्षा होती. कदाचित एखाद्या सौदी असलेल्या बायकोनं त्याला अधिक मानसिक स्वास्थ्य दिलंही असतं; पण मला त्याचं खचून जाणं, हातपाय गाळणं गैर वाटत होतं. शिवाय खरंतर त्या वेळी मीही मनातून खूप घाबरलेली होते. मी येस्लामला दणका देण्यासाठी सारखी रेटा देत होते. मग १९८०मध्ये या दृष्टीनं त्यानं त्याच्या ऑफिसात जाणं बंद केलं, साऱ्यातून अंग काढून घेतलं आणि जेद्दामध्ये स्वत:चा ब्रोकरेज-भांडवलदारी आणि स्वित्झर्लंडमध्ये एक फायनान्स कंपनी काढली. हाताशी गुणी माणसं धरली आणि त्यांच्या मदतीने तो यशाकडे झेपावला. त्याच्या यशाचं चित्र स्पष्ट होत चाललं होतं. मला येस्लामचा, त्याच्या यशाचा मनापासून अभिमान वाटला. मी येस्लामला हेही सांगितलं, 'अरे, तुझे भाऊच आता तुझ्या दाराशी येतील आणि तू परत कंपनीत येण्यासाठी भीक मागतील.' नवल म्हणजे झालंही तसंच. त्यांनी त्याला नुसतं परत बोलावलं, इतकंच नाही तर पगारही देण्याचं कबूल केलं. वार्षिक फायद्यातला भाग वर्षाकाठी

वाटून घ्यायचा ही यांच्या व्यवसायाची पद्धत होती. येस्लाम हा कुटुंबातला पहिलाच पुरुष होता की ज्याला वार्षिक फायद्याबरोबर वेगळा पगार मिळणार होता. येस्लमाचं हे फार मोठं यश होतं यात शंकाच नाही.

या वेळेपर्यंत येस्लाम आता चांगला मालदार व्हायला सुरुवात झाली होती. मी प्रथम जेव्हा येस्लामला भेटले तेव्हा तो त्याच्या व्यवसायात ६० लाखासाठी भागीदार होता. शिवाय, या कमाईतला पैसा परत व्यवसायात गुंतवलाही जात असे. त्यामुळे मला त्यात काही विशेष वाटत नव्हतं. आता कौटुंबिक व्यवसायाची भरभराट आणि जोडीला येस्लामच्या स्वत:च्या धंद्याची झेप यामुळे तो तीस कोटींच्या घरात जाऊन पोचला होता. त्यामुळे सालेम किंवा बाक्र यांच्या पंगतीत आता तो मांडीला मांडी लावून बसला होता. या श्रीमंतीमुळे आमच्या व्यक्तिगत जीवनात काही फारसा फरक पडला होता, असं नाही. आम्ही भाड्याच्या विमानानेच प्रवास करीत होतो. मीही कधी महागड्या, फॅशनेबल कपड्यालत्त्याची खरेदी केली असंही कधी झालं नाही. फक्त आपण आता श्रीमंत आहोत ही जाणीव होती. मला-येस्लामला या साऱ्याचा अभिमान वाटावा एवढंच वाटायचं. बस्स आणि इतकंच!

एवढं जबरदस्त यश प्राप्त होऊनसुद्धा येस्लाम आनंदी किंवा सुखीसमाधानी नव्हता तो नव्हताच. तो अधिकच कामात गुरफटत होता. अगदी सकाळपासून उशिरापर्यंत बिन लादेन व्यवसायाच्या प्रमुख कार्यालयात तर संध्याकाळच्या प्रार्थनेनंतर, रात्री नऊ काय दहा काय; स्वत:चा व्यवसाय. सारा दिवस काम, काम आणि काम. बरं इतकं असूनही भावाभावांतील वितुष्ट आणि किरकोळ गोष्टींबद्दल चालणारे वितंडवाद यामुळं येस्लामला दणके बसत होते आणि त्याचा अभिमान, किंवा स्वत:विषयीच्या आत्मविश्वासाला तडा जायला लागला होता. वर कुटुंबातील संबंधात तो अतिशय विनम्र असायचा; परंतु भावाभावांतील तणाव मला स्पष्ट दिसत होते. एकदा तो मला म्हणालादेखील, 'सालेह पूर्वी सदोदित आपल्याकडे असायचा ना! आणि आता माहितीये, बाक्र हात धुत असतो तेव्हा हा त्याच्यासाठी टॉवेल घेऊन उभा असतो.' येस्लामविरुद्ध गुप्त कट शिजत होता, त्याची कुणकुण लागत होती. स्वत:साठी झगडून त्यानं स्वत:चं स्थान उंचावलं होतं, म्हणजे जणू काही त्यानं सामाजिक न्याय धुडकावण्याचा अक्षम्य गुन्हाच केला असं चित्र निर्माण झालं होतं. केवळ मीच त्याला या सामाजिक रुढींविरुद्ध वागायला लावलं होतं असं नाही, तोही उराशी भव्य स्वप्न बाळगून होताच होता. मी दिलेल्या प्रोत्साहनाला त्यानं साथ दिली; कारण त्यालाही त्या दिशेनं जाऊन मोठं व्हायचं होतंच. येस्लाम पश्चिमी देशात राहिलेला होता आणि तुम्ही तुमचं स्वत: काही करावं या संस्कृतीचा त्याच्यावर नक्कीच पगडा होता; परंतु तसं करण्यासाठी तुमचं वागणं, विचारही पाश्चिमात्त्यच हवेत आणि येस्लाम पडला सौदी.

मला निश्चित वाटतं की बालपणापासून त्याला प्रोत्साहन मिळालं असतं, तर त्याच्या गुणवत्तेच्या बळावर येस्लाम उंचीवर पोचलाच असता; परंतु त्याची आई दैववादी होती. 'परमेश्वराची इच्छा' हे तिचं नेहमीचच असायचं. त्याला ज्याची गरज होती ती गोष्ट म्हणजेच प्रोत्साहन. मी त्याला दिलं; परंतु संस्कृतीतील विसंगती त्याला छळत होती. एकीकडे पाश्चिमात्त्य विचारसरणी त्याच्या वैयक्तिक आशा-आकांक्षांना खतपाणी घालीत होती, तर दुसरीकडे त्यांची संस्कृती त्याला सबुरीनं वागावं आणि मिळालेल्या स्थानावर सुखात राहावं, असं सांगत होती. दोन परस्परविरोधी भावनांमुळे त्याची चिरफाड होत होती. मला या गोष्टी आत्ता उमगताहेत; परंतु त्या वेळी त्याची दुखणी, त्याची कमजोरी मी बघत होते.

त्याचे सौदीतील डॉक्टर्स त्याला उदास करायचे म्हणून येस्लाम नेहमी परदेशी विख्यात डॉक्टरांकडे वैद्यकीय सल्ल्यासाठी धाव घ्यायचा. मला आपलं वाटत होतं की हा शारीरिक नाही तर मानसिक विकार आहे आणि त्यानं मानसोपचार करून घ्यावेत; परंतु येस्लामनं ती कल्पना धुडकावून लावली. मग मीच जेद्दामध्येच मिलिटरी हॉस्पिटलमध्ये प्रमुखपदावर काम करणाऱ्या मॅट्टीहास कॅलिना या डॉक्टरांचा शोध लावला. त्यांच्याबरोबरच्या सल्लामसलती येस्लामला खूप मानवल्या. पुढे ते आणि त्यांची पत्नी सब्बीन आमचे चांगले मित्र बनले. पुढे ते कॅनडाला गेले; परंतु येस्लाम त्यांना स्वित्झर्लंडला विमानाने बोलावून घेऊन त्याच्या प्रकृतीविषयी चर्चा करायचा. डॉ. कॅलिनांनीच त्याचं मानसिक स्वास्थ्य त्याला मिळावं म्हणून 'तेमेस्या' सुचवलं होतं; परंतु येस्लाम एका गोळीचे बारीक बारीक तुकडे करून एक तुकडा घ्यायचा. मग औषध गुणकारी कसं ठरणार?

अलिकडे अलिकडे तर तो विमानाने एकटा प्रवास करायलाही घाबरायला लागला होता. मग मी मुलींच्या शाळांच्या सुट्ट्या वगैरे लक्षात घेऊन आणि त्यांना सोबत घेऊन त्याला प्रवासात साथ द्यायला लागले *(मी माझ्या लेकींना अगदी केवळ शनिवार-रविवार अशा दोन दिवसांसाठीही कधीच सौदी अरेबियात ठेवलं नाही.)* त्याला गर्दीही सहन होत नव्हती. एका उन्हाळ्यात आम्ही लॉस एंजेलिसला इब्राहिमकडे थोडेथोडके नाही तर सहा आठवडे राहिलो होतो; परंतु डॉक्टरांच्या भेटी सोडल्या तर आम्ही केवळ तीन वेळाच घराबाहेर पडलो होतो.

येस्लाम आता तऱ्हेवाईक वागायला तिऱ्हाईत वाटायला लागला होता. मी त्याची खूप काळजी घ्यायचे, सर्वस्वी त्याच्यावर अवलंबून होते. त्यामुळे त्याच्या परिस्थितीतील सत्याकडे मी जाणीवपूर्वक असं बघत नव्हते. मी ज्याच्याबरोबर लग्न केलं तोच बुद्धिमान आणि मुक्त आनंदी असा येस्लाम मला हवा होता. मला तो प्रेमाची उब देणारा, मुलींची काळजी करणारा वडील आणि विचारी आणि जपणारा पती हवा होता. अशा खचलेल्या, भेदरलेल्या, घाबरलेल्या, वेगळ्याच तऱ्हेवाईक

वागणाऱ्या येस्लामच्या वस्तुस्थितीबरोबर मला जुळवून घेता येत नव्हतं. मग मीच मला हे सारं तात्पुरतं आहे, केवळ लहरीपणा असंच काही आहे, असं समजावून सांगायची. मला नाही वाटलं त्याचं काहीतरी खूप बिनसलं आहे. हे माझ्याखेरीज कोणाला माहीत असावं. येस्लामकडे बाहेर कोणतीही मनातील खळबळ दिसू द्यायची नाही, हे करण्याचं कसब होतं; परंतु त्याचं मन, मानसिकता पूर्णपणे ढासळली होती.

त्यातच १९८१च्या उन्हाळ्यात मी परत गरोदर असल्याच्या घटनेनं उच्चांकच गाठला. आम्ही त्या वेळी सुट्टी घालविण्यासाठी जिनिव्हाला गेलो होतो आणि मला मी गरोदर असल्याचं कळलं. मला तर खूप खूप आनंद झाला. माझ्या विचाराला तसा नोंदींचा काही आधार नव्हता; पण मला आपलं वाटत होतं की आपल्याला मुलगा होणार. मी अतिशय आनंदानं येस्लामकडे धाव घेऊन त्याला ही आनंदाची बातमी सांगितली. मला अगदी मनोमन वाटलं होतं की माझ्यासारखाच येस्लामलाही खूप आनंद होईल. पण कसचं काय? त्याच्या चेहऱ्यावर मला आजवर कधीच दिसल्या नाहीत अशा भावना दिसल्या. त्यात तो मला म्हणाला की त्याला फक्त दोन मुलं हवी होती. शिवाय आत्ताच आपण आजारातून सावरतोय तेव्हा ह्या तिसऱ्या बाळाची जबाबदारी पेलणं वगैरे त्याला जमणार नव्हतं. ठीक आहे; पण नवल म्हणजे त्यानं मला गर्भपाताचा सल्ला दिला.

माझी वाचाच बसली. माझ्या आनंदावर पूर्ण विरजण पडलं. येस्लामला आणखी मूल का नको होतं? कदाचित मुलगा असता तरीही? परंतु काही झालं तरी मला येस्लामला आधार द्यायचा होता. एखाद्याला नको वाटत असेल तर त्याच्यावर पितृत्व बळेच लादणं योग्य नाही हे मलाही पटत होतं. त्याबाबत येस्लामची प्रतिक्रिया अतिशय तीव्र, निग्रही स्वरूपाची होती. शिवाय, तो त्याबाबत ताठ होता. मग मी विचार केला की त्याच्या मर्जीविरुद्ध आपण बाळाला जन्म दिला तर तो त्या निष्पाप बालकाचा नेहमीच राग राग करेल. त्यातून परत ती मुलगीच असेल मग तर विचारायलाच नको. मला मूल हवं होतं हे खरं; पण तरीही मी गर्भपाताला मान्यता दिली.

नंतर आम्ही सौदी अरेबियाला परतलो. मला वाटलं होतं की मी सारे विचार बाजूला सारू शकेन. मी माझ्यासाठी म्हणून जे ठरवलं होतं त्यातून सर्वस्वी बाहेर पडणं अशक्यच होतं. मी माझ्या मेंदू वा बुद्धीला येणारी जाग, पडणाऱ्या गोष्टींची समजूत घालू शकत असले तरी माझी स्वप्नं पुसून टाकू शकत नव्हते. या साऱ्यातून मला चित्रविचित्र स्वप्नं पडायला लागली. मी माझ्या मुलांचा सर्वस्वी विनाश केलेला आहे. आता यापुढे मी कधीच आई होऊ शकणार नाही. सबंध आयुष्यावर अंधार पसरला आहे. मला सारखं वाटत राहिलं मी फार काहीतरी

भयंकर केलं आहे. माझ्या मनात मग अपराधित्वाची भावना सतत जागी राहिली.

परंतु त्याचबरोबर नवऱ्यासमोर मी खंबीर मनानं उभी राहिले नाही, याचा मला संतापही आला. मी आपली सतत आणि प्रत्येक अडचणीच्या प्रसंगी येस्लामच्या पाठीशी उभी राहिले आणि त्यानं मात्र मला जे कधीच सहन होणार नाही, असं करायला सांगितलं. विश्वास बसणं अशक्य व्हावं इतका स्वार्थीपणा त्याच्या वागण्यात होता. मला या निर्णयामुळे अतोनात यातना होत असताना हा मात्र एखादा दुखरा दात काढून टाकावा आणि दुःख, ठणका नाहीसा व्हावा, या घटनेइतका माझा हा निर्णय थिल्लर समजत होता; परंतु मला जाणवत होतं की मोजमाप करता येणार नाही असं अक्षम्य काहीतरी मी केलेलं होतं. मुलाला जन्माला येण्यापूर्वीच नाहीसं केलं होतं. कळी उमलण्यापूर्वीच मी स्वतःच खुडली होती. नवजात बालकाला मी अशा तऱ्हेने नाकारलं! का तर येस्लामसाठी, नवऱ्यासाठी आणि त्याच नवऱ्यानं आम्हा सर्वांनाच नाकारलं! काय मिळवलं मी ह्या साऱ्यातून!

फार भयंकर अशा परिस्थितीतून आम्ही जात होतो. माझी मलाच खूप लाज वाटली, किंबहुना घृणा वाटली. मला मी पुरती खचून गेल्याचं कळत होतं. मी जरी माझ्या मुलीसाठी नेहमीचं रोजचं जीवन नेहमीप्रमाणं जगण्याचा प्रयत्न करीत होते, तरी एकूण आनंदाला ग्रहण लागलं होतं. नवीन प्रकारच्या या दुखण्यात मला विलक्षण एकाकी वाटलं. कुठंतरी आत आत अगदी खोलवर असं वाटत होतं की येस्लामला गरज होती तेव्हा मी त्याच्या पाठीशी उभी राहिले. आता त्यानं माझ्या पाठीशी उभं राहावं, मला आधार द्यावा, मला त्यानं सावरावं; परंतु हे मला वाटत होतं. तो त्यासाठी कधीच तयार नव्हता. तो मला समजून घेऊ शकत नव्हता. केवळ इतकंच नाही तर मला समजून घेण्यासाठीच्या प्रयत्नातही तो पूर्णपणे अयशस्वी ठरला होता.

मला वाटतं शेवटाची ती सुरुवात होती शेवटच्या अंकाची, ती नांदीच होती.

◆

१४

माझ्या इवल्याश्या लेकी

मानसिकदृष्ट्या मी विलक्षण खचून गेले होते. तरीही माझं माझ्या लेकींकडे लक्ष होतंच. त्या स्वातंत्र्यात वाढतील आणि त्यांची वाढ त्यांच्या मर्जीनुसार असावी, याबाबत मी दक्ष होते. घराभोवतीच्या भक्कम भिंतींनी वेढलेल्या ह्या घरातही मी स्वतःचं विश्व निर्माण करण्याचा प्रयत्न करीत होते. त्या विश्वात आम्हाला रोजचं साधं आयुष्य जगायचं होतं. त्याच घरात राहून माझी आयुष्याविषयीची तत्त्वं, मूल्ये आणि बाहेरचं अगदी भिन्न जग यांच्यात मेळ बसवायचा होता. मी त्यांच्यासाठी सायकली आणि स्केटिंगसाठी वेगळे बूट आणले. हैफाच्या तलावात त्यांना पोहायला शिकवलं. माझ्या दोन्ही लेकींना उपजतच गाण्याची आवड असावी. त्या नेहमी गाण्यांचा सराव करीत आणि आईवडिलांनाच प्रेक्षक करून त्यांची गाणी आमच्यापुढे सादर करीत असत. साऱ्या बालवयात माझ्या या गमतीदार इवल्याशा लेकी नेहमी अभिनय, छान नटणंथटणं आणि माझ्या आवडत्या एल्विस या गायकाची गाणी हुबेहूब म्हणणे, असले उद्योग करीत होत्या.

नृत्याचं शिक्षण सौदी अरेबियात एकदम दुरापास्त होतं. माझ्या या दोन्ही लेकींना शास्त्रोक्त संगीताचं वेड असूनही गायनाचे धडे घेणंही या देशात केवळ अशक्य होतं. एके दिवशी दुपारी वफ़ा केवळ तीन वर्षांची असताना तिनं मला 'मोठं संगीत' म्हणजे चायकोवास्कीचा पियानोचा कार्यक्रम लावायला सांगितला आणि तो कार्यक्रम ऐकताना ती अगदी एकरूप होऊन गेलेली होती. त्या दिवशी, त्या दुपारी माझी एक मैत्रीण माझ्याकडे आलेली होती. तिनं वफ़ाचं अगदी स्तब्ध बसून तो कार्यक्रम ऐकताना अगदी भोवतालचं सारं सारं विसरून तल्लीन झालेलं बघितलं आणि ती तर चक्रावूनच गेली. संगीताच्या बाबतीत ती वेगळी होती, परंतु सौदी अरेबिया या देशात मात्र माझ्या मुलीची ही कलात्मकता, त्यातील अगदी

साध्यासीध्या स्वाभाविक प्रगतीच्या बाबतीत मी काही म्हणजे काहीही करू शकत नव्हते.

मला योग्य वाटत होतं त्या प्रकारचं बालपण त्यांना देण्याचा मी पदोपदी प्रयत्न करीत होतेच. त्यांना बरोबरच्या मुलांबरोबर खेळता यावं, त्यांची मैत्री व्हावी म्हणून परदेशी कुटुंबांना मी आमच्याकडे निमंत्रित करीत होते. काही वेळा तर ते आमच्या घरीच मुक्काम करायचे. मुलांकडे वफ़ानं किंवा छोट्या नाज़ियानं माणसं म्हणून बघायला शिकावं, हा माझा हेतू होता. या दोघींच्या चुलत बहिणींना ही संधी कधीही मिळालेली नव्हती.

याचा अर्थ मी त्यांचे केवळ लाड करीत होते असं नाही. माझ्या त्यांच्याकडून काही अपेक्षाही होत्या. दुसऱ्या एखाद्यानं जर कोणतंही काम केलं असेल तर त्याविषयी कौतुक करता यायला हवं; परंतु स्वत: काम केल्याखेरीज हे जमू शकत नाही. त्यामुळे त्यांना कामाचं, कष्टाचं मोल समजावं अशी माझी धारणा होती. त्यामुळे मी त्यांना कामही करायला लावत होते. मला ते फार महत्त्वाचं वाटत असे.

स्वित्झर्लंडला जाण्याची एकही संधी मी आणि येस्लाम सोडत नव्हतो. जिनिव्हा शहराच्या बाहेरच्या बाजूला एका खेड्यात आम्ही एक 'फार्महाऊस' खरेदी केलेलं होतं. तिथे मी माझ्या आवडीचे कपडे घालायची. माझ्या इच्छेला वाटेल तसं जगायची. मी माझी मोटार घेऊन चित्रपटांना जात होते, रस्त्यांतून एकटीच मुक्तपणानं भटकत होते. मी मुलींना बर्फावरचे खेळ शिकवले. एखाद्या वेड लागलेल्या बाईसारखी मी पुस्तकं विकत घेतली. जेद्दातील ते न संपणारे आणि कंटाळवाणे महिने आठवले की सुटकेचा नि:श्वास टाकत होते.

सौदीला परतायचं म्हटलं की नेहमीच माझ्या पोटात भीतीचा गोळा येत असे. मुलींनासुद्धा या दोन देशातील, दोन जगातील फरक चांगलाच जाणवत होता. मी जेद्दामध्ये असताना नेहमीच अबाया वापरत असे. बाहेर हिंडताफिरताना अगदी लागायचा. त्या वेळी माझ्या मुली काही कळत नसल्यानं माझ्या चेहऱ्यासमोरचा पडदा दूर करण्याचा नेहमी प्रयत्न करायच्या; परंतु नंतर मोठ्या झाल्यावर त्यांनी तो प्रयत्न कधीच केला नाही. पण जेव्हा त्या प्रयत्न करीत होत्या ते आणि आता तो प्रयत्न थांबवला ते यांतील काय चांगले होते हेच मला उमगेना. १९८१च्या एका वसंतऋतूच्या दुपारी आता आपल्या लेकींनी शाळेत जायला सुरुवात करायची वेळ झपाट्यानं जवळजवळ येत आहे, याची जाणीव मला प्रखरतेनं व्हायला लागली.

अगदी आजच्या मितीलासुद्धा मुलींना शिक्षण दिलेच पाहिजे, असं सौदी अरेबियाच्या कायद्यात कुठेच नाही. अनेक सौदी पुरुष आपल्या मुलींना शाळेत पाठवित नाहीत. बोटावर मोजावं इतक्यांनाच ते फार महत्त्वाचं वाटतं. मुलींची

गोष्टच सोडा; परंतु मुलांचं शिक्षण हीसुद्धा सौदी अरेबियातील अलिकडची सुधारणा मानावी लागेल. अगदी दुसऱ्या महायुद्धाच्या अखेरीपर्यंत सौदी अरेबियात पारंपारिक पाठशाला होत्या. या शाळांमधून अरेबिक भाषेत थोड्याफार प्रमाणात इस्लामचा इतिहास आणि कुराण शिकवलं जात असे. राजा फैज़लच्या पत्नीचं नाव होतं ईफ़ात. मोठी धीराची आणि कर्तृत्ववान असंच तिला मानायला हवं, कारण १९६०च्या सुरुवातीला तिनं जेव्हा 'दार-अेल-हनान' नावाची सौदी अरेबियातील मुलींची पहिली शाळा सुरू केली, त्या वेळी इस्लामिक पुढाऱ्यांनी तिला कोण विरोध केला; परंतु त्यांच्या विरोधाच्या किंवा दबावाच्यापुढे तिनं मान तुकवली नाही. सहा वर्षांच्या वफ़ाला आणि चार वर्षांच्या नाज़ियाला याच शाळेत घालावं असं येस्लामनं मला सुचवलं होतं.

ह्या मुलींना ते अवघड जाणार होतं याची मला जाणीव होती; परंतु माझ्यापुढे त्याखेरीज दुसरा कोणताच पर्याय नव्हता; कारण सौदी पोराबाळांना परदेशी लोकांच्या शाळेत जाण्यास मना होती *(परवानगी नव्हती).* शिवाय माझ्या लेकी बिन लादेन असल्यानं त्यांना त्यांच्या वडिलांच्या संस्कृतीपासून वेगळं करणंही मला शक्य नव्हतं. त्यांना हे आव्हान स्वीकारावं लागणार होतं. या वेळी अगदी प्रथमच त्या एकट्या होणार होत्या. माझ्यापासून वेगळ्या राहणार होत्या. अरेबिक संस्कृतीपासून मी त्यांना सतत संरक्षण देत होते. अर्थातच त्यामुळे त्यांना अरेबिक भाषाही धडपणे बोलता येत नव्हती. मग मीच आपलं त्यांना तयार केलं. त्यांना समजावून सांगितलं की त्यांना आता मैत्रिणी मिळतील, त्यांना अरेबिक शिकायला मिळेल, खूप मजा येईल, इत्यादी इत्यादी. त्यांची मी लाख समजूत घातली. माझी समजूत कोण काढणार होतं! त्या रडल्या नाहीत; पण त्यांच्या वर्गात गडद हिरव्या रंगाचा गणवेश, पांढरा झालरीचा ब्लाऊज आणि वर हिरवंच जाकीट अशा जाताना दिसल्या तेव्हा मलाच भडभडून आलं.

सौदी मुलामुलींना अगदी बालवयापासूनच अतिशय कठोर अशा सामाजिक रीतीभाती पाळायला शिकवलं जातं. स्त्रियांना दुय्यम दर्जाचं स्थान असल्याचं त्याच्या बालवयातच बाळकडू दिलं जातं. स्त्रीच्या गौणत्वाचा विचार त्यांच्या हाडीमासी असण्याचं हेच कारण असायला हवं. हैफ़ाच्या मुलाचं वय ते केवढं! केवळ दहाबारा वर्षांचा होता; पण मोटारीत बसलेलो असताना त्याला कोणी पुरुष येताना दिसला की अगदी धारदार भाषेत किंबहुना उद्धटपणे आईला तोंडावर बुरखा घ्यायला सांगायचा. लहान मुलींना माहीत होतं की त्यांचं बोलणं-चालणं, पोशाख इत्यादी अडथळा न करणारं असायला हवं. त्यांनी नेहमी आज्ञेत, विनम्र आणि खालच्या मानेनं जगायला हवं. एखाद्या लहान किंवा तरुण मुलांच्या खोलीत शिरल्यावर आपल्या मोठ्या बहिणीला खुर्चीवरून उठायला लावून स्वत: त्यावर

बसणं हे तर काय नेहमीचंच होतं.

शाळांमधून काय चालायचं तर मुलांच्या मनावर गोष्टी ठसवल्या जायच्या. त्यांना पटतात, नाही पटत हा विचार नसायचा. मुलांनी विचार करायचाच नाही, सारं पटवून घ्यायचं. माझ्या मुलींच्या बाबतीतही हेच होत असल्याचं माझ्या लक्षात आलं. अरबी भाषा, गणित, इतिहास इत्यादी सारे विषय पंतोजी पद्धतीने शिकवले जायचे आणि विद्यार्थी त्या साऱ्याची पोपटपंची करायचे. त्याचा अर्थ काय आहे वगैरे समजून घेणं इत्यादी काही म्हणजे काहीच नाही - शिवाय ना खेळ, ना वादविवाद मंडळ, ना एखाद्या विषयावर चर्चा, गोट्या, तीन चाकी सायकली हेसुद्धा नाही. धार्मिक शिक्षणाला विशेष महत्त्व होतं; परंतु त्यासाठी अर्ध्याहून अधिक वेळ दिला जायचा.

त्या वेळी वफ़ा सात-आठ वर्षांचीच असेल. एक दिवस अगदी सहज म्हणून मी तिची वही चाळत बसले होते, तर मला धक्काच बसला. एका पानावर तिनं लिहिलं होतं — 'मला ज्यू लोकांचा तिरस्कार वाटतो. मला पॅलेस्टिनी लोक खूप आवडतात.' हे सारं तिनं अरबी भाषेत तिच्या बालीश हस्ताक्षरात लिहिलेलं होतं. 'अरेच्या! हे काय चाललंय माझ्या मुलींच्या बाबतीत —' माझ्या मनात येऊन गेलं. शिवाय तिला एखाद्याचा तिरस्कार करायचा तरी हरकत नाही; पण त्याला काही कारण तर हवं की नाही! अरब आणि इस्त्रायली झगड्यांविषयी तिला काहीच ज्ञान नव्हतं. मग हे कशाला शिकायचं!

मी आपली दुसऱ्या दिवशी शाळेत जाऊन प्रिन्सिपॉलबाईंना भेटले आणि विचारलं, 'माझ्या लेकीला पॅलेस्टाईन कोठे आहे हेही माहीत नाही. तिला इस्राइल विषयीही काही ज्ञान नाही. शिवाय हे देश कोठे आहेत हे कळायला अजून तिचा भूगोल हा विषय सुरूही झालेला नाही. असं असताना ज्याची माहितीच नाही त्या गोष्टींचा तिला तिरस्कार कसा करता येईल. प्रिन्सिपॉल लहानच होती पण अधिकार तिच्यात जाणवत होता. मग तिनं माझा निषेध तिच्या अधिकारात फेटाळून लावला.

'हे बघा, ही तुम्ही चर्चा करण्याची बाब नाही— समजलं! तुम्ही परकीय आहात आणि तुम्हाला या गोष्टी उमगणार नाहीत आणि शिवाय, तुमच्या यजमानांना या साऱ्याची कल्पना आहे का? म्हणजे तुम्हाला हे आवडत नाही किंवा तुमची ही आजची तक्रार वगैरे.' मीही जरा ताठच राहिले. तिला मी सांगितलं की माझ्या स्थानाविषयी, मी कोण आहे, कशी आहे, याची माझ्या नवऱ्याला पूर्ण कल्पना आहे. तिला येस्लाम फोन करेल हेही सांगितलं आणि घरी परतले. मग येस्लामला त्या प्रिन्सिपॉलला फोन करायला लावला. इतकंच नाही तर माझ्या मुलींच्या शिक्षणासंबंधी मला अधिकार दिले गेलेले आहेत, हेही सांगायला लावलं.

मला तर तो माझा विजयच वाटला. जे इतर सौदी स्त्रियांसाठी नव्हतं ते

माझ्यासाठी मात्र होतं. माझ्या नवऱ्यानं मुलींच्या शिक्षणात मला लक्ष घालण्याचा पूर्ण अधिकार दिलेला होता हे त्या गर्विष्ठ प्रिन्सिपॉलला कळावं, अशी माझी इच्छा होतीच; परंतु त्यामुळे माझ्या मुलींना किंवा इतर मुलींनाही काही विचार न करता शाळेत शिकवतील ते शिकावं लागणारच होतं. ते मात्र मी कोणत्याही परिस्थितीत थोपवू शकत नव्हते. माझ्यापुढे कोणताच पर्याय नव्हता. रोज सकाळी आठपासून दुपारच्या दोनपर्यंत त्यांना शाळेच्या ताब्यात सुपूर्द करण्याखेरीज मी काही करू शकत नव्हते. मलाही ते अंधपणानं नाही तर उघड्या डोळ्यांनी सारं मान्य करावं लागत होतं. हे एक उदाहरण झालं. अशी खरं म्हणजे अगदी लांबलचक यादीच होईल, की ज्या गोष्टी मी माझ्या मनाविरुद्ध स्वीकारायला लागले होते.

शाळेतल्या कारभारात नाक खुपसणं जरी मला शक्य नव्हतं तरी निदान आई म्हणून मी माझ्या मुलींवर काही प्रभाव पाडू शकत होते. मी अगदी जाणीवपूर्वक मुलींना कारणमीमांसा कशी करावी, विचारांची दिशा कशी असायला हवी, काही बाबी विचाराच्या वेळी बाजूला कशा साराव्या, वगैरे शिकवू लागले. जेव्हा मी त्यांना शाळेतून घेऊन यायचे, त्यानंतर मी त्यांच्याबरोबर विविध वृत्तपत्रातील बातम्या, शिवाय आपण इतर धर्मांचाही आदर कसा करावा, इत्यादींविषयी चर्चा करीत असे. मग मी त्यांच्या दुपारच्या कार्यक्रमाबाबतही आखणी केली. खेळ इत्यादी — प्लॅस्टिकच्या वस्तूतून काही आकार तयार करणे वगैरे. माझ्या लेकींनी संगीत शिकावं अशीही माझी इच्छा होती. त्यांना घरी येऊन शिकवणारा एखादा शिक्षक नेमावा किंवा कसे याविषयीही मी विचार करू लागले.

वफ़ाला चांगले गुण मिळाले इत्यादीकडे मी अजिबात लक्ष दिलं नाही; कारण तिची खरोखर तेवढी लायकी आहे का नाही याचा विचार न करता तिच्या शिक्षिका ती बिन लादेन असल्याने मेहरबानी करीत असत. नंतर एकदा ते पितळ उघडं पडलंच. तिला मिळणारे गुण तिच्या स्मरणशक्तीला होते, समजूनउमजून करण्याला नव्हते, हे मला जाणवत होतं.

या साऱ्या वशिलेबाजीला मी तर अगदी कंटाळले होते. मग एके दिवशी शाळेत जाऊन तिच्या शिक्षिकांना भेटून वफ़ालाही इतर मुलींसारखंच वागवावं, अशी विनंती करून आले. काही दिवसांनी वफ़ा घरी आली ती रडत, हुंदके देतच. तिच्या शिक्षिकेनं तिच्या चेहऱ्यावर मारलं होतं. मग मी परत शाळेत गेले. अर्थात निषेध वगैरे व्यक्त करण्यासाठी म्हणून नाही तर त्या शिक्षिकेला शिस्त राखण्याची तिची पद्धती अजिबात गैर आहे हे सांगण्यासाठी. तर त्या शिक्षिकेने वेगळाच मोहरा घेतला. तिचं म्हणणं होतं की तिनं काहीच केलं नव्हतं आणि वफ़ा खोटं बोलत होती. 'मी वफ़ाला अजिबात मारलं नाही. खरं आहे का नाही? वफ़ाच खोटं बोलतीय, हो ना.' तिनं वर्गात मुलींना विचारायला सुरुवात केली; परंतु एका

धाडसी मुलीनं आणि एका अर्धी परदेशी असलेल्या अशा मुलींनी हात वर करून आणि उभं राहून, 'वफ़ा खरं बोलते आहे.' असं सांगितलं. बिच्चारी! त्या मुलीला सबंध वर्षभर भयंकर कठीण परिस्थितीत शिकावं लागलं.

शाळेच्या भानगडीत पडून काही फायदा नाही हे कळायला मला फारसा वेळ लागला नाही. तरीसुद्धा माझ्या मुलींना अशा प्रकारचं शिक्षण मिळणं मी उघड्या डोळ्यांनी बघूही शकत नव्हते. शाळेव्यतिरिक्त मुलींवर अधिक बोजा देणं मला पसंत नव्हतं. तरीही मी मुलींसाठी शाळा सुटल्यावर शिकण्यासाठी एका सौदी स्त्री शिक्षिकेची नेमणूक केली. तिला मी मुलींनी समजून शिकलं पाहिजे, मला नुसतं पाठांतर किंवा घोकंपट्टी नको असल्याचंही बजावलं. मी काय म्हणत होते याचा तिला निश्चित बोध होत नव्हता, हे मला समजत होतं; परंतु त्या पठ्ठीनंही मला काही विचारलं नाही. सौदी स्त्रीला काही कळलं नाही तरी त्या तसं कधीच सांगत नाहीत. त्यांना त्यात कमीपणा वाटतो. मला वाटतं अखेरीला तिलाही असं शिकणं अधिक चांगलं असल्याचं पटलं. त्यामुळं वफ़ा आणि नाज़िया यांच्या मेंदूंना मी जिवंत ठेवू शकले.

परत एकदा अशीच वफ़ा रडतच घरी आली. शाळेत संगीताचा तास होता. आणि वफ़ा संगीताच्या तालावर नाचायला लागली. ते बघून तिची मैत्रीण तिच्यावर ओरडली, 'वफ़ा, नाचणं थांबावं, नाचणं हराम आहे. तुला काही समजत नाही का? नाचणं हराम आहे. थांबव तुझं नाचणं—' घरी आल्यावर मुलीनं नाचणं हराम आहे का असं तिनं विचारलं तर काय उत्तर द्यायचं? मग मी तिची समजूत घालून तिला सांगितलं, 'वफ़ा, नाचणं म्हणजे काही पाप नाही. तू खुशाल नाच.'

तिचं हे वागणं आज नाही तर उद्या तिला तापदायक ठरणार होतं. मी तिला खाजगीत 'घरी नाचत जा' असं सुचवू शकले असते; परंतु असं चोरून करायला कसं सांगायचं? संगीत आणि नाच हे पाप आहे हे कसं सांगायचं! या असंख्य, न संपणाऱ्या, मूर्ख आणि संकोचित बंधनांनी मी तर टेकीला आले होते. ही असली बंधन घालून मला माझ्या मुलींना जखडून ठेवायचं नव्हतं. माझ्या मुलींना वाढवत असताना माझ्या मनात खलील जिब्रानचे शब्द घुमत होते.

तुमची मुलं ही तुमची नाहीत.
ती आयुष्याच्या जीवनाचीच मुलं आणि मुली आहेत.
ती तुमच्याद्वारा आलेली आहेत, परंतु तुमच्यातून नाहीत.
शिवाय ते तुमच्याबरोबर असले, तरीही ते तुमच्या मालकीचे नाहीत.
तुम्ही त्यांना तुमचं प्रेम देऊ शकता, परंतु तुमचे विचार तर नक्कीच नाहीत.
कारण त्यांना स्वतःचे असे विचार आहेत.
तुम्ही त्यांच्या शरीराची काळजी घेऊ शकता, त्यांच्या आत्म्याची नाही.

कारण त्यांचे आत्मे भविष्य नावाच्या घरात राहतात.
तिथं तुम्ही कधी जाऊ शकत नाही, अगदी स्वप्नातसुद्धा नाही.
तुम्ही त्यांच्यासारखे होण्याचा जरूर विचार, प्रयत्न करू शकता,
परंतु त्यांना तुमच्यासारखे करण्याचा प्रयत्नही करू नका.
कारण जीवनाचा प्रवास कधीच पाठीमागे (भूतकाळाकडे) नसतो.
मग 'काल'बरोबर (उद्याचा-भविष्याचा) हिशोब कसा जुळणार!
- खलील जिब्रान

मी माझ्या लेकींना जिवापाड जपत होते. त्यांच्याजवळ त्यांचे स्वत:चे विचार आहेत, याला मी दाद देत होते आणि त्यांच्यावर प्रेम करीत होते. माझ्या भोवताली मी अगदी वेगळ्या प्रकाराने मुलांना वाढवणं बघत होते, आदराविषयीच्या वेगळ्या कल्पना बघत होते. वडिलांना विरोध करणारं मूल तुम्हाला इथं दिसणारच नाही *(याला आदर म्हणतात का?).* माझ्या मते आदर हा साऱ्यापेक्षा खूप खोलवर आत असतो, गाभाऱ्यात असतो. मेरी मार्थाच्या उदाहरणातून मी हे शिकले होते. जेव्हा तुम्ही एखाद्यावर खूप प्रेम करीत असता, त्यामुळे आणि त्या वेळी तुम्ही अधिक अवघड त्यांच्याबरोबर बोलू शकता. वरवरचा करार हा परक्यांसाठी असतो. माझ्या लेकींना माझ्यापेक्षा अधिक समजावं, त्यांनी माझ्यापेक्षाही हुषार व्हावं, असं वाटत होतं. त्यामुळे त्यांचे माझ्याबरोबर मतभेद असायलाच हवेत. नव्हे, त्यांनी ते मोकळेपणानं व्यक्त करायला हवेत. यात कसला आलाय अनादर!

मी माझ्या मुलींची मतं आणि व्यक्तिमत्व यांचा निश्चित आदर करीत होते. इतक्या प्रमाणात की त्यांनीही माझ्या मतांचा अभिमान किंवा आदर दाखवावा इतका. मी माझ्या कृतीतून आदराला प्राप्त होण्यासाठी प्रयत्न करायला हवा. माझ्या कल्पनांचा स्वीकार करताना मला माझ्या लेकींनी उपकाराची भावना बाळगावी, असं कधीच वाटलं नाही. मला त्यांनी गरीब गाय व्हावं असं कधीच परवडणारं नव्हतं. त्या मला झुंज देणाऱ्या हव्या होत्या. त्या जर मला 'नाही' म्हणू शकल्या असत्या तर जगात इतरांनाही 'नाही' म्हणू शकल्या असत्या, मगच त्यांना आयुष्यात जे व्हायचं ते होता आलं असतं; परंतु शाळेत तर त्या पापभावनेला घाबरायला शिकत होत्या. त्यांनं माझ्या मनाची भीती वाटायला लागली होती, काळजी वाढायला लागली होती.

मोठाल्या टपोऱ्या डोळ्यांनी माझ्याकडं टक लावून नाज़िया मला म्हणायची, 'आई, तू जर प्रार्थना केली नाहीस, तर तू नरकात जाशील.' हे बोलत असताना तिच्या डोळ्यांतली जी भीती, जो भेदरलेपणा दिसायचा, त्या वेळी मी कमालीची दुखावली जायची. मग मी त्यांना सांगायचे, माझा विश्वास हा मी आणि परमेश्वर

यांच्यातला आपापसातला मामला आहे. लोकांना कोणताही त्रास होणार नाही, दुःख होणार नाही अशा तऱ्हेचं वागणं असणं महत्त्वाचं असतं. त्यांना नरकाची भीती वाटायला लागली तेव्हा त्या छोट्या मुलींनी प्रार्थना करावी, असं मला वाटत नसल्याचं मी स्पष्ट केलं. प्रार्थना म्हणजे परमेश्वराकडून त्या बदल्यात काही मिळवायचं असतं असं नसतं. ती आंतरिक शांती मिळावी म्हणून केलेली विनंती असते.

हा विषय मी वेळोवेळी उपस्थित करून माझ्या नणंदांबरोबर बोलत असे. सरतेशेवटी मला कळून चुकायचं की त्यांची श्रद्धा इतकी अढळ होती की यातून काहीच साधण्यासारखं नव्हतं. त्यांचं राहू देत; परंतु माझ्या मुलींमध्ये माझी शिकवण चांगलीच पोचली होती. त्यांची वयं लहान होती परंतु त्या स्वतःची मतं बनवू लागायला शिकत होत्या. एकदा तेथील राजानं या देशातील सर्व मुलांची देखभाल करणाऱ्या स्त्रिया मुस्लिमच असल्या पाहिजेत, असं फर्मान काढलं. आमच्या घरची फिलिपिनी नोकर स्त्री डितानं वफ़ा आणि नाज़ियाला सांगितलं, की राजानं तिचा धर्म योग्य नसल्याचं सांगितलं, याची तिला फार लाज वाटली, शिसारी वाटली. मग वफ़ानं तर तिला सरळ सरळ विचारलं, 'तुझा इस्लामवर विश्वास आहे?' तिचं उत्तर आलं, 'नाही, माझा विश्वास नाही.' ते ऐकून वफ़ा दचकलीच.

'तुझं तुझ्या धर्मावर इतकं प्रेम आहे, विश्वास आहे, तर मग तू स्वतःला का बदललंस? तिनं डिताला परत विचारलं, 'तुझे आईवडिलांना तुझ्याविषयी काय वाटेल? हे बघ, माझी आई तर कधीच तुला तुझा धर्म बदल असं सांगणार नाही, समजलं.'

मी मुलींना पाश्चिमात्त्य पद्धतीने लहानाची मोठी करीत होते म्हणजे काही तरी फार आपण त्यांच्यासाठी करत आहोत, असं मला वाटत होतं की काय कोणास ठाऊक. हळूहळू आणि अगदी नकळत आम्ही मनाच्या दोन अवस्था जोपासायला लागलो होतो. मला वाटतं आमच्या कपड्यांची कपाटं तेच दर्शवित होते. एक कपाट स्वित्झर्लंडमधील कपड्यांसाठी आणि दुसरं सौदी अरेबियाच्या कपड्यांसाठी. जिनिव्हात मुली छोटे टीशर्ट्स आणि झालरीच्या आखूड शॉर्टस् वापरत होत्या. आणि समुद्रावर जायचे तेव्हा मी बिकिनीत असायचे. त्या घोड्यावर स्वार व्हायच्या आणि स्कीईंगपण शिकल्या होत्या. त्या लहान होत्या आणि येस्लामची त्याला काही हरकत नव्हती. शिवाय त्या परदेशात राहात होत्या, त्यामुळं ते विशेष जाणवत नव्हतं.

माझ्या मुली नवीन विश्वात प्रवेश करीत होत्या. ते माझं खासच नव्हतं. एकदा त्यांच्यापैकी एका चुलत बहिणीनं बुरखा घातला. तेव्हा मी ओरडलेच, 'आत्तापासूनच!'

ज्या काल्पनिक कल्पनात माझ्या मुली वाढत होत्या ते खरं ठरायला लागलं. आणखी काही दिवसांनी वफ़ाही बुरखा घालणार होती. त्याबरोबर स्वातंत्र्याचा मार्ग खुंटत होता. ती स्वातंत्र्याला तिलांजली होती. काही धार्मिक प्रवृत्तीचे लोक त्यांच्या मुलींना वयाच्या नवव्या वर्षी बुरखा; घालायला लावायचे परंतु इतर मात्र मुलगी वयात येईपर्यंत म्हणजे बारा-तेरा वर्षांपर्यंत थांबत असत; परंतु वयात आलेल्या प्रत्येक मुलीला सर्व लोक असतील तेव्हा समाजात हे करावंच लागायचं. मी माझ्या मनाची समजूत घालीत होते; परंतु त्या दिवसाची मलाही भीती वाटत होती. शेवटी मीपण 'अबाया' वापरत होतेच की! त्यानं काही आभाळ कोसळणार नव्हतं, हे खरं असलं तरी त्यात गैरसोयीचा मूर्खपणा होताच होता.

सौदी समाज ज्या दिशेने म्हणजे कल्पनातीत बंधनांकडे किंवा सर्व गोष्टी पाळण्यात काटेकोरपणा असायचा तसा बनत होता. ते बघितल्यावर माझ्या मुलींनी पडदा, बुरखा वापरायचा का नाही याबद्दल स्वातंत्र्य असेलच, याविषयी विश्वास वाटत नव्हता. मी माझ्या सोनेरी कलाकुसरीची झालर असलेला अबाया बघितल्यावर मला तो वेष अतिशय ओंगळवाणा, भयप्रद काळा आणि भयाच्या प्रतिनिधित्वाचे प्रतीक वाटला. मला जाणवलं की मुलींना मी स्वातंत्र्य, सहनशीलता, समानता यांवर विश्वास देत वाढवलं होतं. त्यामुळं त्या बंधनाच्या अंधारात कोंडणाऱ्या समाजाविरुद्ध बंड करून उठतील. प्रिन्सेस मिशेलच्या खुनानं बंड करून उठणाऱ्या कोणत्याही स्त्रीला मृत्यूदंड होतो हे उघड केलेलं होतं, अगदी स्वच्छ केलं होतं.

मी परदेशी असले तरी माझा नवरा सभ्य आणि समजावून घेणारा होता. इतर कोणत्याही बिन लादेन कुटुंबातील पुरुषानं माझी पाश्चिमात्त्य मूल्यं सहनच केली नसती; परंतु माझ्या वफ़ा आणि नाज़ियाला मला मिळालं तसं सहज सोपं आयुष्य लाभणार का? की त्यांचे नवरे अधिक भाविक आणि कठोरपणाबाबत बाक्र असणार होते? पूर्वी अगदी पूर्ण पाश्चिमात्त्य असलेल्या महरुझसारखे इस्लामचे कट्टर, अभिमानी भक्त चाहते होणार? का ओसामासारखे धर्माबाबत, संस्कृतीबाबत टोकाची भूमिका घेणारे? सौदी पुरुषांच्या बाबतीत कोणतंही भाकीत करणं शक्यच नव्हतं. कारण वरवर मुक्त वाटणारं जीवन थोड्याच कालावधीत पूर्णपणे दिशा बदलून अतिशय धार्मिक बनून इस्लामिक रीतीरिवाज आपल्या बायकांवर आपल्या मनांची जबरदस्ती करणारं होऊ शकतं.

माझ्या नवऱ्याची निवड मीच केली होती. माझ्या घराचा दरवाजा परपुरुषांना उघडा असायचा, मेजवान्या व्हायच्या. माझ्या मुलींना ही मोकळीक मिळणार का? की कुटुंबाच्या सोयीसाठी कोणा चुलतभावाबरोबर विवाह करून आपलं उरलेलं सारं आयुष्य आपलं मन आणि शरीर त्याच्या आधीन करणार?

माझ्या मुलींची लग्नं मोडू शकतील. कोणी सांगावं माझा विवाहही एके

दिवशी अपयशी ठरेल. विवाहानंतर स्त्रीच्या अपेक्षित, थोड्याफार मोकळ्या, स्वतंत्र आयुष्याचे लगामही पुरुषाच्या हातात असतात. त्यामुळे सौदी अरेबियात याहूनही काहीतरी मोठ्या प्रमाणात होऊ शकतं. मी स्वातंत्र्य, मुलं आणि त्यांच्या मनांनासुद्धा वंचित झालेल्या अनेक स्त्रिया बघितल्या होत्या; परंतु माझ्या मुली आल्या परिस्थितीपुढे मान तुकवणाऱ्या नव्हत्या. मग त्यांचं भविष्य काय असणार?

हे विचार अखंडपणे माझं मन कुरतडत होते आणि मी अनेक छोट्या आणि मोठ्या बाबतीत बंधन असलेलं आयुष्य स्वीकारलेलं होतं; परंतु अशी निवड करून माझ्या मुलींना माझ्यासारखं मोकळं, स्वतंत्र आयुष्य मिळणार नाही अशी खातरजमा केलेली होती *(साऱ्याला मीच जबाबदार ठरणार होते).* काळ्या वेशात दुय्यम स्थान स्वीकारलेल्या, त्या ओझ्यासाठी वाकलेल्या माझ्या मुलीही पुरत्या सौदी स्त्रिया झाल्याची भयानक स्वप्नं मला पडायला लागली. संध्याकाळी, दिवेलागणीच्या वेळी गच्चीवर असताना तेथील लांबलचक मोकळ्या, सताड पसरलेल्या उजाड रेताडातून उडणारा काळा पक्षीही मी आता बघू शकत नव्हते. ह्या साऱ्या काळज्या मला अखंड सतावत होत्या. माझ्याभोवती फेर धरून त्या माझा अव्याहत छळ करीत राहिल्या.

◆

१५

सौदी जोडपं

येस्लाम परका बनत गेला आणि मीही वाढत्या प्रमाणात बिन लादेन कुटुंबापासून दुरावले जाऊ लागले. मी आपली शाळांना सुट्टी लागण्याची वाट बघत असे. सुट्ट्या लागल्यावर आम्ही युरोप, युनायटेड स्टेट्सला म्हणजेच माझ्या स्वातंत्र्याकडे परतू शकत असू; परंतु येस्लामच्या धाकट्या बहिणीचा — फौझियाचा — विवाह ठरला होता. साहजिकच तो सारा समारंभ आमच्या जेद्दाच्या घरातच होणार होता. त्यामुळं या उन्हाळ्याच्या सुट्टीत निश्चित काय याची कल्पना नव्हती परंतु ते टाळता येणारं नव्हतं आणि ते योग्यही नव्हतं. कारण येस्लाम जसा माझा कायदेशीर पालक होता तसाच कायदेशीर कुटुंबप्रमुखही होता.

साऱ्या बिन लादेन कुटुंबात माझी फौझियाबरोबरच अधिक घसट होती. उम येस्लामला एकच मुलगी होती ती येस्लामची सख्खी बहीण होती. आम्ही एकाच घरात वर्षभर राहिलो होतो. अगदी विवाहापर्यंत ती तिच्या आईबरोबर राहिली होती आणि आईच्याच खोलीत ती झोपत असे. फौझियाचे स्वत:च्या बाबतीत जरा अवाजवी विचार होते. ती सुंदर होती, परंतु ती स्वत:ला कुटुंबातील सर्वांत सुंदर असल्याचे मानत असे. ती सख्खी बहीण असल्याने भावजयीपेक्षा भावांच्या आयुष्यात अधिक मोठेपणा मिळावा, अशी तिची अपेक्षा होती.

मी फौझियाच्या अधिक जवळ असायला हवे होते; पण मला ते जमलं नाही. माझा तिच्या भावाबरोबरच्या खास वेगळ्या प्रकारच्या नात्यामुळे ती माझा दु:स्वास करीत असे. तिच्या नियोजित नवऱ्याबरोबर किंवा अगदी भावाबरोबरसुद्धा वेगवेगळ्या युक्त्याप्रयुक्त्या करून ती तिला हव्या असलेल्या सवलती मिळवत असे. मला त्या न समजण्याइतकी मी दूधखुळी नव्हते हे फौझियाच्याही लक्षात आले होते. मला अशा वागण्याची चीड येत असे. नाती सरळ आणि मोकळी असायला हवीत. मला

कशाची गरज भासली तर मी येस्लामला सरळसरळ सांगत असे. एकदा माझ्या आईला पैशांची अडचण होती. मी येस्लामला सांगितलं आणि त्यानंही तिला लागलीच मदत केली. मी स्पष्टवक्ती होते. मी आणि येस्लाम अनेक बाबतीत मनमोकळ्या चर्चा करायचो.

परंतु फौझिया अशाच वातावरणात लहानाची मोठी झाली होती. इतर सौदी स्त्रियांप्रमाणे साहजिकच तीही काही मिळवताना बाजूबाजूनं, सूचकता दाखवायची. त्यांना परदेशी जायचं असलं की काहीही लंगड्या सबबी किंवा काहीतरी थातूरमातूर कारणं सांगायची. म्हणजे आजारपाजार वगैरे वगैरे. तीच गोष्ट पैशांच्या बाबतीत. कोणत्या तरी बिलाचा बहाणा करायचा आणि मग हातात आलेले पैसे मनमानेल तसे उधळायचे.

एकदा मला माझ्या परदेशातील मित्रमैत्रिणींसाठी काही भेटवस्तू आणायच्या होत्या. येस्लामनं मला दोनशे हजार रियाल्स म्हणजे जवळजवळ पन्नास हजार डॉलर्स दिले. मला 'गोल्ड सुख'मध्ये खरेदीला जायचं होतं म्हणून एवढी मोठी रक्कम दिली होती *('सुख' म्हणजे बाजार)*. मग मी माझ्या एका जावेबरोबर सोन्याच्या बाजारात जाऊन मला हव्या असलेल्या वस्तूंची खरेदी केली आणि घरी परतले. मग येस्लामला काय आणलं ते दाखवलं आणि 'येस्लाम', हे इथे उरलेले साठ हजार रियाल्स ठेवलेत' मी शेजारच्या टेबलावरील पैशाकडे बोट करून सांगितलं. माझी जाऊ ते बघून आणि ऐकून दचकलीच. माझा मूर्खपणा जावेला सहन झालेला नाही, हे तिच्या नजरेतून सहज समजत होतं. 'अग, तुझ्या नवऱ्यानं तुला ते पैसे दिले होते. ते परत कशाला केलेस? स्वत:करता ठेवून नव्हते घेता आले?' परंतु येस्लाम आणि मी तशा प्रकारे जगत नव्हतो. बहुतांशी आमच्या घरात रोख पैशाची एक पेटी असे आणि त्यात दोनशे हजार त्याच्या दसपट रक्कमसुद्धा असे. त्यातील पैसा मी कधीही वापरू शकत होते. मग उगीच फसवाफसवी कशासाठी करायची?

काही वेळा मी माझ्या जावांबरोबर काही बोलत असे. मला जाणवलं की त्यांच्या ते लक्षात येत नसे; परंतु त्या तसे सांगतही नसत किंवा दाखवीतही नसत *(नंतर त्या तेच परत कोणाशी बोलत असता माझ्या कानावर पडत होतं)*. त्यांचा दुसऱ्यापाशी जे काही कौतुक करण्यासारखं असे, तेही मानवत नसे असा स्वभाव होता. त्या सदोदित लोकांचं दिसणं, त्यांचा पोशाख, त्यांच्या घरातील गोष्टी यांवर टीका करीत असत; परंतु नंतर त्याच साऱ्या गोष्टी त्या करीत असत.

फौझिया आणि मी दोन वेगळ्याच जगात वाढलेल्या होतो. कदाचित तिची एकूण पार्श्वभूमी पुरुषप्रधान असावी. त्यामुळे काही हवं असेल तर त्यासाठी काही तरी खोट्यानाट्या युक्त्या तिला शिकाव्या लागल्या असाव्यात. मी मान्य

करते कदाचित मीही जरा तोरा मिरवणारी असेन आणि मलासुद्धा पैशांनी खरेदी करता येतील अशा महागड्या वस्तू आवडतात. माझ्याजवळ युरोपच्या भेटीसाठी पाचसहा फरकोट, दागदागिने आणि भलं मोठं कपाट किंमती कपड्यांनी भरलेलं असायचं. मला एखादी वस्तू आवडल्यावर त्यांची किंमत वगैरे न विचारता मी ती खरेदी करीत असे; परंतु सौदी स्त्रिया म्हणजे और नमुनाच होता. काही नाही रिकामपणाचा उद्योग म्हणून, करमणूक म्हणून त्यांचं खरेदी वगैरे चालायचं. बहुतेक वेळा जवळ म्हणजे एखादी गोष्ट त्यांना खूप आवडायची किंवा वेड लावायची म्हणून नाही, तर इतरांपेक्षा आपल्याकडे अधिक किंमती वस्तू आहेत, हे दाखवण्याचा त्यांना सोस असायचा. एकदा येस्लामनं मला एक पाचूचा कंठा दिला, तेव्हा फौझियानी नाक मुरडलं आणि मग तडक बाहेर पडली आणि तसाच एक कंठा घेऊन आली.

तरीही तिचा विवाह होतो आहे या विचाराने मलाही खरंच खूप आनंद झाला. ती आणि उम येस्लाम तर वेगळ्याच बेहोषीत होत्या. तिच्या साखरपुड्याची सारी व्यवस्था होत होती आणि आम्हाला ही बातमी कळली तेव्हा आम्ही जिनिव्हात होतो. एका चांगल्या आणि महत्त्वाच्या सौदी कुटुंबापैकी एका कुटुंबातील माजिद अल् सुलेमानबरोबर तिचा विवाह ठरला होता. माझ्याकडे तिने एका पोशाखाची मागणी केल्याबरोबर मी ताबडतोब गीवेंचीमधून तिला उत्तम ड्रेस विकत घेतला. तो पांढरा आणि गुलाबी रंगाचा, रेशमी रिबिनींनी सजवलेला असा खास नववधूसाठीचा पोशाख होता; परंतु तो तिच्या पसंतीस उतरला नाहीच. तिला तो फार साधा वाटला म्हणून तिनं नाक मुरडलंच; परंतु इतर नणंदा आणि माझ्या जावांना तो खूप आवडला. मग तो घालून ती मिरवत होती. त्याबद्दल माझे साधे अगर व्यवहार म्हणूनसुद्धा आभार मानायला ती तयार नव्हती. तिला तिचे स्थान माहीत होते, अर्थात मलाही ते माहीत होते. ती सौदी होती आणि मी सौदी नव्हते.

तिच्या साखरपुड्याच्या दिवशी आम्ही सारी बंधनं बाजूला सारली होती. सारी बाग हजारो दिव्यांनी सुशोभित केली होती, शेकडो स्त्रियांची व्यवस्था चांगली व्हावी म्हणून निरनिराळे बेत आखले होते; परंतु लग्नाच्या अगदी आदल्या दिवशी तिला ती घटस्फोट घेऊ शकेल, असा विवाहाचा करार हवा होता. नाहीतर विवाह रद्द करण्याची तिनं धमकी दिली. साऱ्यांचंच धाबं दणाणलं होतं. मी हे असं कधीच ऐकलंही नव्हतं. सौदी अरेबियात तुम्ही पुरुष असाल तर 'मी तुला घटस्फोट देत आहे' असं साक्षीदारांपुढे तीन वेळा सांगितलं की संपलं! परंतु स्त्रीला घटस्फोट घ्यायचा असेल तर मात्र अनेक चक्रातून जाण्याची यातायात करावी लागते. नवऱ्याने इस्लामच्या धर्माविरुद्ध काही केलं असेल तरच तिला घटस्फोटाची आशा करता येते. शिवाय यात मारहाण किंवा इतर काही अनैतिक संबंध यांना काहीही

महत्त्व नसतं. तो गुन्हाच नसतो.

मग काय! कार्यक्रम दोन दिवस स्थगित झाला. सुंदर आणि महागड्या फुलांनी सजवलेली सारी सजावट ते फुलवाले घेऊन गेले. सारा शामियाना ओकाबोका वाटायला लागला. सारं काही एकदम ठप्प झालं. सरतेशेवटी फौझियाला हवा असलेला करार मिळाला तेव्हा कुठे परत सारा गाडा रुळावर आला. एकेक पाहुणा यायला लागला. त्यांनी त्यांचे बुरखे काढून टाकल्यावर भडक मेकअप्, खूप किमती जडजवाहीर आणि भारी किमती कपडे यांची जणू स्पर्धाच सुरू झाली. मोठमोठ्या आवाजात, गोंगाटात हाका मारल्यानंतर फौझिया आणि माज़िद वेगवेगळ्या बाजूंनी आले. मग वर भरजरी कापडाच्या किंमती वस्त्राखाली बसून त्यांनी रजिस्टरमध्ये सह्या केल्या. हा सारा विधी माझ्या वेळी मात्र झाला नव्हता. कारण माझ्या विवाहापूर्वीच रजियाचा असाच विधी झाला होता. मी सौदी अरेबियाला येण्यापूर्वीच. या विधीला 'मेलका' असं म्हणतात. फौझियाच्या लग्नाची मेजवानी आठवड्यानं एका हॉटेलात झाली. तरीसुद्धा साखरपुडा कायदेशीर असल्यानं त्यांना पाठराखीण वगैरे न घेता एकत्र राहण्याची परवानगी होती. त्यांच्याकडे अशी पाठराखीण सहसा वृद्ध स्त्री असते.

माज़िद आपल्या पत्नीपेक्षा वयानं लहान असलेला, अतिशय बांधेसूद शरीरयष्टीचा, उमदा आणि हसरा असा कोवळा मुलगा होता. मला आणि येस्लामला तो खूप खूप आवडून गेला. खूप प्रसन्न होता तो. स्वभाव गोड आणि फौझियापेक्षा समजूतदार होता. बोलायचाही खूप छान, गंमतीचं, विनोदी. आमच्या नेहमी एकत्रित गप्पा चालायच्या आणि मग हसण्याला ऊत यायचा. एकदा मी असाच चंदेरी फरकोट घातला होता, तेव्हा अशीच त्यानं चेष्टा करीत येस्लामला म्हटलं होतं, 'बाबा रे, बायकोजवळ जपून जा. नाही तर तुलाही चंदेरी केसांचा प्रसाद मिळेल.' खूप मिळून मिसळून वागायचा माज़िद!

माज़िद प्रेमळ आणि खूप समजून घेणारा असल्यानं माझ्या वफ़ा आणि नाज़ियालाही त्याचा खूप लळा लागला होता. एकदा मी, फौझिया आणि माज़िद असेच कुठेतरी बाहेर जाणार होतो. मी आणि माज़िद खालच्या मजल्यावर फौझियाची वाट बघत होतो. तेवढ्यात फौझियाचा संतापलेला आवाज आमच्या कानावर पडला. एका नोकराणीकडून इस्त्री करताना खालची कार्पेट जळाली होती, म्हणून ती तिला फैलावर घेत होती. त्या वेळी त्या प्रकारानं बिचारा माज़िदच खजिल झाला. माझ्याही मनात विचार येऊन गेला की त्या बाईला एखादा इस्त्रीसाठीचा स्टँड का घेऊन देत नाही कुणास ठाऊक!

फौझियालाही सारा आणि फैज़ल अशी मुलं झाली आणि साऱ्या श्रीमंत सौदी मुलांप्रमाणेच साराचा सारा कल ऐषारामाकडेच होता. तिच्याकडे कोणीही वडीलमाणूस

लक्षही देत नव्हता. तिच्याकडे ही खंडीभर खेळणी होती; पण ती कशी खेळावीत, कशी वापरावी, कशी जपावीत ही शिस्तच तिला नव्हती. एकदा तर मी तिला खेळायच्या पत्त्यांचे कॅटच्या कॅट फाडताना बघितलं. त्यात त्या मुलीची काही चूक होती, असं मी तरी म्हणणार नाही. फौझियानं तिला वस्तू किंवा लोक याविषयी आदर करायची शिकवणच दिली नव्हती. ती फार हट्ट करायला लागली की ती आपली तिला नोकराणीच्या स्वाधीन करून मोकळी व्हायची. ती बिचारी नोकराणी घरकामाखेरीज दिवसभर या मुलांना सांभाळत बसायची. मूल रडलंबिडलं की अर्थातच चूक कामवाल्याबाईची. तिच्या कामाविषयी कधीही कौतुक करेल तर शपथ! मला ते खपायचं नाही. माझ्या मुलांना माझी फिलिपिनो कामवाली पलंगावर घेऊनच झोपवायची. अगदी साधी असलेली गोष्टही फौझियाकडे समस्याच बनायची. मुलींना झोप आली तर पंचाईत व्हायची. कारण फौझियाच्या कामवालीला फर्निचरचा वापर करण्यासाठी पूर्ण मज्जाव. तिच्या मुलांना भरवतानासुद्धा *(पलंग सोडाच)* परंतु फौझियाच्या कामवालीला खुर्चीवर बसण्याचीही मनाई होती.

माज़िद या साऱ्याला आवर घालण्याचा प्रयत्न करीत होता आणि दुःखा-शोकाचा एक जबरदस्त फटका बसला. माज़िदला गाड्यांचा भारी नाद आणि त्यानं 'फार्म्युला' विकत घेतली होती. ती रेसकार होती. चकचकीत हिरव्या रंगाची. सारे ती मोटार ओळखत होते; कारण ती सौदी एअरलाईनच्या निशाणाखाली धावायची आणि साऱ्या तरुणांना या गाडीचा भारीच अभिमान होता. ज्या दिवशी माज़िदला ही गाडी ताब्यात देण्यात आली, त्याच दिवशी त्यानं ती चालवायची ठरवलं; परंतु गाडी नवी आणि ॲक्सिलेटरवर नुसता त्यानं पाय ठेवला आणि ती उसळलीच. गॅरेजच्या बाहेर येतानाच धडकली. सीटवरच्या डोकं टेकण्यासाठी उशीसारखं असतं त्यावर माज़िदचं डोकं आदळलं. आणि माज़िद शुद्धच हरवून बसला.

मग कोण धावपळ म्हणता. ताबडतोब त्याला युनिव्हर्सिटीच्या हॉस्पिटलमध्ये नेलं. तिथं तो शुद्धीवर आला. डॉक्टरांनी डोक्याच्या मागच्या बाजूला झालेल्या जखमेला टाके वगैरे घातले; परंतु आत रक्तस्राव झाला होता. त्यामुळे माज़िद परत बेशुद्ध झाला. लंडनहून मेंदूवर इलाज करण्यास डॉक्टर धावले; परंतु उशीर झाला होता. त्याच्या मेंदूचं चलनवलन थांबलं होतं आणि एका महिन्यानं सारंच थांबलं. मग एका अगदी साध्या वस्त्रात त्याचा देह गुंडाळून सूर्यास्ताच्या वेळी थडग्यावर कोणतीही नावनिशाणी न ठेवता पुरला. या वेळी अर्थातच त्यांच्या प्रथेप्रमाणे स्त्रियांना तिथे हजर राहता आले नाही.

मी पुरती उद्ध्वस्त झाले. डोळ्यांसमोर तो देखणा, उपरा, हसरा माज़िद तरळत असायचा. त्या वेळी त्याचं वय ते काय होतं — केवळ सत्तावीस. केवढा अकाली मृत्यू! कसा काय या वयाला तो हे जग सोडून जाऊ शकला! मग मीच

पुढाकार घेतला. ज्या वेळी साऱ्या त्याच्या कुटुंबातल्या स्त्रिया जमणार होत्या, त्या वेळी उम माज़िद आणि फौझियासाठी मी सुतकविधीची व्यवस्था केली. तीन दिवसांसाठी — त्या दोघींचं सांत्वन व्हावं म्हणून. येस्लामही माझ्याबरोबर होता; परंतु तो माज़िदच्या वडिलांच्या बाजूला, पुरुषांसाठी असलेल्या ठिकाणी होता. मी त्या ठिकाणी पोचले तेव्हा काळ्या किंवा सफेद वेशातील स्त्रिया मोठमोठ्यानं गळा काढून रडत होत्या आणि फौझिया पूर्ण मेकअप करून सोफ्यावर बसलेली होती. त्या वेळी तिनं नुकताच फैजलला जन्म दिलेला होता. मला वाटतं तो दोन-तीन महिन्यांचाच असावा. ज्या वेळी उम माज़िदनं फौझियाला काही हवं का म्हणून विचारलं, तर तिनं काय उत्तर द्यावं, 'एक गर्डल' *(म्हणजे कंबर बांधण्यासाठीचा मजबूत पट्टा)*.

मी तर आवाक्‌च झाले. स्वतःच्या दिसण्याविषयीची जागरूकता... आणि तीही अशा वेळी! पण मी आपली तिच्या दुःखाविषयी सहानुभूती व्यक्त केली. त्या वेळी फौझिया जे म्हणाली ते सांगून कुणाला खरं वाटणारं नाही. म्हणाली, "अल्लाची इच्छा! कदाचित हे सारं भल्यासाठीच असू शकेल. काय सांगावं त्यानं मला घट्स्फोट दिला असता आणि माझी मुलं ताब्यात घेतली असती..."

मी पुरती सुन्न झाले. तरीही तशाही अवस्थेत तिच्या मुलांकडे वळले. फैजल रडत होता. त्याला आंघोळच घातलेली नव्हती. मग मीच त्याला उचललं. त्याला स्नान घातलं. नंतर छोट्याशा साराला बागेतल्या मेरी गो राऊंडकडे खेळण्यासाठी नेलं... या वातावरणातून मला तिला बाजूला करायची होती. एवढीशी पोर... भेदरून गेलेली! मग मी तो तीन दिवसांचा कालावधी अगदी तोंडात मिठाची गुळणी धरून घालवला. त्या काळात माज़िदची एक बहीण अति दुःखानं बेफाम झाली. मी फौझियाला मला तिची काळजी वाटत असल्याचं सांगितलं, तर फौझिया म्हणाली, 'कोण ही ना! आमच्या लग्नापासूनच्या या पाच वर्षांत आमची क्वचितच भेट झाली आहे. ती नाटकी आहे.' जणू काही तिच्यावर काही परिणाम होत नसण्यानं फौझियाला इतरांनाही तसं काही व्हावं वगैरे याचं काहीच वाटत नव्हतं.

त्यानंतर अगदी काही दिवसांनीच उम येस्लामच्या भावाच्या मृत्यूची बातमी आली, तेव्हा उम येस्लामच्या अंगावर रेलून, 'मामा, बिचारा मामा ऽऽऽ' करत फौझियाचं रडणं सुरू झालं. मग मलाही राहवलं नाही. मी विचारलं की, तुझ्या मामाला उम येस्लामला भेटून किती वर्षे झाली? त्या वेळी अतिशय तीक्ष्ण संतापाची नजर तिनं माझ्यावर टाकली. मला वाटतं त्यानंतर तर ती माझा खरोखरच द्वेष, तिरस्कार करायला लागली.

त्यानंतर काही दिवसांनी जिनिव्हाला जाण्यापूर्वी एकदा शेवटचं उम माज़िदना भेटून सांत्वन करावं, असं ठरवून मी त्यांच्याकडे गेले. मला खरोखर ती स्त्री खूप

आवडायची, तर त्या वेळी फौझियानं आपल्या ड्रायव्हरजवळ एक चिठ्ठी दिली आणि ती उम माज़िदला द्यायला सांगितली. ती नोट तिच्या सासूनं वाचली आणि जवळ असलेल्या नोकराला फौझियाला पैसे द्यायला सांगितले. 'दिवसांच्या जेवणाच्या आचाऱ्याच्या बिलांची रक्कम होती ती!'

◆

१६

इस्लाममधील बहिणी

बिन लादेन कुटुंबातील इतर साऱ्या स्त्रियांप्रमाणेच फौझियादेखील दिवसातून पाच वेळा प्रार्थना वगैरे करायची; परंतु तिच्या वागण्यातून तिचा दयाबुद्धीचा एकही दाखला कधी आढळला नाही. त्यांच्यातील शेखा तर पक्क्या जुन्या वळणाची होती. तशी शांत आणि बुजरीही होती; पण तरी रक्त आणि वृत्ती ओसामाच्या विचारांशी घनिष्ठ नातं सांगणारी होती. एकतर तिची परमेश्वरावर पराकोटीची श्रद्धा होती. त्यातून ती ओसामाला त्याच्या कार्यात मदत करायला लागली होती. त्यामुळे या खानदानातील तरुण स्त्रियाच नाही तर वयस्कर सासवांनाही तिचं भारी कौतुक होतं.

माझ्या इतर नणंदांकडे मी जायची; तशीच शेखाकडेसुद्धा मी खूप वरचेवर जात असे. तिच्याकडून मला माझ्या नवऱ्याविषयी काही समजून घ्यायचं असायचं. शिवाय माझ्या लेकी कोणत्या संस्कृतीत वाढत आहेत तेही मला जाणून घ्यायचं असायचं. शेखा आणि तिच्या नवऱ्याचं घर आमच्या नजिक होतं; परंतु आमचे संबंध मात्र म्हणावे तसे जिव्हाळ्याचे नव्हते. खुल्या दिलानं आपल्या आयुष्याविषयी चर्चा करायला त्या काही अमेरिकन किंवा युरोपियन नव्हत्या. त्या पुरेपूर सौदी होत्या. त्यामुळे माझ्यासारख्या परदेशी स्त्रीबरोबर मोकळेपणा दाखवतील, ही अपेक्षाच अनाठायी होती. माझ्याबरोबरचं सोडा. त्या त्यांच्या त्यांच्यातही मन कधीच मोकळं करीत नसत.

तरीही एखाद्या गोष्टीचा प्रघात असावा तशी मी आपली तिच्याकडे जात असायची. मग मी तिला कुटुंबाची ख्यालीखुशाली वगैरे विचारायची. हे आमचे नेहमीचेच रटाळ संवाद असायचे. सारा शिळेपणा — एखाद्या तुंबलेल्या पाण्यासारखं— त्यावर एक कळकट तवंग असतो. आमच्या संवादाबाबत काहीसं

तसंच होतं. सारी लपवाछपवी. शिवाय ती येस्लामची बहीण असल्यानं त्याचा ती नावानं उल्लेख करू शकायची; परंतु ती माझी नणंद असूनसुद्धा मला मात्र तिच्या नवऱ्याचं नाव उच्चारणं शक्य नव्हतं. कारण असा नावाचा उल्लेख करणं किंवा तिच्या नवऱ्याच्या प्रकृतीची चौकशी करणं, याचा वेगळाच अर्थ लावला जायचा. वेगळीच जवळीक समजली जायची. अशी चौकशी आणि तीही परपुरुषाविषयी. तोबा तोबा! मीही सौदी अरेबियात, या वातावरणात, या संस्कृतीत खूप काळ घालवला होता आणि नवल म्हणजे या गोष्टी माझ्याही अंगवळणी पडायला लागल्या होत्या. मला हे अंतर किंवा रिवाजातलं वेगळेपण आता लक्षातही येईनासं झालं होतं.

तरीही शेखा मला आवडायची. तिच्यात मला एक उत्साह आणि सामर्थ्य जाणवायचं; परंतु या दोन्हींचा वापर ती फक्त धार्मिक विश्वास इत्यादींसाठीच वापरायची, हेही होतंच. शेख महंमदांची थोरली मुलगीही अशीच शेखासारखी उत्साही, शिवाय दरारा असणारी अशी होती. ती म्हणजे आयेशा! ती तिच्या अनेक आयांपेक्षाही वयानं वडील होती. त्यामुळं ती येस्लामच्या आईच्या अधिक जवळ होती. उम येस्लामनं आणि आयेशानं एकमेकांच्या पोराबाळांना पाजलं होतं. शेख महंमदांची सर्वांत थोरली लेक... शिवाय वयानं बरोबरीची किंवा वडील. ह्यामुळं बिन लादेन कुटुंबातील स्त्रियांनी तिचं वेगळं स्थान मान्य केलेलं होतं.

आयेशा बेताच्याच उंचीची, आदबशीर आणि स्पष्टवक्ती होती. मी जेव्हा केव्हा तिला भेटायला जायचे, तेव्हा दर वेळी येस्लाम तिला भेटायला येत नसल्याची तक्रार करायची. तिचं हे धाडसच म्हणायला हवं होतं. कारण कोणतीच बहीण तशी तक्रार करीत नसे. तसा त्यांच्या संस्कृतीत रिवाज नव्हता. येस्लाम पुरुष होता आणि स्त्रीनं पुरुषाविषयी तक्रार करणं त्यांच्या संस्कृतीत निषिद्ध होतं. अर्थात ही तक्रार इतपत आणि एवढ्यापुरतीच होती.

ऐकदा मी अशीच कुटुंबाच्या समारंभाला येस्लामबरोबर गेले होते. त्या वेळी अर्थातच आयेशाही तेथे होतीच. मी तिच्याजवळ गेले आणि मोकळेपणानं म्हणाले, 'हे बघ, येस्लाम तुझ्याकडे तुला भेटायला येत नाही, अशी तू नेहमी तक्रार करतेस. आता मला काही विचारू नकोस! हा बघ येस्लाम येथे आहेच. आता तू आणि येस्लाम. जे काही सांगायचं, विचारायचं असेल ते तूच आपली समक्षच विचार म्हणजे झाले.' मी असं बोलले मात्र आणि तेथील भोवतालच्या स्त्रिया विलक्षण थरकल्या. त्यांच्या विस्फारलेल्या डोळ्यांत आश्चर्यापेक्षा भीतीच अधिक होती. मी चक्क आयेशाला साऱ्यांच्या देखत त्याला फैलावर घ्यायला सांगत होते. त्या वेळी त्या खोलीतील एक वेगळीच शांतता कितीतरी वेळ तिथं ठाण मांडून बसली होती.

खानदानाचे किंवा सारे सामाजिक किंबहुना सांस्कृतिक रीतीरिवाज इत्यादी सारे

सारे बाजूला सारले जायचे ते छोट्याशा रंदा या बिन लादेन कुटुंबातील मुलीसाठी. त्यामुळे कुटुंबातील स्त्रियांच्या मनात नाही म्हटलं तरी तिच्याविषयी थोडी असूया होतीच होती. ती एकुलती एक अपत्य होती. तिच्या आईपासून तिला कोणी भाऊबहीण नव्हते. शिवाय, ती सालेम या सर्वांत थोरल्या भावाची अतिशय लाडकी होती. त्यांच्या संस्कृतीत सर्वांत थोरला मुलगा म्हणजे कुटुंबप्रमुख. मग काय रंदाला प्रत्येक बाबतीत वेगळी वागणूक मिळायची. सालेम तिला कशालाच आणि कधीच नाही म्हणत नसे. पत्नी सोबत नसतानाही सालेम तिला परदेशी घेऊन जायचा. ही बाब तर कुटुंबातल्या स्त्रियांच्या हलक्या आवाजात कानाला लागण्याचा विषय होता. शिवाय सालेम आपल्या पत्नीबरोबर कुठे बाहेर जाई तेव्हा सोबत रंदा असेल तर सालेमच्या पत्नीला मागच्या सीटवर बसायला लागायचे. त्याविषयीही ह्या साऱ्याजणी नाक मुराडायच्या.

स्त्रीजगतात सखी असणे गरजेचे असते. अशी सखी उबदार सहवास, आणि वेळप्रसंगी आधार देत असते. त्यात एकप्रकारचा उत्स्फूर्तपणा असावा लागतो; परंतु बिन लादेन कुटुंबातील स्त्रियांमध्ये ही सखीभावना, वाहतेपण असं काही नव्हतंच. सारं काही चौकटीत बंदिस्त केलेलं. त्यामुळे प्रत्येक गोष्ट, वागणं, बोलणं, चालणं इत्यादी सारं सारं तसंच, बंदिस्त, साचेबंद. या साऱ्या गोष्टी बाक्रची सिरीयन पत्नी हैफ़ा हिच्या अंगवळणी पडलं होतं. तिच्यासाठी ते स्वाभाविक झालं होतं. तिला सारं माहीत असल्यानं तीच मला सारं सांगत असे, शिकवत असे. मग या साऱ्या स्त्रिया जमल्यावर तिनं शिकवलं असेल तसं बोलत असे. अशी माझी पोपटपंची आणि तसं वागणं अशा नकला चालत. दुपारी या साऱ्या स्त्रिया एकत्र जमतात, त्या वेळी आपण हजर असायला हवं असं मला वाटायचं; परंतु या साऱ्याजणी मला अगदी निराश करायच्या. हे कुटुंब केवढं तरी मोठं होतं आणि त्यांची सतत येजा चालत असे; परंतु तरीही संबंध मात्र अगदी वरवरचे होते. सारा दिखाऊपणा!

नंतर अशाच एका दुपारी शेखानं बोलावलं म्हणून तिच्याकडे धार्मिक अभ्यासाच्या एका सभेला मी गेले होते. त्या वेळी एक स्त्री कुराणावर प्रवचन करीत होती आणि तिनं निमंत्रित केलेल्या स्त्रिया बैठकीत बसून नुसतं ऐकत होत्या. त्यांच्यातील भाविक स्त्रिया ओळखणं अजिबातच अवघड नव्हतं. कारण भोवताली साऱ्या स्त्रियाच असूनसुद्धा त्यांनी रुमालांनी आपली डोकी झाकली होती. जेद्दाच्या त्या भयंकर उष्म्यातही काहींनी हातमोजे आणि पायमोजे घातलेले होते. धर्माला वाहून घेतलेल्या स्त्रिया असंच म्हणायला हवं.

त्यांच्यातील भक्तीभावानं आयेशा, शेखा आणि वयानं थोडी मोठी आणि सुंदर असलेली रफ़ा यांना या स्त्रियांत आदराचं स्थान होत्या. रफ़ा तर सतत माझ्या

अमर्त्य, अमर आत्म्याचा विचार करायची. मला मात्र तिनं बाहेरच्या मोकळ्या जगाशी नातं जोडावं असं वाटायचं. आम्ही अनेक वेळा सौदीमधील इस्लामिक बंधनांच्या फायद्याविषयी चर्चा करायचो. रफ़ाचे तर सारखे त्याबाबत बोलणे आणि शिकवणे चालू असायचे. त्यांच्यातील ओसामाची बाजूला पडलेली, एकाकी नाजवा मुकाटपणे साऱ्या गोष्टींना मान हलवून मान्यता द्यायची.

त्यांच्यातल्या काही स्त्रिया मलासुद्धा मनापासून आवडायच्या. उम येस्लाम तर अतिशय प्रेमळ, साधी आणि सात्त्विक होती. शेखाचा ओसंडता उत्साह मला खूप आवडायचा. शेखासारखीच रफ़ाची आईसुद्धा अतिशय गोड स्त्री होती, अगत्यशील होती. त्यात तैबा पण असायची. ती एक घटस्फोटिता होती आणि त्यामुळं तिची मुलं तिला कायमची पारखी झाली होती. ती स्वभावानं अतिशय शांत आणि प्रेमळ स्त्री होती. मला वाटतं मीही त्यांना आवडत असावी.

शेखाकडच्या धार्मिक सभांच्या वेळी मी आणि हैफ़ा वेगळ्या, अल्पसंख्यांक आणि अस्पृश्य असल्याचं नेहमी जाणवायचं. माझ्याभोवती बसलेल्या साऱ्याजणी अगदी सिनेमातल्यासारख्या बसलेल्या असायच्या. समोरची स्त्री जे सांगत असेल ते नुसतं ऐकत असायच्या. त्या वेळी मला मी परकी असल्याचं जाणवायचं. नाजवाची अस्वस्थता तिच्या चुळबुळीवरून दिसायची; पण ती भारीच शांत आणि मुकाटपणे सहन करणाऱ्यातली होती. ती तर सदोदित गरोदर असायची. मी सौदी अरेबिया सोडलं तेव्हा ती तिशीची असेलनसेल; पण त्या वेळी तिला सात मुलं होती. तिचे उदासी कपडे आणि तिच्या डोळ्यांतलं दुःख इतकं भयंकर होतं की त्यातून नाजवा कधी दिसायचीच नाही.

ज्यांच्यात आणि तुमच्यात कोणत्याच प्रकारचा सारखेपणा नसला तर त्यांच्याबरोबर काय बोलायचं? त्यांच्याबरोबर संवाद कसा साधायचा, हा माझ्यापुढे एक भला मोठा यक्षप्रश्न होता. मग मी आपली त्यांच्याबाबत स्वतःच संवाद करायचे, 'अमकी खूप भाविक आहे. धर्म हेच तमकीचं विश्व आहे. ती संगीत ऐकू शकत नाही. हिला नवरा घराबाहेर पडू देत नाही. ही नुसतं मुलांना जन्म देण्याचं काम करतीए. काय या साऱ्या मुलींचं आयुष्य तरी काय आहे.' नाजवा किंवा कोणी माझ्याकडे बघून मनातल्या मनात म्हणत असेल, 'बिच्चारी कारमेन... ती तर नरकातच जाणार दुसरं काय?' आणि मी विचार करीत होते, 'बिचारी नाजवा, ती तर नरकातच राहतीये.' असे एकूणच आमचे विचार अगदी भिन्न होते.

खरं तर मला थोडंसं विचित्र वाटलं, ते हे की धर्मावर विश्वास ठेवणारे, धर्मावर नितांत श्रद्धा असणारे असे जे भाविक किंवा पापभीरू असतात, त्यांचं आयुष्य सदोदित वेगवेगळ्या बंधनांनी का कुरतडलं जातं! नुसती श्रद्धा पुरत नाही तर धर्म या श्रद्धाळू लोकांना जीवन जगण्याची तपशीलवार पद्धत सांगत असतो. किंबहुना

लादत असतो. धर्माच्या संदर्भात सौदी खरोखरच खूप कडवे आणि पुराणमतवादी आहेत. त्यामुळे धर्म आणि राज्य या दोन भिन्न गोष्टी आहेत, हे यांना मान्यच होत नाही. इस्लाम हा कायदा आहे, सामाजिक रीतीरिवाज, बोलणंचालणं सारंच आहे. हा कायदा म्हणजे धर्मपालनाचा गाभाच आहे. कुराणाला खूप खूप मोल आहे. इस्लामी कायद्याचा तो आत्माच आहे. तीच सौदी अरेबियाची राज्याची घटना आहे. तेथील राज्य, सरकार, समाज इस्लामच्या काटेकोर, कडव्या नियमांपासून कधीच विभक्त होणार नाही.

१७००मध्ये शेख महंमद बिन अब्दुल वहाबनं अतिशय श्रद्धाळूपणानं आणि भक्तीभावानं सौदीमधील इस्लामविषयींचं चैतन्य जागृत केलं. सौदीमधील भोवतालची परिस्थिती बघितल्यावर तर इस्लामच्या पावित्र्यासाठी त्याला सातव्या शतकातील धर्माच्या अगदी मुळाशी जाणं गरजेचं वाटलं. शेख वहाबनं 'प्रॉफेट'च्या कायद्याचा अर्थ लावण्याचा प्रयत्न करण्यास परवानगी नाकारावी, असं सुचवलं. त्यात काही बदल किंवा सुधारणा शक्य नसल्याचं सांगितलं. त्यामुळे सौदी हा इस्लामी विश्वातील एक पुराणमतवादी असा कट्टर धर्मपालनकर्ता पालकच बनला. सौदी आणि अफगाणमधील तालेबान धर्माच्या बाबतीत कोणतीही तडजोड करणारे नाहीत. फरक या दोघात म्हणजे सौदी तुलनेनं तालेबानीपेक्षा थोडे अधिक सुखासीन आहेत.

आधुनिक जगात जगण्यासाठी सौदी समाजाला काही प्रमाणात का होईना काही बदलांशी जुळवून घेणं गरजेचं होतं; परंतु तेथे तर गाड्याघोडे, छायाचित्रातील प्रतिमा किंवा दूरदर्शन याबाबतही काही करायचं तर धर्मशास्त्रातील विद्वानांच्या परवानगीची आवश्यकता असायची. त्याची कारणं म्हणजे एक तर पूर्वापार संस्कार आणि दुसरं म्हणजे आधुनिकतेमुळे संतप्त झालेल्यांना शांत करण्याचा प्रयत्न. येथे 'आधुनिकता' कठीणच होती; कारण मुळात बाहेरच्या जगात या वाहिबी स्वरूपाच्या इस्लामी धर्माच्या प्रसार करणाऱ्या चळवळींना सौदी आर्थिक मदत करीत होता. शिवाय सोव्हिएत रशियाच्या अफगाणवरील घुसखोरीमुळे या गोष्टी अधिकच तीव्र बनल्या होत्या.

मी सौदी अरेबियात होते तेव्हा कानावर आलं होतं, की तेलाच्या आर्थिक प्राप्तीतील सहा टक्के रक्कम धर्मप्रसारासाठी दिली जायची. त्याखेरीज श्रीमंत लोक वेगळी मदत करीतच होते. या आर्थिक मदतीतून युरोप, आशिया, अमेरिका अशा ठिकाणी मशिदी उभारल्या गेल्या. त्यात अनेक धर्मगुरू कार्यरत होते. शेख वहाबचा संदेश सर्वत्र दिला जात होता.

हुषार लोकांना रियाध, जेद्दात आणून प्रशिक्षण देण्याचं कार्य सुरू होतं. मग हे प्रशिक्षित लोक आपापल्या देशी परतल्यावर तेथे लोकांना धर्माबाबत अधिक

जागरूक करीत होते. सौदीकडून आर्थिक मदत स्वीकारण्यावर मद्यपान न करण्याविषयी, रमझानचे उपवास कडकपणे पाळण्याविषयी, स्त्रियांचे शिक्षण आणि नोकऱ्या यांचे प्रमाण कमी करण्याबाबत सतत दबाव आणीत होते. बाहेरच्या जगाला काहीही कळू शकणार नाही अशा बंदिस्त गढीतील ऐश्वर्यसंपन्न असा हा सौदी देश जग बदलण्याच्या कामी देशाबाहेरही जोमाने कार्य करीत होता.

हळूहळू मला इतर धर्माच्या बाबतीत सौदी समाज किती जागरूक होता, हे लक्षात यायला लागलं. धर्माचा अभिमान 'अल्ला सोडला तर इतर कोणताही देव नाही' असं देशाच्या निशाणावर लिहून व्यक्त होत होता. उघडउघड असं जाहीर करणं मला तरी खूप धाडसाचं वाटत होतं. स्वतःच्या धर्माखेरीज इतर धर्माचं आपल्या देशात पालन होऊ नये, याबाबतही ते कमालीचे दक्ष होते. या देशात बायबलला प्रवेश नव्हता आणि इतर धर्मियांच्या सामूहिक प्रार्थनेलाही मनाई होती. या कायद्यानं माझ्याकडे काम करणाऱ्या 'दिना'प्रमाणे अनेक दुःखी होते.

परदेशी लोकांवर आणखीही बंधने होती. लाखो परदेशी लोकांवर त्यांची डिझाईन्स किंवा आधुनिक यंत्रसामुग्री आणतानाही भय निर्माण होईल, अशी बंधने आणि दबाव सौदी आणत होता. राजकीय व्यक्ती सोडल्या तर सौदीत प्रवेश करणाऱ्या प्रत्येक व्यक्तीला कोणातरी सौदीला त्याची हमी घेतल्याखेरीज प्रवेश नव्हता. ही हमी देणारी सौदी व्यक्ती 'सुरक्षिततेच्या' नावाखाली परदेशी इसमाचा पासपोर्ट ताब्यात घेत असे. त्याच्यावर, त्याच्या प्रत्येक कृतीवर बारीक नजर असे. या देशातून बाहेर जाण्यासाठी परवाना मिळविण्यासाठी हमी देणाऱ्याची सही आवश्यक असायची *(अशा हमी देणाऱ्या व्यक्तीला 'अरबाब' म्हणतात).* परदेशी इसमाला मालमत्ता करण्याची परवानगी नव्हती. त्याला कोणताही व्यवसाय करायचा असला तर एका सौदीला भागीदार म्हणून घ्यावे लागत होते *(व्यवसाय सौदी इसमाच्या नावावर असे. त्या नावाची, भागीदारीची ठराविक किंमत व्यवसाय करणाऱ्याला नियमितपणे मोजावी लागत असे.).*

एखाद्या परदेशी स्त्रीनं सौदी इसमाशी विवाह केला तर ती एक प्रकारच्या सापळ्यात सापडत असे. त्या स्त्रियांना किंवा तिच्या मुलांबाळांना नवऱ्याच्या परवानगीशिवाय देशाबाहेर जाता यायचं नाही. अगदी ती घटस्फोटिता असली तरीही. अशा सहीची, परवानगीची आवश्यकता असायची. सहीखेरीज 'बाहेर जाण्याचा परवाना नाही आणि 'परवाना' नाही म्हणून देशाबाहेर जाण्याचे सारे मार्ग बंद असा प्रकार असायचा.'

सौदी अरेबियाच्या वास्तव्यात मला माझं तेथील नेहमीचं राहणंही 'गुपित' असल्याचं वाटायचं. जणू काही मी काहीतरी लांडीलबाडी करून, आडमार्गानं, खोट्यानाट्या कारणांनी या देशात प्रवेश केलेला आहे. त्यामुळं मी माझं स्वरूप

कधीच व्यक्त करू शकणार नाही, असं राहून राहून वाटायचं. नाजवा, रफ़ा, शेखा यांची आयुष्यं बघितल्यावर मला माझ्या मुलींची काळजी वाटायला लागली. त्या स्त्रिया बंधनात राहत होत्या; परंतु त्यामुळे त्या जखमी तर होत नव्हत्याच. उलट बंधन उराशी कवटाळीत होत्या. इतकी वर्षे तिथे आणि त्यांच्याबरोबर काढूनही स्वत:लाच गुलाम करून घेण्याची त्यांची मानसिकता मला कधीच उमगली नाही.

माझं माझ्या नवऱ्यावर प्रेम होतं. माझ्या मुलींचं आयुष्य सौदी अरेबिया घडवणार आहे, याची मला जाणीव होती. आम्ही सौदीत राहात होतो. माझ्या मुली सौदी होत्या. भविष्यातील त्यांच्या तरुण वयात त्यांना तेथील जीवन स्वाभाविकपणे जगता यावं, अशी माझी अपेक्षा होती. त्यामुळे या देशातील वागण्याबोलण्यातले रीतीरिवाज त्यांच्या अंगवळणी पडण्यासाठी मी त्यांना ते शिकवलं पाहिजे, हेही मला समजत होतं. शक्यतो लवकर म्हणजे लहान वयातच त्यांना सौदी स्त्री होण्याचं शिकायला हवं होतं. या देशातील त्यांचं सुख आणि शांतता यासाठी हे गरजेचं होतं. असंख्य स्वतंत्र गोष्टी लहानसहान असल्या तरीही आणि त्यासाठीही पुरुषाच्या परवानगीची गरज असते, हेही त्यांना कळायला हवं होतं. सौदी अरेबियात स्त्रीला जगण्यासाठी या गोष्टी आवश्यक असतात. त्या मी शिकवण्याचा प्रयत्न करीत होते; परंतु तेथील स्त्रियांचे एक वैशिष्ट्य होते. ते म्हणजे खोटेपणा, बनवाबनवी यांचे शिक्षण मात्र मी माझ्या मुलींना देऊ शकले नाही. खरं तर सुखीसमाधानी भवितव्यासाठी या गोष्टींचीही गरज होती; परंतु या संदर्भात त्या सौदी स्त्रिया होणं हा विचारही मला तिरस्करणीय वाटला.

अंतर्मुख होऊन ज्या वेळी मी या गोष्टींचा विचार केला तेव्हा त्यांना वरीलप्रमाणे शिकवण देणं तर बाजूलाच राहिलं, उलट मला वाटतं मी माझ्या मुलींना सौदी समाजाबाबत बंडखोर बनवत होते. यामुळे त्यांना त्रास होईल हे मला कळत होतं; परंतु त्याचबरोबर नाजवा किंवा इतरांप्रमाणे धर्माच्या काटेकोर बंधनांना बळी पडून त्या माझ्यापासून कायमच्या दुरावतील, अशी माझ्या मनात भीती होती. माझ्या मुलींनी काळ्या कपड्यात गुंडाळून घेऊन मुकेपणानं सारं सहन करावं, हे मला मान्य होणारं नव्हतं.

नाजवा मुळातच अतिशय सहनशील आणि मान तुकवणारी होती. तिला ज्याप्रकारे वाढवली होती त्यामुळे ती दैववादी बनली होती. नवऱ्याची आणि वडिलांची आज्ञा शिरोधार्य मानणं याखेरीज तिच्या आयुष्याला कोणतंच ध्येय नव्हतं, कोणतंच प्रयोजन नव्हतं. माझ्या मनात यायचं की तिला सांगावं, 'बये, तुला परमेश्वरानं धडधाकट हातपाय आणि विचार करायला डोकं दिलंय... त्याचा जरा तरी वापर कर!' सौदीमध्ये माझ्याभोवती हिच्यासारख्याच अनेक स्त्रिया अवतीभवती होत्या. त्यामुळे एक स्त्री म्हणून मी हतबल झाले होते.

शेखा आणि रफ़ा यांच्याजवळ धारिष्ट्य होतं; परंतु त्यांनी ते सर्व धर्मापोटी खर्ची घातलं होतं. मानवी हक्कासाठी झगडा देण्यापेक्षा त्यांना ते अधिक श्रेयस्कर वाटत असावं. पावित्र्यानं आपल्याला वेगळं बळ लाभलं आहे, अशा वेड्या समजुतीत त्या होत्या. त्यांना वाटायचं की आपण कडव्या झालो तर पुरुषही आपल्याला मान देतील. तसं थोडंफार जाणवतही होतं; परंतु त्याचं तसं वागणं ही एक सुखाच्या आयुष्यासाठी त्यांनी वापरलेली एक खुबी होती, युक्ती होती. ज्या वेळी तुम्ही संपूर्णत: परावलंबी असता त्या वेळी नवऱ्याला ताब्यात ठेवण्याची युक्ती तुम्हाला शोधावी लागते, योजांवी लागते. त्याखेरीज सुखी जगण्यासाठी तुम्हाला दुसरा पर्यायच नसतो.

याखेरीजचा पुरुषांना ताब्यात ठेवण्याचा दुसरा उपाय म्हणजे मुलांना फितवणे. त्यांच्यावर अधिकाधिक माया करून त्यांना आपल्या बाजूला ठेवण्यात अनेक स्त्रिया गुंतलेल्या असतात. नवरा आजुबाजूला असला तर त्या अधिकाधिक या बाबतीत जागरूक असतात. तुम्ही चांगली आई असाल, मुलाबाळांवर खूप प्रेम करीत असाल तर नवरा कशाला घटस्फोट देईल? शिवाय एकदा का मुलगा सज्ञान झाला की नवऱ्याच्या जागी तोच तुमचा पालक, रक्षणकर्ता असतो ना! नवरा भरकटेल किंवा कदाचित मरेलही; परंतु आईवर प्रेम करणारा मुलगा नेहमीच आईसाठी झटेल.

मला मुलगा नव्हता आणि उम येस्लामसकट इतर स्त्रियाही माझ्या मुलींच्या संगोपनाची किंवा कशाचीच फारशी पर्वा करीत नव्हत्या. मी आपली सासूबाईंची 'नम्र सून' अशी वावरत होते आणि बावळटसारखी त्यांच्याबरोबर त्यांना बरं वाटावं असं आणि बरं वाटावं म्हणून बडबडत असे. खरं तर अशा चहापार्ट्यांच्या वेळी सर्वांजोगा बरा असा चर्चेसाठी विषयसुद्धा नसायचा. मग मी आपली त्यांना रिपोर्ट देण्याचं काम करायची. 'नाज़िया आणि वफ़ा आता प्रार्थना करायला शिकल्या आहेत, कुराणातले अमुकअमुक उतारे आता त्यांचे चांगले पाठ झालेत, मी त्यांना मक्केला नेऊन आणलं आहे. आता त्या अरेबिक शिकायला लागल्या आहेत; परंतु उम येस्लाम मला कधी त्याबाबत विचारीत नसे आणि मी सारे सांगण्याचा प्रयत्न केला तरी तिला त्यात काही रसही नव्हता. तिला फौझियाच्या छोट्या साराविषयीच प्रेम होतं.

माझ्या मुलींवरही तिनं प्रेम करावं म्हणून मी खूप प्रयत्न करून बघितले; पण मी कधीच यशस्वी झाले नाही. कदाचित मी परक्या देशाची हेही कारण असू शकेल. एकदा काही दिवसांनी म्हणजे मी आणि येस्लाम आमच्या मोठ्या घरात राहायला गेल्यावर *(जेद्दामध्ये)* माझी मुलगी एका निम्म्या प्रमाणात किंवा काही थोड्याफार प्रमाणात इंग्लिश रक्त असणाऱ्या एका मैत्रिणीबरोबर तलावात खेळत

होती — ओली झाली होती, आरडाओरडा करीत होती. त्या वेळी, 'शी ऽऽ! ती परदेशी मुलगी ऽऽ' असे उद्‌गार उम येस्लामनं काढले आणि त्या एवढ्याशा मुलीविषयी तिरस्कार व्यक्त केला. त्या वेळी माझ्याच्यानंही राहवलं नाही. मीसुद्धा थोडं तिरसटपणानं म्हणाले, 'आपण सारेच कोणाला तरी परके असतोच.'

मग माझ्याकडे टक लावून बघत उम येस्लाम म्हणाली, 'नाही, अजिबात नाही. माझ्या बाबतीत अशी भेसळ नाही. माझ्या रक्तात एक थेंबही ख्रिश्चन रक्ताचा नाहीए!'

हो. माझ्यात माझ्या वडिलांचं ख्रिश्चन रक्त होतं. त्यामुळं माझ्या मुलींच्याही रक्तात त्या रक्ताचा अंश होताच होता. मी निर्धारी विचारांची असल्यानं मी मनानं कधीच इस्लामला मानणार नाही, त्या धर्माचे रीतीरिवाज पाळणार नाही हे उम येस्लामला दाखवून दिलं. त्या वेळी मला त्या बोलण्यात तथ्य वाटलं. मी इस्लामिक समाजाचे नियम रीतीरिवाज पाळू शकणार नाही, हे माझं मलाही पटलं *('मी तुमचीच आहे' असं त्यांना वाटावं म्हणून मी जे करीत होते, त्यात उम येस्लामला रस का नव्हता, याचा बोध झाला.)*

◆

१७

राजपुत्र आणि राजकन्या

लतिफा या माझ्या आवडत्या मैत्रिणीला मी जिनिव्हात दुपारच्या जेवणाच्या वेळी भेटले. त्या वेळी फौझिया आणि माजिदही होते. येस्लाम आणि लतिफाचा नवरा टर्की एकमेकांच्या सहवासात खूष असत. आमची मैत्री वाढत गेली तसे मी आणि लतिफा खूप जवळ आलो. लतिफा अन् अल् सौद म्हणजेच एक राजकन्या होती. यापूर्वीही मी काही सौदी राजकन्यांना भेटले होते. नाही असं नाही; परंतु त्यामुळे मी काही खास भारावूनबिरावून गेले नव्हते. त्यातील काही थोड्याफार कोमेजलेल्या, उतरलेल्या होत्या, काही स्वत:ला फार श्रेष्ठ मानायच्या. त्यांच्या सहवासात तसं अवघडच वाटायचं; परंतु लतिफा त्या प्रकारात मोडणारी नव्हती. तिला इतरांमध्ये रस होता. तिला इतरांमध्ये मिसळता येत होतं, अशी ती मनमिळाऊ होती. सौदी राजघराण्यातील उद्दामपणा तिच्यात अजिबातच नव्हता.

लतिफा चांगली उंच होती परंतु थकलेली, ओढल्यासारखी दिसायची. उंचीमुळे असेल; परंतु थोडी वाकलेली झुकलेली होती. ती आणि मी म्हणजे दोन टोकं होतो. मी तिला काही वेळा विनोदानं म्हणायचीसुद्धा, 'लतिफा, माझ्या एकटीच्या टकळीनं या भिंती कंटाळून गेल्यात.' पण ती मितभाषी होती. इतकी की स्वत:चं कुटुंब किंवा राजघराण्यातील घटना, कट-कारस्थान यांविषयी काही म्हणजे काही बोलायची नाही. या स्वभावामुळेही असेल; परंतु राजघराण्याच्या या असल्या गोष्टींशी संबंध नसलेल्या बाहेरच्या व्यक्तींचाच सहवास तिला अधिक आवडायचा. मलाही लतिफा खूप खूप आवडायची; कारण मला तिच्यात खरोखरची एक अरेबियन राजकन्या भेटायची. त्याला केवळ सौंदर्यच नाही तर तिच्या स्वभावाचं उमदेपणही कारण होतं.

तिचा नवराही अल् सौद या राजघराण्याशी नातं असणारा होता; परंतु तोही

कमालीचा भिडस्त आणि संकोची होता. सुरुवातीपासून येस्लामबरोबर त्याची चांगली दोस्ती असूनही मी एकटी असेल तर त्या खोलीत तो विलक्षण अवघडलेला असायचा. मला आठवतं अगदी पहिल्यांदा टर्की आमच्या घरी आला तेव्हा नेमका येस्लाम घरात नव्हता. त्या वेळी येस्लाम घरी येईपर्यंत त्याला आमच्या घरात थोपवण्यासाठी मला कोण यातायात करावी लागली. मला वाटतं जरा जबरदस्तीच करावी लागली. बैठकीच्या खोलीत सोफ्यावर माझ्याकडे अजिबात नजर न टाकता अगदी जखडून, अवघडून बसला होता. मला जिनिव्हात बुरखा नसताना बघणं आणि माझ्या खोलीत आणि त्यातून जेद्दामध्ये एकटं असणं या दोन ध्रुवांप्रमाणे दोन टोकाच्या गोष्टी होत्या.

टर्की पश्चिम देशात अधिक रमायचा. तेथे अनेक बंधनाचे जाच सैल झालेले त्याला भावायचे. कारण त्या देशात तुम्ही 'तुम्हीच' असता. त्यामुळे अगदी स्वाभाविकपणे समाजात मिसळणं अगदी सहज शक्य व्हायचं. तेही केवळ पुरुषांबरोबरच नाही तर स्त्रियांबरोबरसुद्धा; पण पाश्चिमात्त्य देशातील आणि स्वत:च्या देशात म्हणजे टर्की नाण्याच्या दोन बाजू असायच्या. हाच मोकळाटाकळा टर्की सौदी अरेबियात गेला की पाश्चिमात्त्य ढंगाची वागणूक झटकून टाकायचा. रंग पुरता पालटायचा आणि अरेबियन रीतीरिवाजाशी अगदी सहज एकरूप होऊन जायचा. मी स्वत:ही सौदी अरेबियात बराच काळ घालवला होता. मला तर या परस्परविरोधी जगात वावरताना बदल करणं खूप अवघड वाटायचं. सौदी अरेबियातील फार थोडे लोक मला मनापासून आवडले. त्यातला टर्की हा एक होता. नंतर मी सौदींचा कायमचा निरोप घेतला त्या वेळी त्यानं मला खूप आधार दिला. त्याच्या या आधाराचे मला कधीच विस्मरण होऊ शकणार नाही. लतिफाही अशीच जिवाला जीव देणारी होती. ती एकटीच सौदी स्त्री अगदी आजही माझ्या बाजूनं उभी आहे.

टर्कीच्या वडिलांनी आपल्या मुलाबाळांसाठी एकाच कंपाऊंडमध्ये मोठाली प्रशस्त घरे बांधली होती. अर्थात ते महाल असलेले राजवाडे वगैरे नव्हते. अशाच एका घरात लतिफा आणि टर्की राहात होते. ते दोघेही राजघराण्यातले होते हे खरे; परंतु ते राजघराण्यातील प्रमुख शाखेचे नसल्याने एखाद्या दिवशी राजघराण्याच्या गादीवर हक्क सांगतील, अशी परिस्थिती नव्हती. येस्लामनं तर त्याच्याजवळ कदाचित या दोघांपेक्षा अधिक पैसा असल्याचं मला सांगितलंही होतं.

लतिफाचे वडील प्रिन्स मन्सूर हे वयस्कर असलेले आणि मान असलेले असे होते आणि राजा खालिदचे नातेवाईकही होते. जेव्हा त्यांना कधी प्रवास करायचा असेल तेव्हा वैद्यकीयदृष्ट्या सुसज्ज असलेल्या आणि भरपूर नोकरचाकर असलेल्या अशा विमानाची ते राजाकडे मागणी करायचे. मन्सूर या राजपुत्राला नकार देणे केवळ अशक्य होते. स्वभावाने ते अतिशय कडक होते आणि लतिफानं पूर्णपणे

त्यांच्या आज्ञांचं पालन करण्याची त्यांना सवय झालेली होती. लतिफा केवळ आठ वर्षांची होती, तेव्हा त्यांनी तिच्या आईबरोबर घटस्फोट घेऊन तिला हाकलून दिलेले होते. त्यानंतर लतिफानं तिचं लग्न होईपर्यंत परत आईला नुसतं बघितलंही नव्हतं. नंतर ती ते करू शकली; कारण टर्कीनंच तिला तशी परवानगी दिलेली होती.

अगदी वयात आल्यावरदेखील लतिफा चकार शब्द न बोलता विनातक्रार वडिलांच्या आज्ञांचं निमूटपणे पालन करीत होती. एकदा त्यांना लतिफा फार काळ युरोपमध्ये राहत असल्याचं जाणवलं. त्या वेळी मालमत्तेच्या संबंधात त्यांना स्पेनला जायचं होतं. त्यांना तिला बघायचं होतं, आठवण होत होती म्हणून वगैरे नाही; पण त्यांनी तिला लगोलग जेद्दाला यायचं फर्मावलं. त्या वेळी तिचा नवरा तिच्याबरोबर युरोपमध्येच असूनही वडिलांच्या फर्मानानुसार ती जेद्दाला परतली. ती खूपच सुस्वभावी आणि सारं समजू शकणारी होती; परंतु 'आज्ञापालन' तिच्या शरीरातल्या अणूरेणूत भिनलेलं होतं.

लतिफा एक अतिशय चांगली व्यक्ती आणि तितकीच चांगली सौदी स्त्री होती. ती युरोपमध्ये राहणारी असती तर तिनं स्वत:ची बुद्धी वापरली असती. ती अधिक मुक्त आणि समर्थ बनू शकली असती; तिनं तिचं व्यक्तिमत्व अधिक पुरोगामी / आधुनिक बनवलं असतं. परंतु बिचारी सौदी अरेबियात लहानाची मोठी झाली होती. त्यामुळे ती दुबळी आणि शरणागती पत्करणारी बनली होती. ती दैववादी होती. काही गैर घडलं तर ही आपली, 'त्याबाबत विचार करण्यात अर्थ नाही. आता ते घडून गेलंय' असं म्हणायची. तिच्यात प्रतिकारशक्ती अशी उरलीच नव्हती. तिनं प्रश्न करणंच सोडून दिलं होतं. मला वाटतं ते ती शिकली होती. ते तिनं स्वत: अंगवळणी पाडून घेतलं असावं. सारं चैतन्य, उमेद हरवून बसली होती. तिच्या आजोबांनी प्रिन्स मेशलच्या तरुण मुलीला ती प्रेमात पडली म्हणून ठार केल्याचं तिला माहीत होतं. ती एक अशी घटना होती ज्याबाबत ती स्वत: कधी चकार शब्द बोलत नसे. तो विषय ती नेहमी टाळत असे.

सौदीतील इतर राजपुत्र आणि राजकन्यांप्रमाणेच लतिफा आणि टर्की आपलं सारं रोजचं जगणं सरकारी खजिन्यातून मिळणाऱ्या भत्त्यावर करीत असत. दर वर्षासाठी त्यांना ठराविक भत्ता मंजूर झालेला असे. त्या देशातील त्यांचं वय, दर्जा, सामर्थ्य आणि मुलगा की मुलगी यानुसार राजघराण्यातील अगदी लहान मुलांनाही भत्ता मिळत असे. शिवाय सर्व सार्वजनिक सोयी यांना मोफत मिळत असे. या भत्त्यातही वेगळेपणा होताच. तो मुलींना मुलांच्या निम्म्याने मिळत असायचा. याखेरीज *(टर्की आणि लतिफा नाही)* अनेक सामर्थ्यशाली राजपुत्र तेथे प्रत्येक स्तरातील ज्या व्यक्ती महत्त्वाच्या उद्योगधंद्यांची सरकारकडून कंत्राट मिळवायचे,

त्यात त्यांची 'कमिशन' म्हणून टक्केवारी असायचीच.

हा सौदींचा रिवाज होता. देशाचं तेलापासून मिळणारं उत्पन्न ही जणू या राजघराण्यात जन्मलेल्या साऱ्यांची खाजगी तिजोरीच होती. वाळवंटातून ज्या अब्देल अझीझ इब्न सौद या पहिल्या राजानं सौदी अरेबियाची स्थापना केली. त्याला निदान सतरा बायका होत्या. १९५३ मध्ये तो मरण पावला तेव्हा त्याच्यामागे त्याची चव्वेचाळीस मुले होती. त्याला मुली किती होत्या हे कदाचित कोणालाच माहीत नसावं आणि बायकांची संख्या सतरा हाही एक अंदाजच होता. मरण्यापूर्वी त्यानं सौद हा सर्वांत थोरला मुलगा गादीवर येईल आणि दुसऱ्या नंबरचा मुलगा फैज़ल त्याला मदत करेल, असं ठरवून उत्तराधिकारी नेमला होता.

राजा झालेला सौद म्हणजे संकटच होतं. तो उधळ्या, स्वतःच्या सुखाचाच विचार करणारा आणि अतिशय संकुचित वृत्तीचा होता, तर त्याचे वडील अब्देल अझीझ अतिशय कडक आणि खुनशीही होते. १९५८च्या दरम्यान सौदीविषयी असंतोष निर्माण झाल्यावर त्याला नामधारी राजा ठेवून सारी सूत्रं फैज़लच्या हाती देण्याचा प्रकार काही महत्त्वाच्या राजपुत्रांनी आणि धार्मिक पुढाऱ्यांनी केला. त्यांचा हा हस्तक्षेप नंतर त्यांच्याच अंगाशी आला. सौदच्या नावाखाली फैज़ल फक्त दोन वर्षं कारभार करू शकला. तो नकोसा झाला कारण राजघराण्यातील लोकांवरच त्यानं खर्चाची बंधनं आणायला सुरुवात केली. मग सौदने परत राज्याचा ताबा मिळवला. आणखी काही वर्षांच्या सौदच्या एकूण कारभारानं राज्यावर आर्थिक संकट निर्माण झालं. मग परत १९६४ मध्ये राज्यातील धार्मिक पुढाऱ्यांनी सौदला राज्यकारभारासाठी नालायक ठरवलं. मग परत एकदा फैज़ल रीतसर राजा झाला. सौदनं तेथून काढता पाय घेतला. मग मृत्यूपर्यंत म्हणजे १९६९ पर्यंत तो बिचारा युरोपमध्येच राहिला.

राजा झालेला फैज़ल तसा समजदार होता. म्हणजे एककल्ली नव्हता आणि खानदानी रुबाब, आदब त्याच्यात होती. त्याच्या अमदानीत सौदीत खूपच प्रगती, सुधारणा दिसून आली. आपल्या सत्तेचा राजपुत्र गैरवापर करीत होते. त्याला त्यानं पायबंद घालण्याचा खूपच प्रयत्न केला; परंतु मार्च १९७५मध्ये त्याच्याच एका कट्टर इस्लामप्रेमी अशा पुतण्यानं त्याला गोळी घालून ठार केलं.

त्यानंतर अतिशय आणि कट्टर धर्माभिमानी आणि क्रूरच म्हणायला हवा असा महंमद हा राजपुत्र गादीवर यायला हवा होता. हाच तो ज्यानं मेशलला मुलीला म्हणजे आपल्या नातीला प्रेमात पडली म्हणून मृत्यूदंड दिला होता. हा जर गादीवर आला तर राजघराण्यात खळबळ माजली असती. शिवाय भीती अशी होती बंड किंवा युद्ध अटळ ठरलं असतं; परंतु गादीवर येण्यापासून त्याचं मन वळवलं गेलं. मग अब्देल अझीझचा चौथ्या नंबरचा खलीद नावाचा मुलगा गादीवर आला.

राजा झालेला खलीद जरा सौम्य, पित्यासारखा आणि लोकप्रियही होता. योग असेल किंवा आणखी काही; परंतु त्याच्या काळात सौदी अरेबियाने खूप भरभराटीचे दिवस बघितले. तो १९८२मध्ये हृदयविकाराचा झटका येऊन एकाएकी मरण पावल्यावर क्रम किंवा अधिकार बाजूला सारून फहादला राजाचा मुकुट प्राप्त झाला. राजघराण्यातल्या लोकांनीच त्यांना तो अधिक योग्य वाटल्यानं हा निर्णय घेतला होता. अनेक प्रकारची दुखणी असलेला फहाद आजही राजा आहे. त्याच्यानंतर जो गादीवर येईल तो त्याचा भाऊ आहे. त्याचं नाव अब्दल्ला; परंतु आजच तो सत्तरीच्या घरात आहे. अर्थात या बाबतीत काहीच भरवसा देता येत नाही. कारण राजघराण्यातील मंडळी आणि धार्मिक पुढारीच याचा निर्णय घेतात. नियम, कायदा, हक्क वगैरे वगैरे काही नाही. शिवाय असही म्हणतात, की राजा फहाद आणि त्याचं खानदान अब्दल्लाच्या विरोधात आहेत. शिवाय त्याचा ऐषाराम आणि नीतीमत्ता वगैरे बेताचीच असल्याची त्याच्यावर टीकाही सुरू असते. अंतर्गत भांडण विकोपाला गेली असल्याचं बोललं जातं. कोणतीच निश्चित पद्धत नाही, हीच पद्धत बनली आहे. या उत्तराधिकाऱ्याबाबतची अशी अनिश्चितता असल्यानं वेगवेगळ्या अफवात आणि सामर्थ्यासाठी राजघराण्यातील आणि इतर भोवतालचे लोक नेहमी मग्न असतात.

अशा तऱ्हेने राजघराण्याशी जिव्हाळ्याचे संबंध राखण्यात अर्थातच बिन लादेन घराणं खूपच महत्त्वाचं आहे. १९८८मध्ये विमानअपघातात सालेम मरण पावल्यावर घराण्याचे सारे अधिकार बाक्रकडे आले आणि या बाक्रचे फहाद राजाच्या अब्देल अझीझ या मुलाशी फार घनिष्ठ संबंध आहेत. दरबारात ज्या काही लोकांना महत्त्व आहे त्यातही बाक्रला खूपच महत्त्व असल्यानं येस्लामचा जळफळाट होत असतो.

आमच्या घटस्फोटाचं प्रकरण सुरू होण्यापूर्वी म्हणजे साधारणत: १९९४मध्ये येस्लामनं मला सांगितलं की फहाद राजाची तब्येत ढासळत चालली होती आणि त्याच्यानंतर अब्दल्ला हा राजपुत्र गादीवर येईल असा त्याचा अंदाज होता; परंतु राज्यातील अनेक राजपुत्रांच्या अनैतिकतेवर टीका केल्यानं ओसामाला सौदी अरेबियातून हाकलून लावलेलं होतं हे खरं; परंतु अनेक पुराणमतवादी, किंवा कट्टर, कडवे धर्माचे चाहते ओसामाला पाठिंबा देत होते.

ओसामा सुदानमध्ये राहत असल्याचंही येस्लामनं मला सांगितलं. त्याचा स्वत:चा असा सशस्त्र गट असल्याचं आणि त्याला रणगाड्यांनी संरक्षण दिलं जात असल्याचं येस्लामनं सांगितलं. त्याचा अंदाज होता की जेव्हा अब्दल्ला गादीवर येईल तेव्हा ओसामाचं पारडं जड होणार होतं आणि बाक्र अर्थातच मागे पडणार होता.

अर्थात येस्लामचे हे सारे अंदाज ओसामाचं नाव सौदी अरेबिया आणि पाश्चिमात्त्य देशांवर होणाऱ्या अतिरेकी हल्ल्यात गोवलं जाण्यापूर्वीचे होते. आज अब्दल्ला या राजपुत्राचं ओसामाविषयी काय मत आहे, याची मला काही कल्पना नाही; परंतु इतकं निश्चित की जुळ्या टॉवर्सवर जे हल्ले झाले त्यात ओसामाचा हात असल्याचं सौदी राजपुत्र किंवा बिन लादेन मंडळी मानत नाहीत.

आजवर सौदी अरेबियात एकापाठोपाठ अब्देल अझीझची वयस्कर मुलंच राजा म्हणून गादीवर आलेले आहेत. आजवर एकही नातवंडांपैकी राजा झालेला नाही. कदाचित त्यामुळेच सौदी अरेबिया बदलत नाही असं वाटतं. कुटुंबाचा विस्तार फोफावतोय. लतिफानं मला सांगितलं की दर महिन्याला अल् सौद कुटुंबात एका अपत्याची भर पडत असते. त्यामुळं आता या कुटुंबात पणतू, खापरपणतू आहेत. मी सौदी अरेबियात होते तेव्हाच राजघराण्यातील राजपुत्रांची संख्या पाच हजारांहून जास्त होती. काहीजण सांगतात की ही संख्या आता पंचवीस हजारांहून अधिक आहे.

सारंच स्वप्नं वाटावं असा प्रकार आहे. १९३२ साली अब्देल अझीझ इब्न सौदनं स्वतःला राजा म्हणून घोषित केलं, त्या वेळी सौदी अरेबिया अत्यंत दरिद्री होता. त्याचा पहिला राजवाडा शेतकऱ्यांच्या घरांना असतात तशा मातीच्या विटांचा होता. त्या काळी शेखमंडळी आणि बदाऊनी गुराखी एकमेकांना नावानं हाका मारायचे; परंतु १९३०मध्ये तेलाचा शोध लागला. एक तर तो अब्देल अझीझचा देश होता आणि त्याच्यानंतरही देशाला त्याचेच नाव दिले गेले. त्यामुळं मला वाटतं तेलाचा पैसा स्वाभाविकपणेच या कुटुंबाचा समजला जातो. विश्वास बसू शकणार नाही इतक्या ऐश्वर्यात हे राहतात. तेलाचा व्यवसाय हे त्यांचं खाजगी कुरण आहे.

कमिशन उकळण्याच्या प्रकाराला गैर किंवा अनैतिक मानणारा एकही सौदी मला तरी कधी भेटला नाही; परंतु बचतखात्यावरील रकमेवरचं व्याज मात्र कुराणाला मान्य नाही म्हणून 'हराम' मानलं जायचं. मला या विरोधाभासाचा अर्थ कधीच उमगला नाही. काही वेळा मला या साऱ्याची गंमत वाटायची. एकदा येस्लामच्या भावाला — तेरागला — बँकेचं बरंच देणं होतं; परंतु त्या पठ्ठ्यानं इस्लामला मान्य नाही या नावाखाली त्या रकमेचं व्याज द्यायचं नाकारलं. माझ्या माहितीप्रमाणे कोणीही त्याला व्याज भरायला लावलं नाही.

तरीसुद्धा बरेच राजपुत्र सामर्थ्याच्या वरच्या वर्तुळातील नसल्याने त्यांना मिळणारा भत्ता हा राजाचे भाऊ यांच्यामानाने खूपच कमी होता. मग या भत्त्याला जोड म्हणून कोणी कंत्राटाची, कोणी फॅशन्सची किंवा डेकोरेशनची कामे सुरू केलेली होती. त्या वेळी जेद्दामध्ये अनेक डेकोरेटर्स येत होते. मग सारेच आपल्या घरांमध्ये काही काही

सुधारणा करण्याच्या मागे लागले होते. अर्थात तो सारा प्रकार एक वेड म्हणून सुरू झाला. निश्चित काय आणि कसे असावे याचा विचारही नव्हता. एकूण सर्वच क्षेत्रात एक जबरदस्त स्पर्धा सुरू होती. मग मोठाल्या, ऐश्वर्यपूर्ण अशा मोठ्या इमारती उभ्या राहत होत्या. मग त्याहून मोठ्या. साऱ्या घरातून संगमरवराचा वापर सुरू झाला होता. त्याच्या जोडीला हॉटेलमधील लॉबी असावे असे मोठाले दिवाणखाने, त्यात भडक रंगाची, बटबटीत वाटावीत अशी झुंबरं, असा प्रकार सुरू झाला होता. खरं तर या घरातून फिरताना त्या त्या घरांना अजिबात शोभा देणार नाही, काही मॅचिंग नाही, साऱ्या किंमती वस्तूंची अगदी खचाखच गर्दी बघितल्यावर आपण एखाद्या फर्निचरच्या दुकानात आलो आहोत असं वाटायचं.

लतिफाच्या व माझ्या वरचेवर भेटीगाठी होत होत्या. आम्ही एकमेकींना व्हीडिओ कॅसेट्स देत होतो, खरेदीला एकत्रितपणे जात होतो. अशाच एका वेळी तिनं आणि येस्लामनं मला एक अगदी फॅशनेबल असा अतिशय किंमती पोशाख घेण्यासाठी खूप आग्रह केला; परंतु अशा गोष्टीवर साठ हजार डॉलर्स खर्च करावेत हे मला पटत नव्हतं. शिवाय, सौदी अरेबियात मी तो क्वचितच वापरू शकणार होते. आम्ही अगदी जिवाभावाच्या मैत्रिणी झालेल्या होतो. अगदी एकमेकांबरोबर एकमेकींच्या नवऱ्याविषयीही बोलायचो. तिच्याकडे तिचे नातेवाईक वगैरे भेटायला यायचे. तरीही मी अगदी दुपारची उन्हं उतरेपर्यंत तिच्याकडे ठिय्या दिलेला असायचा.

या राजघराण्यातील स्त्रियांचं आयुष्य फारच विचित्र वाटायचं. मी त्या वेळी आणि नंतरही अनेक राजकन्यांना भेटले होते. त्यांच्या आयुष्यात एक कमालीचं शैथिल्य आल्याचं जाणवायचं. काही उत्साह म्हणून नाहीच. आयुष्य ढकलल्यासारखं चाललेलं असायचं. त्यांना कोणती सुखं नव्हती असं काहीच नव्हतं; परंतु सारं असूनही त्यांच्याजवळ करण्यासाठी असं काहीच नव्हतं. त्या जुन्या काळच्या फ्रान्समधील राण्यांसारखं या जगत होत्या. नवऱ्याच्या शेजारच्या स्वतंत्र घरात त्या राहात होत्या. त्यांची घरं लहान असायची आणि त्या घरांना फाटकसुद्धा स्वतंत्र वेगळी असायचीच. काही वेळा दोन घरांना मिळून एकच स्वयंपाकघर असायचं. किंवा स्वयंपाक करणारी नोकरमंडळी दोन घरांसाठी एकच असायची. काही वेळा दोन घरासाठी नोकरमंडळींची वेगळी, स्वतंत्र फौज असायची. स्त्रियांच्या या घरातून सर्व नोकर, मदतीला असणाऱ्या केवळ स्त्रियाच असायच्या. केवळ त्यांचे ड्रायव्हर्स मात्र पुरुष असायचे आणि त्या जिथे जातील तिथे सदोदित सोबत करायचे.

या राजकन्या काही काही वेळा तर मध्यान्हीला उठायच्या. मग पोशाख वगैरे करून फोनवर कुणाशी तरी बोलत बसायच्या, नाहीतर मुलांबरोबर खेळत बसायच्या. त्यानंतर मग खरेदीसाठी बाहेर पडायच्या. त्या काळापर्यंतची थोडी सुधारणा म्हणजे

अतिशय महागडी अशी केवळ स्त्रियांसाठी असलेली दुकानं होती. परत त्यातही स्वाभाविकपणेच लेबनीज किंवा इजिप्तशियन स्त्रियाच नोकर म्हणून कामाला असायच्या. त्यामुळे तुमच्या नजरेपुढे बुरख्याची काळी जाळी नसल्यानं या स्वत:चे कपडे स्वत: पाहू शकायच्या, निवडू शकायच्या. बाहेरच्या जगात वावरताना बंधनं होती, तरीही स्वत:च्या घरात या मिनिस्कर्टस्मध्ये किंवा मोठाल्या उतरत्या गळ्याच्या पोशाखात आणि मेकअप् वगैरे अशा वावरायच्या. घरातल्या घरात त्यांना कोणतीही गोष्ट करण्याची मुभा असायची; परंतु खरं पाहिलं तर त्या कैदेत असल्यासारख्या होत्या.

आणखी सौदी अरेबियात नवीन गोष्ट म्हणजे १९८०च्या दरम्यान रेस्टॉरंटस् होती. त्यातल्याही एक-दोन रेस्टॉरंटस्मध्ये 'फॅमिली'साठी म्हणून एक अत्यंत वेगळा विभाग असायचा. त्या ठिकाणी ती स्त्री, तिचा नवरा आणि मुलंबाळं एकत्र बसू शकायची; परंतु तिथेही आपल्या शरीराचं इंचभरसुद्धा प्रदर्शन होणार नाही याची काळजी घेत खाण्याचा आटापिटा या स्त्रियांना करावा लागायचा. वेटरला आत येण्यापूर्वी दारावर ठोठवायला लागायचं. मग घाईघाईनं बुरखा सावरायचा. प्रत्येक प्लेटनंतर आणि पाणी वगैरे मागवताना हे सतत चालू असायचं. या रेस्टॉरंटमध्येही ह्या अशा तऱ्हेचं त्यांना वागावं लागायचं.

दिवेलागणीला या राजकन्या एकमेकींना भेटायच्या किंवा जेवणासाठी तयार व्हायच्या. तिथेही परत तोच प्रकार. यांचं जेवण स्वतंत्र आणि यांच्यात गप्पांचा विषय कोणता तर कपडे किंवा इतरांविषयीच्या निंदानालस्ती, कुचाळक्या बस! बाकी काही नाही! अनेक वेळा शेजारच्याच घरात नवऱ्याकडेही मेजवानी सुरू असे. त्या वेळी या त्यांच्या बायका त्यांच्याशी फोनवर बोलायच्या. पाहुण्यांना काय वाढा, नको ते सांगायच्या. जेवणाला चव अशी असायचीच नाही. मात्र अन्न आणि पदार्थ यांची रेलचेल असायची. सारा एकूण प्रकारच बेचव!

अनेक राजकन्या औषधाच्या गोळ्यांवर जगायच्या. जेव्हा केव्हा लंडनला वगैरे असतील तेव्हा हॅर्ले मार्गावरील रुबाबदार डॉक्टरांकडे या रीघ लावायच्या. या डॉक्टरांकडे जाऊन असंख्य टेस्ट चालायच्या. काहींच्या स्वत:च्या व्यायामशाळा होत्या तसेच खाजगी पोहण्यासाठीचे तलावही होते; पण अशा तलावातून मी कधीही कोणत्याही राजकन्येला पोहताना बघितले नाही. सूर्यप्रकाश आणि व्यायाम या गोष्टी नसल्याने यांना सहसा हाडांचे विकार असायचे आणि व्यायाम तर नाहीच परंतु खाणे भरभक्कम, त्यामुळे त्यांना हृदयाचे विकारही असायचेच. या अशा स्त्रियांत धीर खचलेल्या, जगण्याची उमेद नसलेल्यांचे प्रमाणही खूप होते. त्यांच्यावर कशाची जबाबदारी नसायची, त्याचप्रमाणे त्यांचा कशावर अधिकारही नसायचा. त्या सर्वस्वी परावलंबी जीवन जगत होत्या. जागेपणी झोपेत असल्यासारख्या! आयुष्याला

काहीच, कोणताच अर्थ नाही असलं जीवन! माझ्या मुलींच्या बाबतीत माझ्या काही आशाआकांक्षा, स्वप्नं वगैरे नसती तर काय सांगावं, मी आणि माझ्या मुलीही त्यांच्यासारख्याच जगत राहिलो असतो.

सौदी अरेबियात हे असं भावनांचं रितेपण फार दिसायचं. लोकांना एकमेकांशी काही संबंध हवे असतात, त्यांना प्रेमाची गरज असते, कशासाठी मान्यता, आधार हवा असतो, विचारांशी कोणी सहभागी व्हावं असंही प्रत्येक व्यक्तीला वाटतंच की! परंतु अगदी जन्मापासून साऱ्या जगापासून तोडलेल्या या स्त्रियांचे त्यांच्या नवऱ्याबरोबरचे संबंधही बेगडी असतात. परक्या, विरुद्ध लिंगाच्या व्यक्तीबरोबर कोणते संबंधच निर्माण करू शकत नाहीत. कदाचित त्याचा परिणाम की काय कोण जाणे; परंतु या राजकन्यांच्या आपापसांतच काही भानगडीही असतात. त्या अगदी पराकोटीच्या प्रेमात पडतात, एकमेकींचा कमालीचा दुस्वास करतात आणि आतल्या आत जळत असतात. माझ्यापुढे नेहमी प्रश्न पडायचा की पराकोटीच्या टोकाला जाऊन स्त्री आणि पुरुषांना सतत वेगळे केल्यानं या स्त्रियांना आणि पुरुषांना स्वाभाविकपणे प्रेमही करता येत नाही.

आम्ही रियाधमध्ये लेबनीज स्त्रियांची नातीगोती याबाबत नेहमी अफवा ऐकत होतो. त्या एकत्र यायच्या आणि मग एकमेकींना निवडायच्या. एका इजिप्शिअन स्त्रीनं एका सौदीबरोबर विवाह केला आणि नंतर ती राजकन्येच्याच प्रेमात पडली. नंतर ज्या वेळी त्या राजकन्येनं तिला दूर केलं तेव्हा तिची अवस्था भयानक झालेली होती. कदाचित रियाध-जेद्दामध्ये असे क्लब्ज असल्याच्या कथा असाव्यात. या असल्या ठिकाणी मी समक्ष कधी न गेल्यानं मी डोळ्यांनी काही बघितलेलं नाही. मला एकदा अशा ठिकाणी निमंत्रण होतं; परंतु मला ती सारी कल्पनाच भयंकर वाटली.

बहुतांशी पुरुषांना त्यांच्या बायकाच एकमेकींबरोबर झोपत असल्याची कल्पना नसायची. ज्यांना कोणाला हे माहीत असायचं त्यानं त्या प्रकाराला आळा घालण्याचा वगैरे कधी प्रयत्न केला नाही. सौदी पुरुष स्त्रियांना एवढीही किंमत देत नाहीत. त्यांच्यावर ताबा असणं फार महत्त्वाचं असायचं. संबंध आल्यावर त्या पोराबाळांना जन्म देतात एवढं पुरेसं असायचं. त्यांना म्हणजे त्या स्त्रियांना काय वाटतं, काय होतं याच्याशी त्यांचा काहीही संबंध नसायचा.

सौदी अरेबियात समलिंगी संबंधांना बंदी आहे आणि त्यासाठी समाजासमोर त्याला छडीनं फोडून काढण्याची शिक्षा आहे; परंतु जेव्हा तरुण वयात असतात आणि एकटेच म्हणजे विवाह झालेला नसतो तेव्हा पुरुषांचेही असेच एकमेकांशी संबंध असतात. जेव्हा दोन पुरुष एकमेकांच रस्त्यात उघडपणे हातात हात घेतात तेव्हा त्याला कोणी दोष देत नाही; परंतु पुरुषानं आपल्या विवाह झालेल्या पत्नीचा

हात हातात घेतला तर मात्र ते अश्लील, अश्लाघ्य मानलं जातं. ते बघितल्यावर लोकांना आश्चर्य वाटतं आणि मुतावा म्हणजे पोलीस दंडा घेऊन त्यांच्यावर धावून जातो. किशोरावस्थेत किंवा पौगंडावस्थेत समलिंगीसंबंधाचं लागलेलं व्यसन थांबणं अशक्यच असतं. तुमच्या कानावर कितीतरी अफवा येतात. मला एकदा एक युरोपियन डेकोरेटर भेटला होता. त्यानं मला सांगितलं की युरोपमध्ये आढळणार नाहीत इतके 'गे' म्हणजे समलिंगी संबंध ठेवणारे पुरुष सौदी अरेबियात होते.

आम्हाला एक सौदी पुरुष आणि त्याची बायको चांगल्या माहितीतले होते. त्या दिवशी तो आमच्या जिनिव्हातील घरी आला, त्या वेळी त्याच्याशेजारी कोणी एक जर्मन 'गे' पुरुष बसला होता. त्या दोघांचे संबंध काय होते आणि कसे होते यांच्याशी माझा काहीच संबंध नव्हता; परंतु हा सौदी आपल्या पत्नीऐवजी इतर कोणा स्त्रीला माझ्याकडे कधीच घेऊन येणार नाही, याची मला खात्री होती. त्यांच्या या दुटप्पी वागण्याची मला चीड येत असे.

सौद घराण्यातील अनेक राजकन्यांना मी भेटलेले नव्हते; परंतु तरीही मला त्यांचे नवरे ऐषारामी, नुसते बसून खाणारे, नीतीमत्ता धाब्यावर बसवणारे होते, हे माहीत होते. आठवड्याच्या सुट्टीच्या वेळी पॅरिसमधून विमानभरून सुंदर मुलींना या देशात आणले जायचे अशा अफवा मी ऐकल्या होत्या. त्यातील खरेखोटेपणा मला ठाऊक नाही; परंतु सरकारदरबारी वजन असल्याखेरीज या देशात कोणालाही सहजासहजी येता येत नाही, एवढंच मला ठाऊक होतं. अशा तऱ्हेच्या 'मेजवान्या' किंवा असे 'समारंभ' होत असतील तर कोण जाणे. येस्लाम माझ्याजवळ त्याविषयी कधी काही बोलला नाही.

हेरॉईन, कोकेन किंवा अति मद्यपान यामुळे आजारी असलेले राजपुत्र जिनिव्हाला दवाखान्यातून औषधपाण्यासाठी येतात, हे मला माहीत होते. शिवाय युरोपमध्ये त्यांचे ओंगळ असे लैंगिकप्रकार चालायचे, हेही माझ्या कानावर आलेले होते.

उन्हाळ्याच्या सुट्टीत राजदरबाराला जेव्हा सुट्टी असे तेव्हा हे राजघराण्यातील तरुण-राजपुत्र सबंध युरोपभर पसरायचे. त्या वेळी येस्लाम माजिद ह्या राजपुत्राला भेटायला जायचा. मेशल या राजपुत्राबरोबरही त्यांच्या जिनिव्हात भेटीगाठी व्हायच्या. त्यांना तो घरी घेऊन यायचा, तेव्हा मी त्यांच्या प्रथेप्रमाणे आत निघून जायचे. एकदा मी जिनिव्हामध्ये गुडघ्यापर्यंत लांबीचा पोशाख करून बाजारासाठी गेले होते. त्या वेळी मी येस्लाम आणि मेशलला रस्त्याच्या पलीकडच्या बाजूला पाहिले. मला बघून येस्लाम रस्ता ओलांडून माझ्याकडे आला; परंतु मेशल तिथेच राहिला आणि त्यानं आपली नजरही दुसरीकडे वळवली. अगदी स्वित्झर्लंडमध्येही कोणीही सौदी परक्या सौदी स्त्रीकडे बघत नाही.

परदेशी, कोठेही युरोपमध्ये असल्यावर मी मुक्त असायचे आणि माझा अजिबात

या सौदी लोकांच्याबरोबर काहीही सबंध नसायचा. मोठमोठाल्या हॉटेलातील मजलेच्या मजले भाड्यानं घेऊन आपल्या पत्नीबरोबर राहणाऱ्या या राजपुत्रांच्या बायकांबरोबर मी मिसळावं, त्यांच्याशी मैत्री करावी, असं येस्लामला वाटायचं. मी तर उलट त्यांना टाळण्याचा प्रयत्न करीत असे; परंतु तरीही काही वेळा अगदी नाईलाज होई आणि त्यांना भेटावं लागे. त्या वेळी मला मी परत जेद्यात आहे असंच वाटायचं. काही वेळा एक संपूर्ण मजलाच स्त्रियांसाठी तयार केला जात असे. लिफ्टमधून तुम्ही बाहेर पडलात की समोर तुम्हाला जेद्दाचा नोकरवर्ग, तेथील उग्र अत्तरे आणि जेद्दामधील वागणूक, रीतीरिवाज नजरेला पडत.

एकदा अशीच जिनिव्हाला सौदी वकिलातीत एक मेजवानी होती, तिला मी हजर होते. त्या वेळी अफाट नखरे केलेली आणि शिवाय नखरेल अशी एका राजपुत्राची तरुण मुलगी माझ्या शेजारी बसली होती. तिनं राजा फैजलचा विषय काढून गप्पा मारायला सुरुवात केली. गप्पा म्हणजे बढायाच! मी त्याकडे फारसं लक्ष दिलं नाही आणि थोडा तिच्या कथांवर अविश्वास दाखवला. त्यामुळं ती इतकी काही संतापली की सारी मेजवानी संपेपर्यंत नंतर माझ्याशी एका शब्दाने बोलली नाही. इतर अनेक राजघराण्यातील स्त्रियांप्रमाणेच तिलाही कोणाचाच, आणि कोणताच विरोध मान्य नसावा.

काळा पेहराव करून त्या स्त्रियांबरोबर खरेदी करण्यासाठी हिंडणे मला कधीच मान्य नव्हते. कोठेही गेले तरी त्या ठिकणाचे ते आपल्या राज्यात रूपांतर करायचे आणि मला ते कधीच आवडायचे नाही. स्वित्झर्लंड हे असं ठिकाण होतं की तिथं माझी 'मी' असायची. त्या वेळी माझा सौदी अरेबियाशी काहीही आणि कोणताही संबंध नसायचा.

◆

१८

सौदी अरेबियाला अखेरचा रामराम

बिन लादेन कुटुंबाच्या व्यवसायाच्या बरोबरीनं येस्लामचा जेद्दामधील स्वत:च व्यवसायही चांगला भरभराटीला येत होता. सौदी अरेबियातील प्रत्येकजणच चांगला पैसा मिळवत होता. प्रत्येक दिवसाला तेथील रेतीतून प्रचंड प्रमाणात बांधकामाचे प्रकल्प उभे राहात होते. जेद्दामध्ये गेली तीन वर्षे एकट्या येस्लामचाच शेअर्सचा व्यवसाय होता. गडगंज संपत्ती असलेली व्यापारी कुटुंबं आणि स्वत: येस्लामचे भाऊसुद्धा आपला पैसा येस्लामकडे गुंतवत होती. नाही म्हणायला सौदीचे राजपुत्र मात्र कोणा एखाद्या सौदी व्यावसायिकाला आपल्या श्रीमंतीची कल्पना येऊ नये म्हणून सावधपणे येस्लामपासून दूर होते.

व्यवसाय उत्तम चालला होता; परंतु येस्लामच्या प्रकृतीविषयीच्या तक्रारी सतत चालू होत्या. त्याच्या आजाराखेरीज तो कशाचाच आणि कोणाचाच विचार करायला अजिबात राजी नव्हता. एखाद्या लहान मुलासारखा चिडखोर बनला होता. त्याच्या काल्पनिक दुखण्यानं आम्हाला ओलीस धरलं होतं. जे कोणी डॉक्टर्स त्याला काहीही झालं नसल्याचं आणि प्रकृती ठणठणीत असल्याचं सांगायचे त्यांच्यावर तो विश्वास ठेवायलाच तयार नव्हता. बाकी काही असो; पण कुटुंबापासून तो दुरावला जाऊ लागला होता हे मात्र निश्चित!

सुरुवातीला मला त्याचं सौदी अरेबियाचं राष्ट्रीयत्व फारसं महत्त्वाचं वाटलं नव्हतं; परंतु आता तो कडवा सौदी बनायला लागला होता. आमच्यावर तो सौदी संस्कृती लादायला लागला होता. माझ्या लेकी मोठ्या व्हायला लागल्या होत्या. आता त्यांच्या वागण्या-पोशाखाबाबत तो फारच चिकित्सक व्हायला लागला होता. त्यांचा पोशाख सौदी संस्कृतीप्रमाणे असायला हवा, असा त्याचा आग्रह असायचा. अपरे किंवा तंग कपडे त्यांच्या अंगावर दिसले की त्याचा तिळपापड व्हायचा. तो

त्यांना तसले कपडे बदलायला लावायचा आणि हे सौदी अरेबियात नाही तर अगदी जिनिव्हातही त्याचा हा असला खुळचट आग्रह असायचा. पूर्वी त्यानं मुलींना माझ्यावर सोपवलेले होते; परंतु अलिकडे त्याचा माझ्या निर्णयावरचा विश्वास उडाल्याचं मला क्षणोक्षणी जाणवायला लागले होते. मुलींच्या सुखाची त्याला अजिबात पर्वा राहिली नव्हती.

एकीकडे येस्लाम कट्टर सौदी होत होता तर तिकडे सौदी अरेबिया सिझोफ्रेनिया रोग्यासारखा भ्रमात वावरत होता. राजपुत्र आपल्या खाजगी जीवनात ऐषारामी आणि अनैतिक अशा स्वच्छंदी आयुष्यात, पैसा उडविण्यात मश्गुल होते. मात्र सामान्य जनतेवर अधिकाधिक बंधने लादत होते. परस्परविरोधी आणि टोकाच्या भूमिका ठायीठायी दिसत होत्या. बिन लादेन कुटुंबातील बहिणी तर आपल्या पोराबाळांवर पाश्चिमात्त्य संस्कृतीचा प्रभाव दिवसेंदिवस वाढत असल्याच्या तक्रारी करीत होत्या. या कुटुंबातल्या नणदा आणि जावा मुलींसाठी इस्लामिक काटेकोर शिक्षण देणाऱ्या स्वतंत्र शाळा असाव्यात, असा संकुचित आग्रह पुढे रेटीत होत्या. त्यांचा आग्रह मानला गेल्यावर त्यांनी आपल्या मुलींची नावे या शाळेतून दाखल केली होती. इथपर्यंत ठीक होता; परंतु त्यांनी मलाही वफ़ाला आणि नाज़ियाला या शाळेत दाखल करावं असंही सुचवलं.

एकदा मी त्यांच्या या सूचनेची हेटाळणी केली असावी. शिवाय असंच एकदा गंभीरपणे या विषयावर गंभीर चर्चा करून त्या कशा चूक आहेत, हेही स्पष्ट केलं. नंतर मात्र त्यांच्या या सूचनांवर नुसतं स्मित करीत असे आणि 'माझ्या मुली आहेत तिथे ठीक आहे' असे पुटपुटत असे. याहून अधिक मी त्या विषयात माझी मान गुंतवत नव्हते. त्यात काही तथ्य नव्हतं. नवे बदल घडून येण्याच्या बाबतीत माझ्या आशा धुळीला मिळाल्या होत्या. इतरांचं सोडा, परंतु येस्लामसुद्धा मला समजून घ्यायला तयार नव्हता. माझ्या मुलींना या नवीन शाळेतून दाखल करण्याची कल्पना किती भयावह होती, हे त्याला जणू जाणवतच नव्हतं.

त्या साऱ्याचा परिणाम मला लगोलग दिसून आला. माझ्या मुलींच्या वाढदिवसाला त्यांचीच अगदी मोजकी चुलतभावंडं हजर होती. माझ्या जावांना माझ्या वयात येणाऱ्या मुलींचं नाचणंगाणं सहन होत नव्हतं. वेडगळ पाश्चिमात्त्य मुलींसारखं वागण्यापेक्षा आता त्यांनी भविष्यकालीन सौदी स्त्रियांसारखं वागावं, अशी त्यांची अपेक्षा होती.

मुलींच्या उन्हाळ्याची सुट्टी स्वित्झर्लंडला घालवण्याची माझी आणि येस्लामची प्रथाच पडून गेली होती. १९८५पासून तेच आमचं अस खरं घर बनलं होतं. त्या उन्हाळ्यात भावाभावातील सामर्थ्यासाठीचा झगडा अधिकच तीव्र बनला होता. येस्लामच्या आपली फुफ्फुसं, आणि हृदय कमजोर झाल्याच्या आणि पोटदुखीच्या

अखंड तक्रारी सुरू होत्या. सप्टेंबर महिना येणार होता आणि जेद्दाला नवीन सत्रासाठी शाळा सुरू होणार होत्या. आता जेद्दाला परतण्याची वेळ येऊन ठेपली होती आणि येस्लामनं तर प्रकृतीच्या नावाखाली विमानाची तिकिटंही काढली नव्हती.

या वातावरणात दिवस ढकलले जात होते. कारण काही का असेना आणखी काही दिवस थोड्या मोकळ्या वातावरणात रहायला मिळत होते, ह्यानं बरंही वाटत होतं. मुली मात्र शाळेसाठी बेचैन आणि अधीर झालेल्या होत्या. येस्लामनं तिकिटं काढली नाही, तर ऑक्टोबरच्या मध्यापर्यंत थांबायचं आणि मुलींना शाळेत घालायचं असा विचार मी करीत होते. माझा विचार मी येस्लामच्या कानावर घातलाही.

अर्थातच हे सारं बिचकतच सांगितलं. अगदी नंतर श्वास रोखूनच होते; परंतु १५ ऑक्टोबरपर्यंत येस्लामनं काहीच हालचाल केली नाही. मग मात्र मी एका शाळेत गेले. तिथल्या प्रिन्सिपॉलला भेटून सारी परिस्थिती सांगितली आणि एका सत्रासाठी मुलींचा त्या शाळेत प्रवेश घेऊन मोकळी झाले. जिनिव्हातली ती शाळा म्हणजे एक स्वप्नच होतं. कॉम्प्युटर लॅब, लँग्वेज लॅब, विविध खेळांसाठी साऱ्या सोयी, कलांसाठी वर्ग सारं सारं होतं त्या शाळेत. शाळा मुलामुलींसाठी होती आणि बहुतांशी मुलांचे आईवडील युनायटेड नेशन्सच्या नोकरीतले होते. सारं केल्यावर मगच घरी जाऊन येस्लामला मुलींना त्यांच्या शिक्षणासाठी — एका सत्रासाठी शाळेत दाखल केल्याचं सांगितलं.

शाळेच्या पहिल्या दिवशी मुली तिथल्या इतरांप्रमाणेच जीन्स वगैरे घालून शाळेत गेल्या होत्या. घरी आल्या त्या अगदी भारावलेल्या स्थितीत. त्यांना आईला काय सांगू न् काय नाही असं झालं होतं. वर्गात मुलींबरोबर मुलंही होती. शिवाय शाळेत धर्माचे तास नाहीत की कुराणपाठ करणं इत्यादी काही नाही. खेरीज वादविवादमंडळ होतं. मुली टेनिस, फूटबॉल असे खेळ खेळतात. त्या बहुतेक विषयात खरं म्हणजे मागे होत्या; परंतु साऱ्या गोष्टींमुळे त्या चक्रावल्या होत्या. मीही एकदम खूष होऊन गेले.

अति आनंदाच्या वातावरणामुळे मी मला धोक्याची सूचना देत होते. मनोमन कुठं तरी शंकेची पाल चुकचुकत होती. अशा मोकळ्या वातावरणाची सवय झाल्यावर येस्लाम जेद्दाला परतायचा निर्णय घेईल, तेव्हा मुलींना तिकडं जुळवून घेणं कठीण जाणार होतं. तरीसुद्धा कुठेतरी खोलवर आत मी विलक्षण सुखी होते. मग मिखाईल गोर्बाचेव्ह आणि रोनाल्ड रेगन यांची ऐतिहासिक अशी शिखरपरिषद स्वित्झर्लंडला होणार होती. जिनिव्हाच्या बाहेरच्या अंगाला असलेल्या आमच्या छोट्या खेड्यात मिलिटरीच्या ट्रक्स आणि तपासणी केंद्रे यांची गर्दी झाली. या साऱ्यानं येस्लाम भयभीत झाला आणि त्यानं तेथे राहाणं धोक्याचं असल्यानं तेथून बाहेर पडायला हवं असं सांगितलं. वास्तविक आमच्याच भागात अमेरिकेच्या

अध्यक्षांचं निवासस्थान असल्यानं ते साऱ्या पृथ्वीतलावर सर्वांत निर्धोक ठिकाण होतं, याची मला पुरेपूर खात्री होती; परंतु येस्लामबरोबर हुज्जत घालण्यात काहीच अर्थ नव्हता. या शिखरपरिषदेच्या दरम्यान आम्ही सर्वांनीच लंडनला जायला हवं, असा त्यानं घोशाच लावला.

मुलींची शाळा नुकतीच सुरू झाली होती आणि त्यांना लगोलग तेथून काढणं गैर झालं असतं, असा युक्तिवाद मी येस्लामपुढे मांडला. शिवाय मला ती प्रथा पाडायची नव्हती. मला स्वित्झर्लंडमधील त्या शाळेत माझ्या मुलींनी निदान एक सत्र तरी आनंदात घालवावं, असं वाटत होतं. येस्लाम एकटा विमानप्रवासाला तयार नव्हता. मग मी तीच संधी घेतली. त्याला शांत करण्यासाठी, त्याचं समाधान करण्यासाठी मी त्याच्याबरोबर जायचं कबूल केलं; परंतु दरम्यानच्या काळात मुलींच्या शिक्षणासाठी आमच्या फिलोपिनी डिताच्या जोडीला एका शिक्षकाची नेमणूक करायची, या अटीवरच मी त्याच्यासोबत जायची तयारी दर्शवली. तो इतका अगतिक झाला होता की तो लागलीच या गोष्टीला तयारही झाला.

विमानात बसून स्थिरस्थावर झाल्यावर मात्र मला कळून चुकलं की जे ठिकाण धोक्याचं असल्याचं येस्लामला वाटलं होतं, तिथं मुलींना सोडून येण्यात त्याला काहीच गैर वाटलं नव्हतं. मी ते केलं होतं; कारण मला ते सुरक्षित असल्याचं माहीत होतं; पण येस्लामचं तसं नव्हतं ना! त्यानं त्यांना झिडकारलं होतं. तो माझ्याशेजारी बसला असताना मी त्याच्याकडेच बघत होते आणि त्याचं मन तपासत होते. ज्या दिवशी कधी आम्हाला खरोखरच धोका निर्माण होईल त्या वेळी तो प्रथम बाहेर पडेल. म्हणजे त्याच्या हिशेबी त्याला आता आमची काहीच काळजी किंवा कदर नव्हती, असाच अर्थ काढायचा ना?

धंदापाण्याच्या संदर्भात अजूनही येस्लाम चांगला कार्यरत होता. त्याचं चांगलं ऑफिस असलेली कंपनी जिनिव्हात होती. आता सुट्टीसाठी जे सौदी राजपुत्र जिनिव्हाला येत होते, त्यांच्या भेटी घेण्यात तो दंग असायचा. त्याच्या कंपनीचे गिऱ्हाईक म्हणून त्यांच्याशी मैत्री वाढवायचा. त्यांच्या तेथील वास्तव्यात तो त्यांचा अगदी उजवा हात बनायचा. शिवाय सौदी वकिलात आणि सौदीच्या या आंतरराष्ट्रीय विमानकंपनीशी त्याचे चांगले संबंध असल्याने त्याला या अशा लोकांच्या येण्याचा आगाऊच सुगावा लागत असे. मग त्यांना विमानतळावर घ्यायला जायचं. नंतर दुपार आणि संध्याकाळ त्यांच्याबरोबर राहायचं, असं सारं सारं तो करत होता *(अशा वेळी त्याचा आजार कुठे गायब व्हायचा कुणास ठाऊक!).*

येस्लामला कपड्यांचा भारी शौक होता आणि त्याचे तीनशेहून अधिक सूट्स होते; पण आता तर त्याचा अतिरेकच सुरू होता. त्याची मेशल या राजपुत्राबरोबर जणू काही अधिक रुबाबदार, ऐटबाज कोण होतो, ही स्पर्धाच चालू होती. फहाद

राजाला राजपुत्र मेशलचा त्याचा अधिकार असूनही त्याच्यानंतर या राजपुत्राने वारसाहक्काने गादीवर येऊ नये, असे वाटत होते. म्हणून येस्लाम म्हणायचासुद्धा, मेशल खर्च करतो त्यापेक्षा कितीतरी अधिक खर्च करायला राजा फहाद मागचा-पुढचा विचार करणार नाही. वयानुसार गादीवर त्याचा हक्क असूनही राज्याच्या बाबतीत फहादचे विचार वेगळे होते, अगदी वेगळ्या योजना होत्या. मेशलचा गादीवरचा जन्मसिद्ध हक्क खरेदी करण्यासाठी राज फहाद कितीही पैसे खर्च करायला तयार होता.

मी मात्र माझ्या मुलींनी शाळेत दाखविलेल्या प्रगतीवर खूष होते. त्या खूप खूष होत्या. पहिल्या सत्राच्या अखेरीला त्यांच्या शाळेच्या प्रिन्सिपॉलनी समाधान व्यक्त केलं; कारण मुलींनी त्यांचा अभ्यासक्रम चांगलाच वेगानं आवाक्यात आणला होता. इकडे असा आनंद होता; परंतु येस्लामच्या विचित्र आणि तर्कट वागण्याने मी खूप दु:खी होते.

हळूहळू माझा नवरा सोबत असूनही मला खूप एकटं एकटं वाटायला लागलं. तो प्रत्यक्ष शेजारी असूनही त्याच्या प्रेमभावना थंडावल्याचं दिसत होतं. मुलींना खेळताना बघणं किंवा त्यांच्याबरोबर पोहणं, वाचणं अशा साध्या साध्या बाबींतही तो कोणताच रस दाखवत नव्हता. माझ्याबरोबर एकटा असतानाही त्याच्या केवळ दुखण्याच्याच तक्रारी सुरू असायच्या. त्याचं दुखणं आणि त्याच्या कुटुंबाच्या समस्या याखेरीज जणू त्याच्याजवळ बोलायला विषयच नव्हते. हाच येस्लाम सौदी राजपुत्रांच्या संगतीत मात्र नेहमी उत्साही आणि तरतरीत असायचा.

येस्लामचं हे असं वागणं होतं, त्यामुळे मला कोणाचा म्हणून आधार नव्हता. सारा संसार एकटीनं सांभाळून मी अगदी थकून गेले होते; पण येस्लाम मात्र स्वत:खेरीज काहीच विचार करत नव्हता. त्याची दुखणी, तीसुद्धा केवळ काल्पनिक. या तऱ्हेवाईक वागण्यातून मला त्याला बाहेर काढायचा होता. मला त्याची चिंता वाटत होती. त्याला परत नीट व्हायला व्यावसायिक मदतीची गरज असल्याचं मला जाणवत होतं. मी त्याला त्या बाबतीत कोणतीच मदत करू शकत नव्हते. एखादा कोणत्या तरी दुखण्याच्या काल्पनिक लक्षणांच्या आहारी गेल्याचे सहन करणे केवळ अवघड होते. कैक वेळा आम्ही आपले बाहेर जाण्यासाठी चांगले कपडे वगैरे करायचो. मोटारीतून गावात जाण्यासाठी निघायचो आणि हा मध्येच मोटार थांबवून कसला तरी त्रास होतोय सांगून माघारी फिरायचा. सारंच अनाकलनीय झालं होतं!

आता आम्ही युरोपमध्ये असूनही, आजुबाजूला सारे तसे वातावरण असूनही हा आपला प्रत्येक दिवसाला जास्त जास्तच सौदी होत होता. साऱ्यांना सोडून आम्ही असे परदेशी स्थायिक झाल्याची ही अपराधीपणाची भावना होती की काय कोण जाणे! सौदी अरेबियात होतो तेव्हा तिथल्या वातावरणात आम्ही गुदमरून

जायचो. त्यातून सुटका व्हावी म्हणून आम्ही तेथे सौदींना बाजूला सारून पाश्चिमात्त्य लोकांबरोबर अधिक संबंध वाढवत होतो. आता येथे युरोपमध्ये भोवताली सारा तसा समाज असूनही येस्लाम मात्र फक्त इतर सौदी लोकांबरोबरच संबंध ठेवत होता आणि डोळ्यांत प्राण आणून सौदी राजपुत्रांची जिनिव्हाला येण्यासाठी वाट बघत राहायचा. त्याला त्याच्या देशाची, घराची कमालीची ओढ लागली असावी; परंतु या मन:स्थितीनं तो आमच्यावर जास्त जास्त जबरदस्ती करायला लागला होता, सदोदित धाकात वागवत होता.

प्रत्येक नव्या दिवसाला आमचे आखूड कपडे आणि रोजचं जीवन यांवर तो बंधनं वाढवतच होता. मी इकडच्या मोकळ्या प्रकारच्या जगात असूनही मला नेहमीच त्याच्या दिमतीला असावं लागायचं. मला माझं असं आयुष्यच राहिलं नव्हतं. त्याच्याखेरीज मला कुठेही बाहेर जाता येत नव्हतं. हा प्रत्येक वेळी बरोबर यायचा. म्हणजे मी माझ्या मैत्रिणीकडे जेवायला जायचे तर त्या वेळीही हा माझ्यासोबत यायचा. अगदी जवळच्या लोकांचं जे वर्तुळ होतं त्यात मला थोडीफार मोकळीक मिळायची; परंतु बाकी ठिकाणी तो मला बांधून टाकायचा.

सौदी लोकांबरोबरच्या संबंधाचा परिणाम होता किंवा काय माहीत नाही; परंतु आता येस्लाम स्त्रियांनाही भेटायला लागला होता. एके दिवशी वसंतऋतूत फोनची घंटी वाजली आणि मी फोन उचलला. पलीकडून एक पुरुष संतापून बोलत होता, 'तुझ्या नवऱ्याला माझ्या बायकोचा पिच्छा सोडायला सांग.' एवढे सांगून तो थांबला. येस्लामच्या सेक्रेटरीचा तो नवरा होता. मी संपूनच गेले. रात्री येस्लाम राजपुत्रांबरोबर असायचा अशी माझी समजूत होती. त्याला फारसे मित्र नव्हतेच. ज्या वेळी तो माझ्याखेरीज बाहेर पडायचा त्याचा अर्थ तो व्यवसायासाठीच जातो, असंच मी गृहित धरून चालायचे. म्हणजे एकूण तो आता माझ्याशी खोटं बोलायला लागला होता तर! येस्लामनं मलाच वेडाचा झटका आल्यासारखी वागते आहे असा आरोप केला. पहिल्यांदाच तो अगदी त्याच्या खोटेपणाच्या बाबतीत इतका खंबीर होता आणि त्यानं काहीही केलेलं नाही असं मला निक्षून सांगितलं; परंतु मी सोडण्याची धमकी दिल्यावर तो भयंकर घाबरला. नंतर आम्ही आपलं जुळवून घेतलं; परंतु एकूणच आमच्या विवाहाच्या संबंधात काही तरी चुकत होतं.

त्यातच मी परत गरोदर राहिले. 'मला हे मूल हवंच' असा माझा ठाम निर्धार होता. त्याच्या परिणामांची मी पर्वा करायची नाही असं ठरवलं. ही परमेश्वरी भेट असल्याचं मला वाटलं. परत येस्लामने या वेळीही अगदी बिनदिक्कतपणे गर्भपाताचा सल्ला दिला, तेव्हा मला त्याची शिसारी आली. परत मी त्याच चक्रातून जावं आणि त्याचे परिणाम बराच काळ सोसावेत, असा सल्ला तो मला कसा काय देऊ शकला? 'ते केवळ अशक्य आहे' मी त्याला मागचापुढचा विचार न करता

खंबीरपणं बजावलं. येस्लामला मी त्याला तोंडघशी पाडल्यासारखं वाटलं. मी त्याच्या मर्जीविरुद्ध गरोदरपण चालू ठेवलं. माझा नकार आणि त्याचा संताप हा माझ्या विवाहाचा शेवटच होता.

येस्लामचे पाश्चिमात्त्य संस्कृतीशी जुळलेले धागे तुटायला लागले होते. त्याच्या निश्चयी व्यक्तिमत्वाला तडा गेला होता आणि सौदी अरेबियात आल्यावर तर माझ्या विवाहाची दुःखद वेळ आल्याची परिस्थितीही जरा लवकरच सुरू झाली होती. इतरत्र हे धागे हळूहळू उसवत गेले असते, तट्कन तुटायला लागले नसते; कदाचित भावाभावांतील अखंड तणावपूर्ण परिस्थिती, संपत्तीसाठीचे गुप्त कट किंवा झगडे, सामर्थ्य आणि प्रतिष्ठा यांसाठीची रस्सीखेच त्यामुळं आलेलं कमालीचं नैराश्य, त्यामुळे निर्माण झालेल्या परिस्थितीनं स्वीकाराव्या लागलेल्या पराभवानं हे सारं घडलं असण्याचीही शक्यता होती. तो पुरता खच्ची झाला होता. मक्कामधल्या हिंसक क्रांतीनंतर सौदी अरेबियात कोणतीच पूर्वीची परिस्थिती राहिली नव्हती. पाश्चिमात्त्यनिर्मित ऐहिक संपत्तीच्या कल्पना आणि कमालीच्या टोकाची कडवी भूमिका घेणारी सौदी अरेबियातील मानसिकता यातील तो झगडा होता. तो पेलण्याइतका मामुली नव्हताच नव्हता. हीच येस्लामची कुतरओढ असावी. मग हळूहळू सौदी अरेबियाला कळून चुकलं की आधुनिक अर्थकारण आणि त्यांची पुरातन सामाजिक जडणघडण, सामाजिक चालीरीती या झगड्यात दुभंगली जात होती. त्याला म्हणजे सामाजिकतेला तडा जात होता. ही विसंगती सौदी संस्कृती स्वीकारू शकत नव्हती. त्याबाबतचा निश्चित स्वरूपाचा निर्णय घेण्याची त्यांची कुवतही नव्हती आणि इच्छाशक्तीही. कदाचित हाच मानसिक तणाव येस्लामचं मन कुरतडत होता.

कारणं कोणतीही असोत, वेळ कोणतीही असेल; पण एकूणच वाऱ्याची दिशा बदलली होती. येस्लाम पूर्णपणे बदलला होता. वेगळा बनला होता. माझ्या साऱ्या गरोदरपणात त्याचं माझं संभाषण असं क्वचितच होत होतं. तो एकदम मुका आणि शांत झाला होता. तो पहाटे कधीतरी तीनचार वाजता घरी परतायचा. माझा नवरा आता माझ्यासाठी अगदी तिऱ्हाईत बनला होता.

परत मी एका मुलीलाच जन्म दिला. तिचं नाव मी 'नूर' असं ठेवलं. नूर म्हणजे प्रकाश. माझ्याभोवती जेव्हा गडद काळोख पसरला होता तेव्हा तीच माझा प्रकाश होती. नूर खूप म्हणजे खूप छोटी होती; परंतु तिचे सुरुवातीपासून स्वच्छ बघणारे टपोरे डोळे होते. त्यामुळे आणि इतर लहान बाळासारखी तांबूस किंवा सुरकुत्या नसल्याने अगदी लहानपणीही ती सुरेख दिसायची.

नूरच्या जन्मानंतर येस्लाम थोडीफार आमची काळजी घेण्याचा प्रयत्न करीत होता — तिच्याबरोबर आणि माझ्याविषयीही जिव्हाळा दाखवायचा. त्याच जिव्हाळ्यातून

त्यानं मला दवाखान्यातून लवकर घरी परतायला सांगितलं; मी पण त्याचा शब्द राखला; परंतु मला मात्र नूरला मागे दवाखान्यातच ठेवावी लागली. कारण तिला किरकोळ स्वरूपाची कावीळ झाली होती. मग मी तिला पाजण्यासाठी दवाखान्यात ठरलेल्या वेळी जायची. त्या वेळी निदान एकदा तरी तो मला सोबत करायचा. मी या काळात येस्लाम आनंदी होता अशी मनाची समजूत घालत होते खरं; परंतु त्याहीपेक्षा अधिक तीव्रतेनं सारं संपणार असल्याची भावना त्याला झाली होती. किंबहुना, त्याला आणखी कोणी मिळालं असल्यानं तो आनंदी असण्याची शक्यताही होती. मला आमच्यात कुठंतरी, काहीतरी बिनसलं आहे हे समजलं होतं; परंतु ते सुधारायचं कसं हे मला उमगत नव्हतं. माझी अस्वस्थता माझा छळ करीत होती. मग थोडं समाधान मिळावं, मनाला तेवढाच विरंगुळा म्हणून मी मेरी मार्था ह्या माझ्या जिवलग मैत्रिणीबरोबर फोनवर तासन्‌तास बोलायची.

नूरचा जन्म १९८७ मधला आणि त्यानंतर म्हणजे सप्टेंबरमध्येच मी येस्लामला दुसऱ्या स्त्रीबरोबर बघितलं. या घटनेनं मला सारी रात्र अजिबात झोप आली नाही. अशा वेळी मी नेहमी करायचे तेच तेव्हाही केलं. म्हणजे मोटार काढायची आणि गावात उगीचच फेरफटका मारायचा. काय असेल ते असो या मोटारीच्या नादानं मला खूप वेळा शांतता मिळवून दिली आहे. मी अगदी सहज म्हणून येस्लामच्या ऑफिसवरून जात होते आणि मला येस्लामची गाडी नजरेस पडली. मग मीही माझी गाडी पार्क करून वाट बघत थांबले. ती पहाटे एकची वेळ असावी. त्या वेळी येस्लाम एका स्त्रीबरोबर बाहेर पडलेला मला दिसला.

मग त्यावरून आमची वादावादी झाली. येस्लामनं आपल्याला ती स्त्री अजिबात ठाऊक नसल्याचं सांगून कानावर हात ठेवले. आता येस्लामला सोडायला हवं हे मला प्रकर्षाने जाणवलं; परंतु त्याचबरोबर मला माझ्या लेकींना दुखवायचं नव्हतं. त्याखेरीज तो मुलींना घेऊन सौदी अरेबियाला जाण्याचा प्रयत्न करेल ही भीतीही मनाच्या तळाशी होतीच होती. मी पुरती शिणले होते. सारं सहन करता करता माझी दमछाक झाली होती, पुरती खचून गेले होते, सारं बळ ओसरलं होतं. त्यातच नूरच्या बाळंतपणातील शिणवटा होता; गरोदरपणातील एकाकी आयुष्याची सावलीही अजून माझ्या मनावर होती. त्यामुळं नजिकच्या काळात समोर ठाकणाऱ्या झगड्याचा सामना करायला मी असमर्थ ठरत होते.

या दरम्यानच येस्लाम माझ्यावर एका कायदेशीर करारावर सही करण्यासाठी दबाव आणत होता. तो काहीसा विवाहपूर्व कराराविषयीचा होता. म्हणजे विवाहानंतरच्या कराराखेरीजचा होता. मुलींच्या संरक्षणासाठी ती एक औपचारिकता होती असं येस्लाम मला सांगत होता. माझ्या डॉक्टरनं तर कोणतेही महत्त्वाचे निर्णय घेण्याच्या बाबतीत माझी स्थिती योग्य नसल्याचा सल्ला दिला होता; परंतु मी सही

करण्यासाठी काकू करते आहे हे बघितल्यावर येस्लामला मी कधीच पाहिले नव्हते इतका तो कठोर भासला.

'हे बघ, मला नूर नको होती; पण तरीही तू माझं न ऐकता पुढे जाऊन तिला जन्म दिलास. मी तिला स्वीकारावं आणि त्या बाबतीत तुला कोणती संकटं नको असतील तर तुला माझ्यावर विश्वास ठेवून या कागदावर सह्या करायला हव्यात. तू ते करशीलच.' त्यानं मला बजावून सांगितलं. मी मानसिक आाणि शारीरिकदृष्ट्या पूर्ण खचून गेले होते. येस्लामनं मला धाकधपटशा दाखवला. त्यानं मला वारंवार सांगितलं की तो मुलींना जेद्दाला घेऊन जाईल आणि त्याच्या आईच्या ताब्यात देईल. तो जो माझा असा छळ करीत होता, तो सहन होत नव्हता. मला त्याखेरीज स्वीस कायद्यानुसार त्याला एकट्याला सुट्टीसाठी मुलींना नेण्याची परवानगी मिळाली असती. मी पुरती घाबरले. मला कल्पना होती की एकदा का त्या सौदी अरेबियात गेल्या की मी त्यांना कधी भेटू किंवा साधं पाहूसुद्धा शकले नसते. जगाच्या पाठीवरचं कोणत्याच देशाचं सरकार त्यांना त्या देशाबाहेर काढू शकलं नसतं.

माझ्या नवऱ्यानंच माझ्याभोवती सापळा लावला होता. माझ्या मुलींना त्यानं माझ्यापासून घेऊन जाऊ नये, एवढंच माझ्यासाठी फार फार महत्त्वाचं होतं. माझ्या बुद्धीचा अखेर पराभव झाला आणि भीतीपोटी मी माझा हेका अखेरीला सोडला आणि त्या करारावर सही केली. सर्वांत महत्त्वाचं म्हणजे मला त्याच्या छळवणुकीतून सुटका करून घ्यायची होती.

कागदपत्रावर सही करूनसुद्धा परिस्थिती आणखीनच चिघळली. मला वाटलं होतं तसा येस्लाममध्ये कोणताही फरक पडला नाही. तो आणखी दूर दूर होत होता. घरात तर अगदीच क्वचित असायचा. माझी प्रकृतीही आणखीन खालावली. मला खाणंपिणं अजिबात जात नव्हतं. माझं वजनही घटायला लागलं. मी मुलींची काळजीही नीट घेऊ शकत नव्हते. शेवटी तर मला दवाखान्यात दाखल करावं लागलं. सारं अन्न नळ्यांमार्फत, इंजेक्शनमार्फत सुरू झालं. तो ऑक्टोबरचा महिना होता. माझं वजन त्या वेळी केवळ नव्याण्णव पौंड इतकंच होतं.

मग नाताळच्या वेळी कुटुंबाच्या नेहमीच्या गोष्टी करण्यासाठी मी कसून प्रयत्न केला आणि मुलींना डोंगरामध्ये - डोंगरमाथ्यावरील एका ठिकाणी घेऊन गेले. येस्लामनं तिथे आम्हाला भेटणं अपेक्षित होतं; परंतु तो आलाच नाही. त्यानं फोन करून सांगितलं की राजपुत्र मेशल शहरात असल्यानं त्याला जमणार नव्हतं. मी त्याच्या या सांगण्यावर विश्वास ठेवावा अशी त्याची अपेक्षा असावी; परंतु मला तो धादांत खोटं बोलत असल्याचं माहीत होतं.

नवीन वर्षाच्या रात्री येस्लाम बाहेर गेला होता आणि घरी लवकर परतला, आणि झोपलासुद्धा. अलिकडे आम्ही वेगवेगळ्या खोल्यांत झोपत होतो. फोन

सारखा वाजत होता; परंतु प्रत्येक वेळी मी बोलायला लागले की फोन करणारा फोन बंद करीत होता. मग मी येस्लामला उठवून कोणीतरी फोन करण्याचा सारखा प्रयत्न करीत असल्याचं सांगितलं. दुसऱ्या दिवशी सकाळी सकाळीच हा बाहेर गेला आणि कोणीतरी प्यायलेल्या माणसानं नवीन वर्षाचा मूर्ख विनोद केला होता, असं मला सांगितलं. मला त्यामुळं भय वाटलं; परंतु मी त्यावर विश्वास ठेवण्याइतकी मूर्खही खासच नव्हते. येस्लामनं प्रामाणिकपणा दाखविला असता तर मी वेगळीच प्रतिक्रिया दाखवली असती; परंतु इतका खोटेपणा मी स्वीकारू शकत नव्हते. त्यामुळं आमची नेहमीप्रमाणेच वादावादी झाली. येस्लाम संतापानं अगदी लालेलाल झाला. मी त्याला तेथून निघून जायला सांगितलं. त्या वेळी बाहेर जाताना संतापानं त्यानं दरवाजा धाडकन बंद केला. थोडक्यात म्हणजे १९८८च्या नव्या वर्षाच्या दिवशीच माझ्या आयुष्यालाही एक वेगळंच वळण मिळालं.

त्यानंतर जे काही घडलं ते सारंच कडवट होतं आणि अंगातला सारा त्राण नाहीसा करणारंच होतं. आता त्यावर अधिक काही विचार करण्यानं कोणताच फायदा होणार नव्हता. मी आणि मुली स्वित्झर्लंडमध्येच राहिलो. बिन लादेन कुटुंबानं मुलींना पूर्णपणे नाकारलं होतं. एकदा मी येस्लामचा भाऊ इब्राहिम याच्याकडे गेले. आमची चांगली मैत्री होती. म्हणून मी त्याला माझ्यावतीनं मध्यस्थी करायला सुचवलं; परंतु त्यानं मला सांगितलं, 'हे बघ कारमेन, तू कितीही बरोबर असलीस तरीही माझा भाऊ कधीच चूक असणार नाही.'

असंच एकदा नाज़ियाला जिनिव्हातल्या एका रस्त्यावर उम येस्लाम — तिची आजी — आणि आत्या फौझिया दिसल्या. त्यांच्याकडे वाढलेल्या या मुलींकडे — पाठ फिरवून या स्त्रिया निघून गेल्या. बिन लादेन कुटुंबातल्या कोणामध्येही *(ज्यांना माझा सहवास आवडत असे)* येस्लामची पर्वा न करता मला किंवा माझ्या मुलींना भेटण्याएवढासुद्धा खंबीरपणा नव्हता.

आमच्या घटस्फोटाची प्रक्रिया आपली लांबतच होती. येस्लामनं त्यासाठी आपला पैसा आणि सामर्थ्य पणाला लावलं होतं. मला स्वतःच्या ताब्यात ठेवून त्याला सूड उगवायचा होता. मला कबूल केलं असूनही त्यानं नूरला सौदी अरेबियाला नेण्याचा अधिकार मागितला होता. वफ़ा किंवा नाज़ियाचा प्रश्न त्यानं काढला नाही; कारण त्या या गोष्टीला नकार देऊ शकत होत्या. घटस्फोट लांबावा म्हणून तो अगदी पराकोटीचा प्रयत्न करीत होता. त्या कालावधीत त्याला त्याची मालमत्ता, सारी संपत्ती लपवायची होती आणि मुलींना आणि मला स्वतःला कायद्यानं जो आर्थिक आधार मिळू शकला असता त्यापासून वंचित करण्याचा त्याचा बेत होता.

परंतु या साऱ्यापेक्षाही कसोटीचा खरा क्षण आला तो कायद्यानं मुलींचा ताबा

मिळाला तेव्हा. त्या वेळी त्यानं तो नूरचा पीता असल्याचं नाकारलं. त्याच्या या नीचपणासाठी माझ्याजवळ खरोखर शब्दच नाहीत. मला तो परमावधी अपमान वाटला. त्याहीपेक्षा नूरच्या बाबतीतला अन्याय फार वेगळा आणि मोठा होता. एखादी व्यक्ती हे असं काही करूच कसं शकते, ते मला समजू शकलं नाही. त्याचा हा आरोप निराधार असल्याचं आम्ही पुढं सिद्धही केलं.

त्यासाठी मी आम्हा सर्वांचीच डी.एन.ए चाचणी व्हावी आणि येस्लाम निराधार, खोटे आरोप करीत आहे त्यावर शिक्कामोर्तब व्हावं, अशी विनंती केली. नूर त्याचीच मुलगी आहे हे मला सिद्ध व्हायला हवं होतं. ती केवळ नऊ वर्षांची होती. मी आणि नूर डॉक्टरांच्या दवाखान्यात असतानाच येस्लाम आत आला. त्याबरोबर वफ़ा त्याच्यावर जवळजवळ चालूनच गेली आणि त्याला तो असं करूच कसं शकला, असा जाब विचारला; परंतु येस्लामनं तिच्याकडे दुर्लक्ष केलं. तो मुलींना ओलांडून सरळ निघून गेला. त्यानंतर येस्लाम माझ्याबरोबर किंवा त्याच्या मुलींबरोबर कधीच बोलला नाही.

हा सारा झगडा आजवर चालू आहे. आम्ही आता कायद्यानं विभक्त झालेलो आहोत. वफ़ा आणि नाज़िया तर आता कायद्यानंच मोठ्या झालेल्या आहेत. नूरही माझ्या ताब्यात सुरक्षित आहे. मला पोटगी म्हणून जी काही रक्कम मिळते त्यावर आमचं घर चालविण्याचा मी प्रयत्न करते. स्विस कोर्टानं आम्हाला ही पोटगी मिळवून दिली. मला किती पोटगी मिळत असेल असं वाटतं? त्याचा जो खाजगी विमानाचा चालक आहे त्याच्या महिन्याच्या पगाराइतकी मला मिळणाऱ्या पोटगीची रक्कम आहे.

हेच आम्ही सौदी अरेबियात असतो तर येस्लामला घटस्फोट मिळणं अगदी सहज आणि सोपं गेलं असतं. आमच्या घटस्फोटाला त्या देशात अर्धा दिवसही लागला नसता. त्याखेरीज मी माझ्या मुलींना कायमची हरवून बसले असते; परंतु आम्ही स्वित्झर्लंडमध्ये असल्यानंच सारं निभावून गेलं. तरीसुद्धा माझा वकील फ्रेडरिक मार्टी या एकमेव गृहस्थाला माझ्या मुलींच्या डोक्यावर धोक्याची सतत टांगती तलवार असल्याचं वाटतं.

माझ्याप्रमाणेच आज येस्लामही जिनिव्हातच राहतो. जेव्हा केव्हा त्याला कुठे त्याच्या मुली दिसतात, त्या वेळी तो त्यांच्याकडे एकटक रोखून बघतो. तो त्यांच्याबरोबर काहीही संबंध ठेवायला सतत नाकारतो. वफ़ाला न्यूयॉर्कमधील कोलंबिया लॉ कॉलेजनं प्रवेश दिल्यावर 'तिनं अधिक शिकण्यात काही अर्थ नाही आणि मी तिला कधीच कोणती मदत करणार नाही.' असं तो म्हणाला.

१९९०मध्ये येस्लामनं स्विस नागरिकत्वाची मागणी केल्यावर त्यामुळं स्वित्झर्लंडमध्ये कोण खळबळ उडाली होती; परंतु २००१च्या सुरुवातीला स्विस

पासपोर्ट मिळवणं त्याला फार महत्त्वाचं आणि तातडीचंही वाटलं. त्याला लगोलग येथील पासपोर्ट हवा होता. त्यासाठी त्यानं मोठ्या देशात राहणं गरजेचं असल्याचं पटवून देण्याचा केवढा प्रयत्न केला. त्यासाठी त्यानं मोहीमच उघडली होती. तो सर्वत्र डांगोरा पिटीत होता की जरी त्यानं त्याच्या बायको आणि मुलींबरोबरचे संबंध सर्वस्वी तोडलेले असले तरी निदान त्या मुलींच्या जवळ राहता यावं, यासाठी त्याचा स्विस पासपोर्ट नितांत गरजेचा होता. स्वत:च्या पोळीवर तूप पडावं, सर्वस्वी स्वत:चा स्वार्थ डोळ्यांपुढे ठेवून त्यानं माझ्या मुलींचा असा वापर केला, हा विचारही असह्य आहे. सारं खरं आहे; पण तरीही स्विस सरकारनं त्याला मे २००१ मध्ये पासपोर्टच्या रूपानं येथील नागरिकत्व बहाल केलं. आता त्याचं राष्ट्रीयत्व कोणतंही असू देत तो खऱ्या अर्थानं नव्हे सर्वार्थानं सौदीच आहे.

कायद्याच्या प्रक्रियेच्या रूपानं त्यानं आमचा सदोदित अतोनात छळ केला. दोन वेळा सौदी अरेबियातून मला जेद्दाच्या न्यायालयात हजर व्हायला सांगणारी, भीती घालणारी सरकारी पत्रंही आली होती. माझ्या वकिलानं येस्लामला त्याविषयी विचारलं, त्या वेळी येस्लामनं सौदी पद्धतीच्या घटस्फोटासाठी त्याची गरज असल्याचा खुलासा केला. मला तो खोटे बोलत असल्याची खात्री होती. शरीयत कायद्याप्रमाणे सौदी प्रकारच्या घटस्फोटासाठी स्त्रीच्या उपस्थितीची काहीच आवश्यकता नसते. मला खात्री आहे की येस्लामनं माझ्यावर अनैतिक संबंधांचा आरोप केला असला पाहिजे. सौदी अरेबियात या गुन्ह्याला मृत्यु ही शिक्षा असते.

जर मला वाटतं तसंच असेल तर येस्लामनं मला केवळ सौदी अरेबियापासून नाही तर साऱ्या मध्यपूर्व देशापासून वेगळं केलं आहे. मला सौदी अरेबियाबरोबर कायदेशीर संबंध असलेल्या कोणत्याही देशात कधी पाऊलही ठेवायचं नाही; कारण ते मला सौदी अरेबिया या देशाच्या ताब्यात देतील. मग जे एका निष्पाप स्त्रीला मृत्यूदंडाची शिक्षा देतील अशा कायद्यावर मला विसंबावं लागेल. मला माझ्या जिवाची फार भीती वाटते.

मला घटस्फोट घेताना जो फार मोठा काळ मन:स्ताप सोसावा लागला ती माझ्या मुलींच्या स्वातंत्र्यासाठी मी दिलेली किंमत आहे, असं मी समजते. जरी तो झगडा कटू आणि खूप काळ सोसावा लागलेला होता तरीही मुलींना त्यांना हवं तसं आयुष्य जगता येईल, हा माझ्यासाठी मोठा दिलासा आहे.

येस्लामनं माझ्या मुलींना नाकारलं याचं त्याला त्या मोठ्या झाल्यावर फार दु:ख होईल यात शंकाच नाही. त्यासाठी मुलींना मोठी भावनिक किंमत मोजावी लागणार आहे. वडिलांकडून नाकारलं जाणं हे मुलीसाठी फार मोठं दु:ख असतं, बापाकडून होणारं कौतुक, त्याचं प्रेम त्यांच्यासाठी मोलाचं असतं. मलाही त्याची थोडीफार झळ लागलेली आहेच. जेव्हा माझे वडील आम्हाला सोडून गेले तेव्हा

मला खूप दु:ख झालं, स्वत:च अपराधी आहोत असं वाटलं. मीही माझ्या मुलींप्रमाणेच ते दु:ख भोगलेलं आहे. त्याबद्दल दोष देताना मला क्लेश झाले आहेत. ह्या साऱ्या गोष्टी माझ्याही मुलींच्या नशिबी आहेत, हे फार भयंकर आहे.

येस्लामनं आपल्या मुलींशी त्या सौदी मूल्यांपासून दूर आहेत म्हणून तर संबंध तोडले नाहीत ना, असंही मला काही वेळा वाटतं. त्या बुद्धिमान, सुशिक्षित, सुंदर, उत्साही आणि ऐटदार अशा मुक्त मुली आहेत; परंतु तो त्यांच्याकडे बघताना माझ्याविरुद्ध वापरण्यासाठीच एक साधन म्हणूनच बघत असावा. काय सांगावं त्यांना तो शत्रूही मानत असेल. त्या त्यांच्या इच्छेस येईल तशा जगणाऱ्या, स्वतंत्र आणि पाश्चिमात्त्य संस्काराचा पगडा असलेल्या असल्यानं त्यांच्याकडे लक्ष देणं, त्यांचा विचार करावा अशा लायकीच्यासुद्धा वाटत नसतील. किंवा ज्याच्याशी आता त्याचं कायमचं वैर आहे अशा त्या माझ्या मुली आहेत. म्हणूनही त्यानं त्यांना नाकारलं असेल का?

मुलींना मी माझ्याकडें ठेवून घेण्यासाठी जो झगडा दिला त्यानं माझं सामर्थ्यं, आत्मविश्वास वाढवला हे नक्की! परंतु मी बदलले त्याहीपेक्षा येस्लाम जास्तच बदलला आहे किंवा अगदी मुळाशी गेलं तर माझा नवरा हा आत्मकेंद्री, उद्धट आणि झिडकारून टाकणारा एक सौदी आहे. जसजसा तो वयानं वाढत गेला, तसतसा त्याच्या मूळच्या पार्श्वभूमीचा पगडा त्याच्यावर बसला. मी दैववादी, मूर्ख आणि सत्याकडे डोळेझाक करणारी होते. असं समजून चालत होते की प्रेमाच्या कथेत सामर्थ्य आणि अधिकार ह्यासाठी झगडा असतो. केवळ एकदाच मी आज्ञा मोडली आणि माझ्या उमद्या, देखण्या राजपुत्रानं माझ्याकडे पाठ फिरवली. ही सारीच एखादी सौदी परीकथा वाटते आणि माझ्या शिक्षेची फळं, चटके मात्र माझ्या मुलींना नेहमी सहन करावे लागतील.

वफ़ा आणि नाज़िया आता प्रौढ तरुणी आहेत. नूरही वयानं वाढतीय. आम्ही येस्लामचंच नाव वापरणार आहोत. आम्हा दोघांत काहीही झालेलं असो अखेर तो माझ्या मुलींचा पिता आहे. आमचं नावही बिन लादेनच आहे. एके काळी ते इतर नावाप्रमाणं एक होतं. आज दुर्दैवानं त्याचा अर्थ हिंसा आणि भय असा झाला आहे. आम्ही आमचं नाव जर ठरवलं तर बदलू शकतो; परंतु आम्हाला काहीही लपवून ठेवायचं नाही. कोणाचीच दिशाभूल करायची नाही; कारण एक दिवस सत्य जगापुढं येतंच येतं. नुसतं नाव बदलल्यानं आम्ही ज्या आहोत त्या बदलणार आहोत का? भविष्यकाळात जर माझ्या मुली कधी सौदी अरेबियाला गेल्या तर तो त्यांचा निर्णय असेल. जसा एके काळी माझा होता; परंतु आई म्हणून त्यांनी तसं करू नये असं अगदी माझ्या शरीराच्या, मनाच्या अणूरेणूतही वाटतं.

◆

निष्कर्ष

अनेकांना ११ सप्टेंबर, २००१ हा नव्या युगाचा प्रारंभ वाटला असेल. ती जाग आणणारी हाक होती. तो दिवस म्हणजे ज्याची फारच थोड्यांना कल्पना होती अशा सुप्त, दडलेल्या अशा पाळंमुळं दूरवर पसलेल्या शक्तिशाली जरबेनं, धाकानं पश्चिमेच्या डोळ्यांत झणझणीत अंजन घालणारा होता. या अकल्पित आणि अगदी अनाकलनीय घटनेनं पाश्चिमात्त्य जगाला / विश्वाला त्यांच्या पायाला तडे पाडणाऱ्या, डळमळीत करणाऱ्या इस्लामिक धर्मभावनेच्या अतिरेकी, कट्टरभावाचा, कडवेपणाचा प्रथमच अंदाज करायला लावलं. ओसामा बिन लादेन आणि त्याचे पाठीराखे आमच्या स्वातंत्र्याला ओलीस ठेवू शकले. या हल्ल्यानं आपल्या सर्वांचाच विश्वास, निवांतपणा, साधीसरळ निरागसता सारं सारं हिरावून घेतलं.

मी बिन लादेन खानदानाबरोबर काही वर्षं काढलेली आहेत. सौदी विचारसरणीचा अनुभव घेतलेला आहे. त्यामुळं मुक्त, निर्धास्त जगाच्या भविष्याविषयी मला भीती वाटते. जगाच्या भविष्यात शांततामय जीवनाविषयी शंका वाटते. माझी भीती किंवा माझा संताप निराधार नाही हे मला सांगायचं आहे. ओसामा बिन लादेनच्या प्रत्येक अतिरेकी कृत्यांना मोठ्या प्रमाणावर सौदींचा पूर्ण पाठिंबा आहे. बिन लादेन आणि सौदी शाही राजघराणी असली कृत्यं हातात हात घालून सतत करीत आलेले आहेत आणि पुढेही हे चालूच राहू शकेल. काही वेळा जरी त्यांची नाती किंवा संबंध अगदी गुंतागुंतीचे असले तरी धर्मभावनेच्या बाबतीत विचारांची दिशा एकच असल्याचं सहज लक्षात येतं.

बिन लादेन मंडळींनी ओसामाबरोबरचे संबंध किंवा नातं कधीच नाकारलेलं नाही. त्याच्या वाटणीला त्याला वंचित करून ती काय ते आपापसांत वाटून घेणार आहेत. त्याचा हक्क ते नाकारू शकणार आहेत? शरीयत कायद्याप्रमाणे केवळ

धार्मिक गुन्हा किंवा अपकृत्याच्याबाबतच फक्त असं होऊ शकतं. बिन लादेन मंडळी आणि राजपुत्र साऱ्या गोष्टी अगदी पूर्णपणे एकत्रितपणे, एकदिलानं करतात. हे सारं गुपित असलं तरी त्यांच्यात एकोपा आहे. वर्षानुवर्षे त्यांचे एकमेकांशी घनिष्ठ संबंध आहेत आणि धंदापाण्याची, व्यवसायाची धाडसंही एकोप्यानं आणि हातात हात घालूनच करीत आलेले आहेत. बहुतेक बिन लादेन भावांची निदान एका तरी राजपुत्राबरोबर धंद्यात भागीदारी आहेच आहे, त्यांचं धंद्यात साटंलोटं आहे हे निश्चित. त्यांचे स्वार्थ एकमेकांत गुंतलेले आहेत. राजाचा लाडका पुत्र अब्दुल अझीझ बेन फहाद यांच्याबरोबरची बाक्रची व्यावसायिक भागीदारी किंवा येस्लामचे मेशल बेन अब्दुल अझीझबरोबरचे संबंध वेगळं काय दाखवतात?

नऊ अकराच्या रानटी कृत्यानंतर मात्र दोन्ही घराण्यांनी स्वत:ला ओसामा बिन लादेनपासून अलग करून घेतलेलं आहे. इतकंच नाही तर निष्पाप जिवांची हत्त्या करणारं कृत्य इस्लाम धर्माला मान्य नसल्याचं सांगून जाहीरपणे ओसामाच्या कृत्यावर त्यांनी टीका केलेली आहे. अशा प्रकारच्या कार्याशी किंवा घटनांशी आपला काहीही संबंध नसल्याचंही त्यांनी जाहीर केलेलं आहे. तसं असेल तर ही जरब, भीती किंवा अतिरेकी कृत्यांना पायबंद घालणारी कोणती पावलं त्यांनी उचलली आहेत? *(असतील तर कोणती आणि नसतील तर का नाही?)*

मी तर उघडपणे सौदी राज्यकर्त्यांना - म्हणजेच बिन लादेन आणि राजघराण्यांना त्यांनी त्यांचे पत्ते टेबलावर ठेवून ते कोण आहेत याचा पुरावा द्यावा असं आवाहन करते. आजच्या भयंकर अशा राजकीय वातावरणात कोणालाच गुप्ततेच्या दुबळ्या सबबी देणं परवडणारं नाही. आपण प्रत्येकानं आणि प्रत्येक बाबतीत आपल्या साऱ्या शक्तीनिशी या दहशतशाहीविरुद्ध *(दंड थोपटून)* उभं राहिलंच पाहिजे असं मला मनापासून वाटतं. ह्या लोकांना बाहेरच्या जगाविषयी कमालीचा तिरस्कार वाटतो. व्यक्तिगत जीवनात काही मुक्त जीवनाविषयी दावा करतीलही; परंतु बालपणापासून त्यांच्यावर ज्या श्रद्धेचे आणि विचारसरणीचे संस्कार झालेले आहेत त्यातून त्यांचीही सुटका होऊ शकत नाही. हे बीज लहान वयात पेरलं गेलेलं आहे आणि हे संस्कार हाडीमांसी रुजलेले आहेत.

सौदी कधीच उघडउघड एकमेकांशी वादावादी करीत नाहीत. अल् सौद किंवा बिन लादेन या कुटुंबातील भावाभावांत कधीमधी सत्ता, लोभ किंवा काही रोजच्या व्यावहारिक लाभ यांच्या तहानेने पेल्यातली वादळं उठतातही; परंतु तरीसुद्धा त्यांच्या शरीयत श्रद्धा, धर्माबाबतची विचारसरणी आणि त्यांच्यावर झालेले संस्कार यांचे धागे त्यांना नेहमी एकत्रच ठेवतात.

ओसामा बिन लादेन किंवा त्याच्यासारखे जे काही इतर आहेत, त्यांची काही तेथील वाळूतून स्वयंभू निर्मिती झालेली नाही. त्यांना घडवलं गेलेलं आहे.

वर्षानुवर्षे जखडून ठेवणारं बंधन अगदी विनातक्रार, निमूटपणे आणि डोळे मिटून सहन करण्याचे मध्ययुगीन समाजाचे संस्कार ह्यांच्यावर झालेले होते. हा समाज एका बंदिस्त गढीत राहात होता. ह्यांचं जीवन बाहेरच्या जगाला सर्वस्वी अपरिचित होतं. इस्लामच्या कठोर नियमांपुढे आज्ञाधारकपणे मान तुकवणं, हा त्यांचा अलिखित कायदा होता. त्यामुळे त्यांच्या निम्याअर्ध्या समाजाला सर्वसामान्यांचं जीवन नाकारलं गेलेलं आहे. ज्या वेळी ओसामा संपेल, मरण पावेल त्या वेळी त्याचं स्थान घेणारे हजारो ओसामा पुढे येतील, अशी मला भीती वाटते.

तेलाच्या संपत्तीनं सामर्थ्य प्राप्त होऊनसुद्धा सारे सौदी तिरस्कार आणि धर्माच्या बुरसटलेल्या विचारसरणीनं घडवले गेलेले आहेत. कोणतीही अन्य परिस्थिती मान्य न करणं हेच ह्यांचं शिक्षण आहे. जे जे म्हणून परकीय आहे त्याचा तिरस्कार करणं, त्याला तुच्छ मानणं हेच ते शिकलेले आहेत. मुस्लिम नसलेली कोणतीच गोष्ट यांच्या खिजगणतीत नाही. त्यांच्या आयांनी त्यांना उद्धटपणानं बाळकडू देऊन बिघडवलं आहे. आणि नंतर मात्र कधीच अंत नसलेल्या, गुदमरून टाकणाऱ्या बंधनांनी त्यांना नैसर्गिक सहज वृत्तीचं जीवन नाकारलेलं आहे. पुरुषवर्गाचा शब्द अखेरचा आहे. स्वत: ते जेव्हा वडील होतात तेव्हा त्यांचा शब्द कायदा बनतो.

आमच्या पाश्चिमात्त्य समाजाचं खऱ्या अर्थानं कौतुक करणारा एकही सौदी मला आजवर भेटलेला नाही. आमची राजकीय पद्धती त्यांना समजते, आमच्या नव्या तंत्रज्ञानाचा वापर करायलाही ते उत्सुक असतात; परंतु पाश्चिमात्त्यांचं निलाजरं स्वातंत्र्य, व्यक्तिनिष्ठ मूल्यं आणि परमेश्वराला जितक्यास तितकं स्थान याविषयी त्यांच्या अंतर्मनात मनस्वी घृणा आहे.

आणि आणि हाच सौदी अरेबिया ड्रग्जचा भयानक शाप, अनेकांबरोबर लैंगिक संबंध, समलिंगी संबंध आणि एड्ससारख्या रोगाच्या विळख्यात गुरफटलेला आहे. मी जिथे राहते त्या पाश्चिमात्त्य देशात कुठेही आढळणार नाही इतक्या प्रमाणात कमालीचा दांभिकपणा आणि ढोंगीपणा तिथे आहे; परंतु या साऱ्या गोष्टी चव्हाट्यावर मांडल्या जात नाहीत किंवा त्याविषयी मनमोकळी प्रामाणिक चर्चाही होत नाही. का? का तर सौदींसाठी जे झाकलेलं असतं, लपवलेलं असतं ते अस्तित्वातच नसतं.

ह्या लोकांचं स्वाभाविकपणच हरवलेलं आहे. ओसामा कदाचित त्यातलाच एक असू शकेल; परंतु एकविसाव्या शतकात राहणारा ओसामा त्याचा असलेला प्रभाव आणि सामर्थ्य लोकांना एकत्र आणण्यासाठी, काहीतरी चांगुलपणा आणि सहनशीलता निर्माण करण्यासाठी वापरत नाही. उलट संबंधाचे धागे उसवणं, तोडून टाकणं आणि विध्वंस यांचा त्यानं स्वीकार केलेला आहे.

सरतेशेवटी मला जाणवतं की वहाबच्या कठोर तत्त्वाची ओसामा ही मूर्तिमंत

प्रतिमा आहे. माझा अनुभव आणि पृथक्करण मला हेच सांगतं की बहुतांशी सौदी अरेबियातील लोक त्याच्यासारखे आहेत. त्यांचा एकूण दृष्टिकोन वेगळाच आहे. त्यात व्यक्ती म्हणून तुम्हाला स्वतंत्र स्थानच नाही. पाश्चिमात्त्यांच्या आवर न घालता येणाऱ्या मोहांवर त्यांचा राग आहे. ते कशाशीच केव्हाही आणि कुठेही जुळवून न घेण्याइतके दुराग्रही आहेत. त्यांच्या दृष्टीनं ह्या असल्या मोहांना चिरडून टाकता येतं. मला वाटतं मी चूक ठरावं; परंतु दुर्दैवाची गोष्ट अशी आहे की दुसऱ्या टोकाला तेलाची अफाट संपत्ती घेणारे कट्टर धर्माभिमानी सौदी राहायला मात्र इकडे आहेत. आम्ही पाश्चिमात्त्य लोक डोळ्यांत तेल घालून सावध राहिलो नाही तर ह्यांचा दहशतवाद संपू शकणार नाही, याचं मला भय वाटतं. आपल्या समाजातील सहनशक्तीचा अगदी नकळत वापर करून हे आपल्यावर त्यांची जबरदस्ती लादतील.

माझ्या सौदी अरेबियातील वास्तव्यात आणि त्यानंतरच्या झगड्याच्या काळातही मी माझ्याशी प्रामाणिक असण्यासाठी झटले. माझ्या मुलींना अमोल स्वरूपाचा स्वातंत्र्याचा विचार दिला. मला वाटतं माझा निर्णय अगदी योग्यच होता. मला जे मोलाचं वाटतं ते माझ्या मुलींना किती महत्त्वाचं वाटतंय, हे मला माहीत नाही. मला वाटतं मीसुद्धा लहान होते तेव्हा मलाही स्वातंत्र्याचं फार महत्त्व होतं असं नाही; परंतु ज्या वेळी माझ्यापासून ते हिरावून घेतलं जातंय आणि परत कधीच माझ्या हाती लागणार नाही याची मला जाणीव झाली, तेव्हा ते मला सहन झालं नाही.

अन्य कोणताच मार्ग नसल्यामुळं आणि नवऱ्याच्या हुकुमशाहीपुढं झुकावं लागल्यामुळं स्वत:च्या मुलांना भेटण्याचा अधिकारही नसलेल्या अनेक सौदी स्त्रिया मला माहीत आहेत. या स्त्रियांचं सोडाच परंतु अनेक पुरुषही आपल्या इच्छा, ध्येय, स्वत:ला नाकारणं आणि सामाजिक रूढींचं पालन करणं यात चिरडून गेलेले, चिरफाड झालेले होते.

काही वेळा मला असंही वाटून जातं की हा माझ्यातल्या स्त्रीनं केलेलाच झगडा आहे. मी बिन लादेन खानदानातली असूनसुद्धा मला मुलगा असता तर इतक्या प्रखरपणे मी झगडले असते का? भौतिक दृष्टिकोनातून किंवा सोप्या भाषेत बोलायचं तर व्यावहारिक दृष्टीनं हे सुखावह जगणं होतं; परंतु ह्याच्याच बरोबरीनं मला ह्या साऱ्या सुखांच्या जोडीला इतरही काही गोष्टी अधिक मोलाच्या वाटत होत्या हेही निश्चित!

मी हे इतकं उघडपणे आणि धाडसानं जे काही सांगते आहे, त्यामुळे सौदी देश आणि बिन लादेन मंडळी युद्धाचा माझ्यावर आणि माझ्या लेकींवर युद्धाचा निर्णय घेतील, आमच्याविरुद्ध युद्ध पुकारतील, आमच्यावर खटले भरले जातील. आमच्या प्रामाणिकपणाला, प्रश्नांना उत्तरं द्यावी लागतील, आमचं समाजातील स्थान भ्रष्ट

करण्याचा प्रयत्न होईल. जेवढं म्हणून शक्य आहे ते सारं सारं आमच्याविरुद्ध केलं जाईल. स्त्री असूनही स्वांतत्र्याची अपेक्षा करणं, किंवा नुसती स्वप्नं बघणं आणि जन्माला आलेली एक स्वतंत्र व्यक्ती म्हणून आमच्या हक्काचं संरक्षण मागणं, हा त्यांच्यादृष्टीनं *(कदाचित अक्षम्य)* गुन्हाच आहे.

परंतु त्यालाही आम्ही तोंड देऊच देऊ. आमचा हा संघर्ष सत्यावरच आधारलेला असेल. सप्टेंबर ११, २००१ या दिवशी आपलं पावित्र्य, आपला चांगुलपणा, स्वास्थ्य आणि अगदी सामान्य स्वरूपाची सुरक्षितता या साऱ्यांच्या चिंधड्या चिंधड्या उडाल्या. या साऱ्या गोष्टी त्या दिवसानं गाडून टाकल्या. आता आपण कधीही नव्हतं इतकं स्पष्ट बोललं पाहिजे, सर्व खोट्या गोष्टींविरुद्ध उभं राहिलं पाहिजे, दुटप्पी वागणं उजेडात आणलं पाहिजे, या साऱ्यांनीच ही शोकांतिका घडवून आणलेली आहे. आपल्या भविष्याचं संरक्षण आपण नाही तर मग कोणी करायचं?

आम्ही जे सारं काही भोगलं — आणि कदाचित भविष्यातही काही भोग भोगावेही लागतील — तरीही मी माझ्या मुलींच्या वडिलांचा जो स्वीकार केलेला होता त्याचा मला कधीही पश्चात्ताप वाटणार नाही, हेही माझ्या मुलींना समजायला हवं. एक तरुण मुलगी म्हणून मी येस्लामचा स्वीकार केला. त्याच्यावर अगदी मनोमन वेड्यासारखं प्रेम केलं; परंतु आई आणि एक स्त्री म्हणून त्याच्या ज्या श्रद्धा आणि त्याची मूल्य ह्यांचा मात्र मी स्वीकार करू शकले नाही. त्याच्यासाठी त्या श्रद्धा आणि ती मूल्यं अविभाज्य घटक होती. माझ्या हृदयाच्या गाभाऱ्यात आणि सद्सद्विवेकबुद्धीने विचार करताना मला अगदी निःशंकपणे जाणवतं की मी माझ्या मुलींना 'स्वातंत्र्य' नावाची अमोल भेट दिलेली आहे. माझ्या सुजाण आणि सुंदर मुलींकडे बघताना मला वाटतं आयुष्यात कोणतीच भेट याहून मोठी नसेल. मग सांगावंसं वाटतं, 'वफ़ा, नाज़िया आणि नूर तुम्हाला हवं तसं जगायला तुम्ही मुक्त आहात. तुम्हाला आयुष्यात जे कोणी आणि जसं कोणी व्हायचं आहे, त्यासाठीही तुम्ही पूर्णपणे मुक्त, मुक्त आणि मुक्तच आहात.'

◆

मयादा
इराकची कथा

मूळ इंग्रजी लेखिका
जीन सॅसन

अनुवाद
भारती पांडे

मयादा अल-अस्करीचा जन्म एका शक्तिवान इराकी घराण्यात झाला. तिचे एक आजोबा लॉरेन्स ऑफ अरेबियाच्या बरोबरीनं लढले होते, तर दुसरे आजोबा पहिले अरब राष्ट्रवादी मानले जातात. सद्दाम हुसैन आणि त्याची बाथ पार्टी सत्तेवर आली तेव्हा आपल्या एकाकी आयुष्यात एवढं प्रचंड वादळ येईल अशी मयादाला अजिबात कल्पना नव्हती. मयादा— घटस्फोटित, दोन मुलांची आई, लहानमोठी छपाईची कामं करून कसाबसा चरितार्थ चालवणारी. तिला १९९९ मधील एका सकाळी सद्दामच्या गुप्त पोलिसांनी सरकारविरोधी पत्रकं छापण्याच्या आरोपाखाली अटक करुन अत्यंत कुप्रसिद्ध अशा बलदीयात तुरुंगामध्ये खेचत नेलं, तेव्हा तिला तिच्या एकटेपणाची खरीखुरी जाणीव झाली.

आधीच सतरा 'सावल्या स्त्रिया' बंदिवान असलेल्या एका दुर्गंधिमय कोठडीमध्ये तिला फेकण्यात आलं.

वेगवेगळ्या इराकी सामाजिक स्तरातील या स्त्रियांची नियती मात्र एकच होती – खटल्याविनाच कैद – छळ – आणि मृत्यूची भीती. या छळछावणीत वेळ काढण्यासाठी आधुनिक काळातल्या या शहरजाद्या – या सावल्या स्त्रिया एकमेकींना आपापल्या कहाण्या सांगत दिवस रेटत असत. मयादाच्या खानदानाचा अभिमानास्पद इतिहास, दुसरा राजा फैझलचा वध आणि त्यांच्या आजच्या छळाला कारणीभूत असलेल्या सद्दाम हुसैनशी तिच्या झालेल्या भेटी या तिच्या पूर्वायुष्याबद्दल तिच्या सहकैदी स्त्रियांना फार कुतूहल वाटत असे.

अशा या मयादाची कथा आपल्याला इराकचा सुसंस्कृत आणि प्राचीन इतिहास आणि इराकी लोकांचे सुसंस्कृत वर्तन याकडे बघण्याची एक विशेष दृष्टी तर देतेच, परंतु सर्वसामान्य इराकी माणसांच्या आयुष्यामध्ये आणि हृदयामध्ये सद्दामनं जे भयानक भीतीचं वातावरण निर्माण केलं होतं, त्याचा भरपूर पुरावाही देते.